மந்திரமும் சடங்குகளும்

மந்திரமும் சடங்குகளும்

ஆ. சிவசுப்பிரமணியன் (பி. 1943)

தமிழகத்தின் முக்கியமான சமூக விஞ்ஞானிகளுள் ஒருவர். நாட்டார் வழக்காற்றியல், அடித்தள மக்கள் வரலாறு ஆகிய துறைகளில் பல நூல்கள் எழுதியுள்ளார். நீண்டகாலமாக நாட்டார் வழக்காற்றியல் துறையில் ஆர்வத்துடன் ஈடுபட்டுவருகிறார். இந்திய விடுதலைப் போராட்ட வரலாற்றில் தமிழகத்தின் பங்களிப்பு குறித்து ஆராய்வதிலும் ஆர்வம் கொண்டவர். பேராசிரியர் நா.வானமாமலையின் மாணவர்.

இத்துறையில் இவரது பங்களிப்பைப் பாராட்டி, தமிழ்நாடு முற்போக்கு எழுத்தாளர் கலைஞர் சங்கம் வாழ்நாள் சாதனையாளர் விருது வழங்கியுள்ளது. அமெரிக்கத் தமிழர்களின் 'விளக்கு' இலக்கிய அமைப்பு இவருக்கு 2018ஆவது ஆண்டுக்கான புதுமைப்பித்தன் இலக்கிய விருது வழங்கிப் பாராட்டியுள்ளது. தஞ்சைத் தமிழ்ப் பல்கலைக்கழகம் 2019இல் மதிப்புறு முனைவர் பட்டம் வழங்கிச் சிறப்பித்துள்ளது.

ஆசிரியரின் பிற காலச்சுவடு வெளியீடுகள்

- கிறித்தவமும் சாதியும்
- தமிழகத்தில் அடிமைமுறை
- உபதேசியார் சவரிராயபிள்ளை 1801 – 1874 (பதிப்பு)
- வரலாறும் வழக்காறும்
- ஆகஸ்ட் போராட்டம்
- உப்பிட்டவரை . . .
- ஆஷ் கொலையும் இந்தியப் புரட்சி இயக்கமும்
- கிறித்தவமும் தமிழ்ச்சூழலும்
- தமிழ்க் கிறித்தவம்
- பனை மரமே! பனை மரமே!
- ஆணவக் கொலைச் சாமிகளும் பெருமிதக் கொலை அம்மன்களும்

ஆ. சிவசுப்பிரமணியன்

மந்திரமும் சடங்குகளும்

காலச்சுவடு பதிப்பகம்

● அன்பார்ந்த வாசகருக்கு,

வணக்கம்.

காலச்சுவடு நூலை வாங்கியமைக்கு நன்றி.

நூலின் உள்ளடக்கம், உருவாக்கம், அட்டைப்படம் இன்ன பிற அம்சங்கள் பற்றிய உங்கள் கருத்துகளையும் ஆலோசனைகளையும் காலச்சுவடு வரவேற்கிறது. தகவல், எழுத்து, வாக்கியப் பிழைகள் தென்பட்டால் அவசியம் தெரிவித்து உதவுங்கள். நூல் தயாரிப்பில் கடும் குறைபாடு இருப்பின் மாற்றுப் பிரதி உங்களுக்குக் கிடைக்கக் காலச்சுவடு ஏற்பாடு செய்யும்.

மின்னஞ்சல்: publisher@kalachuvadu.com

காலச்சுவடு நாகர்கோவில் அலுவலகத்திற்குக் கடிதம் அனுப்பலாம்.

தங்கள்
எஸ்.ஆர். சுந்தரம் (கண்ணன்)
பதிப்பாளர் – நிர்வாக இயக்குநர்

மந்திரமும் சடங்குகளும் ✧ ஆய்வுக் கட்டுரைகள் ✧ ஆசிரியர்: ஆ. சிவ சுப்பிரமணியன் ✧ © ஆ. சிவசுப்பிரமணியன் ✧ முதல் பதிப்பு: 1988 ✧ காலச்சுவடு முதல் பதிப்பு: டிசம்பர் 2010, பதினான்காம் பதிப்பு: டிசம்பர் 2024 ✧ வெளியீடு: காலச்சுவடு பப்ளிகேஷன்ஸ் (பி) லிட்., 669 கே. பி. சாலை, நாகர்கோவில் 629001

mantiramum caTankukaLum ✧ Research articles ✧ Author: A. Siva subramanian ✧ © A. Sivasubramanian ✧ Language: Tamil ✧ First Edition: 1988 ✧ Kalachuvadu First Edition: December 2010, Fourteenth Edition: December 2024 ✧ Size: Demy 1x8 ✧ Paper: 18.6 kg maplitho ✧ Pages: 200

Published by Kalachuvadu Publications Pvt. Ltd., 669 K.P. Road, Nagercoil 629001, India • Phone: 91-4652-278525 • e-mail: publications @kalachuvadu.com • Printed at Clicto Print, Jaleel Towers, 42 KB Dasan Road, Teynampet Chennai 600018

ISBN: 978-93-80240-33-6

12/2024/S.No. 379, kcp 5437, 18.6 (14) uss

அன்புக்குரிய என் அன்னை
திருமதி ஆ. சுப்பம்மாள் அவர்களுக்கு

பொருளடக்கம்

முதற்பதிப்பின் முன்னுரை		11
இரண்டாம்பதிப்பின் முன்னுரை		15
மூன்றாம் பதிப்பின் முன்னுரை		17
நன்றியுரை		19
1.	மந்திரம்	23
2.	முளைப்பாரி: ஒரு புராதனச் சடங்கு	69
3.	ஆடிப்பொம்மை	105
4.	மதுக்கொடை	121
5.	மழையும் நாட்டார் வழக்காறுகளும்	136
6.	தச்சுக்கழித்தல்	152
7.	மந்திர வைத்தியம்	173
8.	மந்திரத்தின் எதிர்காலம்	176
பின்னிணைப்புகள்		183
துணை நூல்கள்		190
கலைச்சொற்கள்		197

முதற்பதிப்பின் முன்னுரை

நாட்டார் வழக்காற்றியலின் (Folkloristics) பல்வேறு கூறுகளில் ஒன்றாக மந்திரமும் (Magic) மந்திரச் சடங்கு களும் (Magic Rituals) இடம்பெற்றுள்ளன. புராதன மனித னின் வாழ்வில் தோன்றிய மந்திரமானது இன்றும் நமது வாழ்வில் பல்வேறு மந்திரச் சடங்குகளின் வடிவில் நிலை பெற்றுள்ளது. இம்மந்திரச் சடங்குகளை, வெறும் மூட நம்பிக்கையென்று கூறி நாத்திகர்கள் எளிதில் ஒதுக்கி விடலாம். ஆத்திகர்கள் இச்சடங்குகளுக்குப் பல்வேறு புராண, இதிகாச ஆதாரங்களைக் கற்பித்தும் தத்துவச் சாயம் பூசியும் மேல்நிலையாக்கம் பெற்ற சமய நெறி களுடன் இணைக்க முற்படலாம். சமயத்திற்குப் புதுப் பொலிவூட்டும் முயற்சியில் ஈடுபடுபவர்கள் இச்சடங்கு களில் விஞ்ஞானக் கூறுகள் இருப்பதாகக் கூறி மகிழலாம்.

ஆனால் நாட்டார் வழக்காற்றியல் ஆய்வாளன் (Folklorist) இம்மூன்று அணுகுமுறைகளையும் மீறி மந்திரச் சடங்குகளை ஆராய வேண்டும். இதில் மிகவும் அவசியமானது அறிவியல் முறையிலமைந்த களஆய்வு (Field Work) ஆகும். கள ஆய்வில் கிடைத்தத் தரவுகளை (Materials) உள்ளது உள்ளபடி கூறுதல் என்ற முறையில், வருணனைத் தன்மையில் விளக்குவது மட்டும் ஆய்வாள னின் கடமையாகிவிடாது. இச்சடங்குகளின் தொடக்கக் கால நோக்கம், சமுதாய வளர்ச்சிப்போக்கில் அவற்றில் நிகழ்ந்த மாறுதல்கள் ஆகியனவற்றையும் அவன் ஆராய முயல வேண்டும். இம்முயற்சியில், இலக்கியம், மானிட வியல் – வரலாறு – தத்துவம் –விஞ்ஞானம் போன்ற பல்வேறு அறிவுத் துறைகளையும் இணைத்துப் பல்துறைக் கலப்பு ஆய்வுமுறையின் (Inter-disciplinary approach)

அடிப்படையில் ஆய்வினை நிகழ்த்தும்போதே முழுமையான பயன்கிட்டும். எல்லாவற்றிற்கும் மேலாக இம்மந்திரச் சடங்கு களைச் சமுதாயத்திலிருந்து பிரித்துத் தனித்தனியாக ஆராயா மல் எந்த விதமான சமூக அமைப்பு இம்மந்திரச் சடங்குகள் தோன்றுவதற்கும் நிலைத்திருப்பதற்கும் காரணமாக உள்ளது என்பதனையும் கண்டறிய வேண்டும்.

தமிழகத்தில் தென்மாவட்டங்களான* மதுரை, காமராசர், முத்துராமலிங்கம், இராமநாதபுரம், நெல்லை, சிதம்பரனார், குமரி மாவட்டங்களில் பல்வேறு மந்திரச் சடங்குகள் இன்றும் பரவலாக வழக்கிலுள்ளன. "புராதன – பழக்கவழக்கங்கள் சமயத் தில் அடைக்கலம் புகுகின்றன" என்ற தேவிபிரசாத்தின் கூற்றுக் கேற்ப, சில மந்திரச் சடங்குகள் இம்மாவட்டங்களிலுள்ள கணக் கற்ற கிராமத் தெய்வங்களின் கோவில் திருவிழாக்களுடன் இணைந்து காணப்படுகின்றன. மேற்கூறிய அணுகுமுறையின் அடிப்படையில் இச்சடங்குகளை ஆராயும் முயற்சியில் எழுந்ததே இந்நூலாகும்.

இந்நூலில் இடம்பெற்றுள்ள கட்டுரைகள் தமிழ்க்கலை (தஞ்சைத் தமிழ்ப் பல்கலைக்கழகத்தின் வெளியீடு), தாமரை, நாட்டார் வழக்காற்றியல் ஆகிய இதழ்களில் வெளியானவை. ஆயினும் கூறியது கூறல் என்ற குற்றம் இடம்பெறாதவாறு சிற்சில மாறுதல்கள் செய்த பின்னரே இக்கட்டுரைகள் இந் நூலில் இடம்பெற்றுள்ளன. சில புதிய செய்திகளும் இக்கட்டுரை களில் இணைக்கப்பட்டுள்ளன. இக்கட்டுரைகளை வெளியிட்டு உற்சாகமூட்டிய இதழ்களின் ஆசிரியர்கள், டாக்டர் து. சீனிசாமி, கவிஞர் கே.சி.எஸ். அருணாசலம், டாக்டர் மு. இராமசாமி ஆகியோருக்கும் இக்கட்டுரைகளை நூல்வடிவாக்கத் தூண்டிய அன்பு நண்பர் டாக்டர் தே. லூர்து அவர்களுக்கும் என் நன்றி உரியது.

முதற்கட்டுரையான 'மந்திரம்' இந்நூலில் இடம்பெற்றுள்ள ஏனைய கட்டுரைகளைப் புரிந்துகொள்ள உதவும் ஆதாரக் கட்டுரையாக அமைந்துள்ளது. மந்திரத்தின் விளைநிலமான ஆவியுலகக் கோட்பாடு, மந்திரத்தின் தோற்றம், மந்திரத்தின் அமைப்பு, மந்திரத்தின் வகைப்பாடு, மந்திரத்தின் நோக்கம், குறிப்பிட்ட சமூக அமைப்புகளில் தோன்றிய மந்திரம், மந்திரச் சடங்குகள், மந்திரத்தின் பயன்பாடு ஆகியன இக்கட்டுரையில் விளக்கப்படுகின்றன.

---

* காமராசர் – விருதுநகர் மாவட்டம்
முத்துராமலிங்கம் – சிவகங்கை மாவட்டம்
சிதம்பரனார் – தூத்துக்குடி மாவட்டம்

இரண்டாவது கட்டுரையான 'முளைப்பாரி' ஒரு புராதனச் சடங்கு, மூன்றாவது கட்டுரையான *ஆடிப்பொம்மை*, நான்காவது கட்டுரையான *மதுக்கொடை* ஆகியன 'மழை' என்ற செழிப்பினை வேண்டிச் செய்யும் செழிப்புச் சடங்குகளைக் குறித்த ஆய்வுகளாகும். மதுக்கொடை என்ற செழிப்புச் சடங்கின் வாயிலாக, '*அரிசி பீர்*' என்ற மது வகையினைத் தயாரிப்பது குறித்த நம் முன்னோர்களின் வேதியியல் அறிவை நாம் உணர்ந்துகொள்ள முடிகிறது.

ஐந்தாவது கட்டுரையான 'தச்சுக்கழித்தல்', மரங்களில் வாழும் பேய்களைக் குறித்த அச்சத்தின் அடிப்படையில் தோன்றிய வினோதமான மந்திரச் சடங்கினை ஆராய்கிறது. ஆறாவது கட்டுரையான 'மந்திர வைத்தியம்' சில நோய்களைப் போக்க மக்கள் மேற்கொள்ளும் மந்திர வைத்தியங்களை ஆராய்கிறது.

இறுதிக் கட்டுரையான 'மந்திரத்தின் எதிர்காலம்' தொழில் நுட்பமும் அறிவியலும் வளர்ச்சியடைந்த நமது சமூக அமைப்பில், இனக்குழு மற்றும் நிலவுடைமைச் சமூகத்தின் கருத்தும் தங்கள் ஆதிக்கம் செலுத்துவதனைச் சுட்டிக்காட்டு கிறது. அத்துடன் இதனைப் போக்க வேண்டிய அவசியத்தையும் போக்கும் முறையினையும் குறிப்பிடுகிறது.

தனது வாழ்க்கைத் தேவைகளைப் பூர்த்திசெய்யும் விருப்பத்தின் அடிப்படையில் புராதன மனிதனால் தோற்றுவிக்கப் பட்ட கற்பனையான தொழில்நுட்பமே மந்திரம் என்று தாம்சன் கூறுவார். இந்நூலில் இடம்பெற்றுள்ள மந்திரச் சடங்குகள் இக்கருத்தை உறுதிப்படுத்துவனவாக அமைந்துள்ளன. இத்துடன் இயற்கையைக் குறித்த மனிதனது தொடக்கக் காலச் சிந்தனைகளையும் அதனிடமிருந்து அவன் எதிர் நோக்கிய பயன்களையும் இச்சடங்குகள் உணர்த்துகின்றன.

தமிழகத்தின் பிற மாவட்டங்களிலும் இம்மந்திரச் சடங்கு கள் சிற்சில மாறுதல்களுடன் நிகழலாம்; அல்லது இதனை யொத்த வேறு மந்திரச் சடங்குகள் நிகழலாம். ஆயினும் இந்நூலில் குறிப்பிடப்படும் மந்திரச் சடங்குகளைத் தமிழகம் முழுவதற்கும் பொதுமைப்படுத்திக் கூறிவிட முடியாது. தமிழகம் முழுவதும் முறையான கள ஆய்வு நிகழ்த்தி, இத்தகைய மந்திரச் சடங்குகள் குறித்த செய்திகளைத் திரட்டி ஆராயும் வரை இதுபோன்ற ஆய்வுகள், பகுதி (atomistic) ஆய்வுகளாகவே அமையும். இத்தகைய பகுதி ஆய்வுகள் அனைத்தையும் இணைத்து நிகழ்த்தப்படும் ஆய்வுதான் முழுமையான (wholistic) ஆய்வாக அமைய முடியும். ஆனால் அத்தகைய

முழுமையான ஆய்வினை நிகழ்த்துவதற்குரிய வாய்ப்பான சூழல் இன்னும் தமிழ்நாட்டில் உருவாக்கப்படவில்லை என்பது வருந்துதற்குரிய செய்தியாகும்.

என்றாலும் தமிழகத்தின் ஏனைய மாவட்டங்களில் மட்டுமின்றி, உலகின் பல்வேறு பகுதிகளிலும் நிலவிய – நிலவும் மந்திரச் சடங்குகளுக்கும் இந்நூலில் குறிப்பிடப்படும் மந்திரச் சடங்குகளுக்குமிடையே ஒரு பொதுவான பண்பு நிலவுவதை இந்நூலைப் படிப்பவர்கள் உணர்வர்.

எனது ஆய்வு முயற்சியில் பிரேசர், ஜியார்ஜ் தாம்சன், தேவிபிரசாத் சட்டோபாத்தியாயா, என்.என். பட்டாச்சார்யா ஆகியோர், அவர்களது ஆய்வு நூல்களின் வாயிலாக எனது மானசீக குருநாதர்களாகவும் வழிகாட்டிகளாகவும் அமைந்துள்ளனர். இக்குருநாதர்களை எனக்கு அறிமுகப்படுத்திய எங்கள் ஆசானும் தோழனும் வழிகாட்டியுமான பேராசிரியர் நா. வானமாமலை அவர்களை நன்றியுடன் இச்சந்தர்ப்பத்தில் நினைவுகூர்கிறேன். மேலும், இந்நூலில் நான் பயன்படுத்தியுள்ள இயங்கியல் (*Dialectical*) அணுகுமுறையும் அவர்கள் கற்றுக்கொடுத்ததேயாகும்.

பேராசிரியர் நா. வானமாமலை அவர்களின் நாட்டார் வழக்கியல் ஆய்வுகளையும் அவர்கள் பதிப்பித்த நாட்டார் கதைப்பாடல்கள், நாட்டார் பாடல்கள் ஆகியனவற்றையும் சக்தி கோவிந்தன், கி. ராஜநாராயணன், கு. சின்னப்பபாரதி ஆகியோர் தொகுத்த நாட்டார் கதைகளையும் வெளியிட்டு, தமிழக *நாட்டார் வழக்காற்றியல்* துறையின் வளர்ச்சியில் குறிப்பிடத்தக்க பங்குகொண்டவர்கள் நியூ செஞ்சுரி புத்தக நிறுவனத்தார் ஆவர். இந்நிறுவனம் இந்நூலையும் வெளியிடுவது குறித்துப் பெரிதும் மகிழ்கிறேன். இந்நிறுவனத்துக்கு என் உளமார்ந்த நன்றி உரியது.

ஆ. சிவசுப்பிரமணியன்
25.8.1987

இரண்டாவது பதிப்பின் முன்னுரை

1988இல் வெளியான 'மந்திரம் – சடங்குகள்' என்ற நூலின் இரண்டாவது பதிப்பு 'மந்திரமும் சடங்குகளும்' என்ற தலைப்புடன் தற்போது வெளியாகிறது. முதற்பதிப்பில் இடம்பெறாத ஒன்றிரண்டு புதிய செய்திகள் இப் பதிப்பில் சேர்க்கப்பட்டுள்ளன.

இவ்விரண்டாம் பதிப்பை மிகுந்த ஆர்வத்துடன் வெளியிடும் 'மக்கள் வெளியீடு' பொதுப் பதிப்பாசிரியரும் என் எழுத்துப் பணியில் தொடர்ந்து உறுதுணையாக இருப்பவருமான அன்புத் தோழர் மே.து. ராசுகுமார் அவர்களுக்கும் 'மக்கள் வெளியீடு' உரிமையாளர் திருமதி ரா. வசந்தா அவர்களுக்கும் என் நன்றி உரியது. இப் பதிப்பை வெளிக்கொணரத் தூண்டுதலாய் இருந்த நண்பர் ஆ.இரா. வேங்கடாசலபதி அவர்களுக்கும் இரண்டாவது பதிப்பின் கையெழுத்துப்படியைத் தயாரிப்பதில் உறுதுணையாய் இருந்த செல்வி கி. சுந்தரசெல்விக்கும் என் நன்றி உரியது.

இந்நூலின் முதற்பதிப்பை வெளியிட்டுதவிய நியூ செஞ்சுரி புத்தக நிறுவனத்திற்கும் நூலை வாங்கி உற்சாகப்படுத்திய வாசக நண்பர்களுக்கும் இரண்டாவது பதிப்பை வாசிக்க இருக்கும் வாசக நண்பர்களுக்கும் என் நன்றியைத் தெரிவித்துக்கொள்கிறேன்.

ஆ. சிவசுப்பிரமணியன்

மூன்றாம் பதிப்பின் முன்னுரை

இப்பதிப்பில் 'மழையும் நாட்டார் வழக்காற்றியலும்' என்ற கட்டுரை புதிதாக இணைக்கப்பட்டுள்ளது. பேராசிரியர் தே. லூர்து தொகுத்துப் பதிப்பித்த 'நாட்டார் வழக்காற்றியல் ஆய்வுகள்' என்ற நூலில் இக்கட்டுரை இடம்பெற்றிருந்தது. பல ஆண்டுகளாக இந்நூல் விற்பனையில் இல்லை. எனவே உள்ளடக்க ஒற்றுமையின் அடிப்படையில் இக்கட்டுரை இம்மூன்றாம் பதிப்பில் இடம் பெற்றுள்ளது.

கத்தோலிக்கத் தேவாலயங்களில் இடம்பெறும் 'முளைப்பாரி' தொடர்பான படங்கள் இப்பதிப்பில் புதிதாக இடம்பெற்றுள்ளன. இப்படங்களை வழங்கியுதவிய அருட். திரு. ச.தே. செல்வராசு அடிகளார் அவர்களுக்கும், திரு. பீட்டர் ஆரோக்கிய ராஜ் (நாட்டார் வழக்காற்றியல் ஆய்வு மையம், தூய சவேரியார் கல்லூரி, பாளையங்கோட்டை) அவர்களுக்கும் என் நன்றியுரியது.

இம்மூன்றாம் பதிப்பை வெளியிடும் காலச்சுவடு பதிப்பகத்திற்கு என் நன்றியுரியது.

இந்நூலை கணினியில் வடிவமைத்த சுபா, மெய்ப்பு பார்த்துதவிய ஸ்ரீசங்கர் ஆகியோருக்கும் என் நன்றியுரியது.

ஆ. சிவசுப்பிரமணியன்
தூத்துக்குடி

நன்றியுரை

மந்திரச் சடங்குகள் குறித்த கள ஆய்வினை எவ்வித நிதியுதவியுமின்றி நிகழ்த்துவதென்பது மிகச் சிரமமான செயலாகும். அதே நேரத்தில் நிதியுதவியினால் மட்டும் கள ஆய்வினைச் செம்மையாகச் செய்துவிடவும் முடியாது. முன்பின் அறியாத கிராமங்களில் சென்று தங்குவதும் பொருத்தமான தகவலாளர்களைக் கண்டறிவதும் மந்திரச் சடங்குகள் நிகழும்பொழுது மிக நெருக்கமாக நின்று பார்வையிடுவதும் அவ்வளவு எளிதல்ல. இச்சிரமங்கள் மந்திரச் சடங்குகளை ஆய்வுசெய்யும் ஆய்வாளர்கள் அனைவரும் எதிர்நோக்கியதுதான்.

ஆனால் என்னைப் பொறுத்தவரையில் மேற்கூறிய சிரமங்கள் எவற்றிற்கும் நான் ஆளாகவில்லை. எவ்வித நிதியுதவியும் இன்றி இப்பணியில் ஈடுபட்டு, குறிப்பிடத்தக்க அளவு பல்வகைப்பட்ட தரவுகளைச் சேகரித்துள்ளேன். இவற்றுக்கெல்லாம் முக்கியக் காரணம், சித்தாந்த நிலையில் என்னுடன் கருத்தொருமித்த தோழர்கள் பலர் இம்முயற்சியில் மிகுந்த ஆர்வத்துடன், அளவிட முடியாத ஒத்துழைப்பை நல்கியதேயாகும். மிகவும் மோசமான கிராமச் சாலைகளிலும் ஒற்றையடித் தடங்களிலும் சைக்கிளின் பின்னால் என்னை அமரச்செய்து மைல் கணக்கில் சுற்றித் திரிந்தது, சரியான தகவலாளர்களைத் தேர்ந்தெடுத்தது, மந்திரச் சடங்குகள் நிகழும் பகுதிக்கு எவ்வித எதிர்ப்பும் ஏற்படாதவாறு அழைத்துச் சென்றது எனக் கூறிக்கொண்டே போகலாம்.

பேராசிரியர் எஸ்.ஜே.டி. சுசிலன், தோழர் செந்தில் ரகுநாதன் (திருச்செந்தூர்), தோழர் எஸ். ஹரிராமன்

(பரிவல்லிக்கோட்டை), திரு. எம். முருகன் (இளவேலங்கால்), திரு. சௌந்திரபாண்டியன் (சிந்தலக்கட்டை), திரு. ச. கோமதி நாயகம் (ஆத்தூர்), தோழர் ஏ. நல்லசிவம் (தூத்துக்குடி), தோழர் இளசை மணியன் (எட்டையாபுரம்), தோழர் வே. சதாசிவன் (எட்டையாபுரம்), தோழர் ஏ. தேவதாஸ் (ஒட்டப்பிடாரம்), தோழர் சு. கொண்டல்சாமி (ஒட்டநத்தம்), ஆசிரியர் கணபதி (ஒட்ட நத்தம்) ஆகியோர் கள ஆய்வின்போது மிகுந்த உற்சாகத்துடன் உடனிருந்து உதவினர்.

தோழர் கே. தர்மராஜன் (ஆயுள் காப்பீட்டுக் கழகம், கோவில்பட்டி), தோழர் கணேசன் (ஆசிரியர், வீரப்பட்டி) ஆகிய இருவரும் மேற்கூறிய உதவிகளுடன் மட்டுமன்றிக் கட்டுரை எழுதுவதற்கு, குறிப்பேடுகளையும் அனுப்பி ‘எழுதித் தள்ளுங்கள்’ என்று அன்புக் கட்டளையிட்டனர்.

எல்லாவற்றிற்கும் மேலாக, கள ஆய்வில் நான் சந்தித்த தகவலாளர்கள் அனைவரும் பல அரிய செய்திகளைத் தடை யின்றிக் கூறியதன் காரணமாகவே இந்நூலை உருவாக்க முடிந்தது.

கள ஆய்வினை நிகழ்த்திய பிறகு அச்செய்திகளைத் தக்க முறையில் புரிந்துகொள்ளவும் ஆராயவும் துணை நிற்பது சிறந்த ஆய்வு நூல்களாகும். இந்நூல்களை அடைவதில் எனக்கு இடர்ப்பாடு ஏதுமில்லை. அன்புத் தோழர் டாக்டர் மே.து. ராசு குமார் (சென்னை) உணவும் உறையுளும் அறிமுகக் கடிதமும் நல்கி பல்வேறு ஆய்வு நூல்களைப் படிக்கும் வாய்ப்பினை ஏற்படுத்திக் கொடுத்தார். ஒட்டப்பிடாரம் சட்டமன்ற உறுப்பின ராக விளங்கிய எனது மாணவர், தோழர் அப்பாத்துரை, சட்ட மன்ற நூலகத்திலிருந்து பல ஆய்வு நூல்களைப் பெற்றுத் தந்தார். டாக்டர் தே. லூர்து தமது வீட்டிலுள்ள அரிய நூலகத்தை எவ்விதத் தடையுமின்றி எனக்குத் திறந்துவிட்டார். வ.உ.சி. கல்லூரி முதல்வர் பேராசிரியர் செ. பாக்கியம் என் ஆய்வுக்குத் தேவையான நூல்களைக் கல்லூரி நூலகத்திற்கு வாங்கி உதவியதுடன், நூலகத்திலிருந்து பெற்றுக் கொள்ளும் நூல்களின் எண்ணிக்கையளவையும் உயர்த்தி உதவினார். நூலகர் டி.பி. வைத்தியநாதனும் நூலக உதவியாளர் அருணாசல மும் உடனுக்குடன் தேவையான நூல்களை விரைந்து வழங்கினர்.

வ.உ.சி. கல்லூரிப் பேராசிரியர்கள் டாக்டர் பால சுப்பிரமணியன், வ. முத்தையா, எம். வெங்கடாச்சலம், கோவை சி.பி.எம் கல்லூரிப் பேராசிரியர் கே. தங்கராஜ் ஆகியோர் இந்நூலில் இடம்பெற்றுள்ள மேற்கோள்களின் மொழி

பெயர்ப்பினை மூலத்துடன் ஒப்பிட்டுத் தேவையான திருத்தம் செய்துதவினர். நெருடலான பகுதிகளை அவர்களே மொழி பெயர்த்தும் உதவினர்.

கையெழுத்துப் பிரதியினை ஒழுங்குபடுத்துவதில் பேராசிரியர் ஆ. தங்கப்பாண்டியன், அன்புத் தம்பிகள் பி. கணபதி சுப்பிரமணியன் (சட்டக் கல்லூரி, திருச்சி), ஆர். உலகநாதன் ஆகியோர் உறுதுணையாய் நின்றனர். நூலில் இடம்பெற்றுள்ள புகைப்படங்களைத் தோழர் ஏ. சிவன் (தமிழ்நாடு கலை இலக்கியப் பெருமன்றம், கோவில்பட்டி) எடுத்துதவினார். குமரி மாவட்டக் கலை இலக்கியப் பெருமன்றத்தினரும் ஆய்வு மாணவர் திரு. நா. இராமச்சந்திரன், தோழர் யு.எம். உசேன், கவிஞர் பி.இ. பாலகிருஷ்ணன், தோழர் ஆர். நல்லகண்ணு, பேராசிரியர் சையத் முகம்மது ஆகியோரும் அளித்த உற்சாக மும் வரவேற்பும் நூலாக்கத்திற்குப் பெரிதும் துணை நின்றன.

குடும்பப் பணிகள் எதுவும் குறுக்கிடாதவாறு அனைத்துச் சுமைகளையும் தாங்கி நின்று என் ஆய்வுப்பணிகளுக்கு உறு துணையாய் நிற்கும் என் வாழ்க்கைத் துணைவி திருமதி சி. அருணா இந்நூலாக்கத்திற்கு முக்கியத் தூண்டுகோலாக அமைந்துள்ளதைக் குறிப்பிடாது இருக்க முடியாது,

இவர்கள் அனைவருக்கும் 'நன்றி' என்ற சொல்லால் நான் நன்றி கூறுவது வெறும் சம்பிரதாயச் சடங்கன்று; என் உள்ளத் தில் பொங்கியெழும் உணர்ச்சிகளின் வரிவடிவமாகவே இச்சொல் இடம் பெற்றுள்ளது.

ஆ. சிவசுப்பிரமணியன்

1

மந்திரம்

மந்திரம் என்பது இன்றைய நடைமுறை வாழ்க்கை யில் கண்கட்டு அல்லது மாயாஜால வித்தை, இறைவனைப் போற்றியும் வேண்டியும் வடமொழியில் கூறும் சுலோகங் கள், நச்சுக் கடிகளுக்கு ஆளானவர்களின் உடலிலிருந்து நஞ்சினை முறிக்க மந்திரவாதிகள் கூறும் சுலோகங்கள் ஆகியவற்றைக் குறிப்பதாகவேயுள்ளது. ஆனால் மானிட வியல் நோக்கில் மந்திரம் என்பதற்கான விளக்கம் இவற்றிற்கு முற்றிலும் மாறுபட்டதாகும்.

மானிடவியலாரின் நோக்கின்படி இயற்கையின் இயக்க விதிகளைப் புரிந்துகொள்ள இயலாத ஆதிமனிதன், இயற்கையைக் கட்டுப்படுத்தவும் அதனிடமிருந்து சில பயன்களைப் பெற்றுக்கொள்ளவும் உருவாக்கிய ஒன்றே மந்திரமாகும்.

ஆவியுலகக் கருத்தோட்டங்கள் *(Animistic Concepterons)* செல்வாக்குச் செலுத்துமிடங்களில் 'மந்திரம்' தோன்றுகிறது என்று பெய்சன் என்ற பிரெஞ்சு அறிஞர் (1960 : 14) குறிப்பிடு வார். மந்திரம் தோன்றுவதற்கான விளைநிலமாக பெய்சன் குறிப்பிடும் ஆவியுலகக் கருத்தோட்டத்தைப் புரிந்துகொள் வதன் வாயிலாகவே மந்திரம் என்பது குறித்து மானிட வியல் விளக்கத்தைப் புரிந்துகொள்ள முடியும். இம்முயற்சி யின் முதற்படியாக 'ஆவியுலகக் கோட்பாடு' *(Animism)* என்பது குறித்தும் அது தோன்றிய சூழ்நிலை குறித்தும் அறிந்துகொள்வோம்.

ஆவியுலகக் கோட்பாடு

மனிதர்கள், தெய்வங்கள், விண்மீன்கள், பாறைகள், மரங்கள், விலங்குகள் போன்ற அனைத்து உலகப் பொருட் களும் ஓர் ஆன்மாவைக் *(Soul)* கொண்டிருக்கின்றன

அல்லது பல ஆன்மாக்களைக்கொண்டிருக்கின்றன என்பதே ஆவியுலகக் கோட்பாட்டின் அடிப்படையாகும் (*Bouisson 1960 : 14*).

ஆவியுலகக் கோட்பாட்டின் தோற்றம்

முதலில் மனித மந்தையாகவும் (*Primitive herds*) பின்னர் இனக்குழுவாகவும் (*Tribe*) வாழத் தொடங்கிய புராதன மனிதர்கள் தங்கள் உழைப்பின் வாயிலாக இயற்கையுடன் போராடிப் படிப்படியாகத் தங்கள் வாழ்க்கையினை மாற்றத் தொடங்கி னார்கள். குடியிருப்புகளை அமைத்துக்கொண்டு ஆடைகள் நெய்யவும் கால்நடைகள் வளர்க்கவும் புன்செய் வேளாண்மை செய்யவும் கட்டுமரங்களிலும் படகுகளிலும் சென்று மீன்பிடிக்க வும் தொடங்கினார்கள் (*Korovkin 1965 : 21*).

ஆயினும் இயற்கைச் சக்திகளுக்கு முன்னர் புராதன மனிதன் பலவீனமானவனாகவும் உதவியற்றவனாகவுமே காட்சியளித் தான். சமயா சமயங்களில் அவனது குடியிருப்புகள் காதைச் செவிடாக்கும் ஓசையுடன் கூடிய கண்ணைக் குருடாக்கும் மின்னலால் அழிக்கப்பட்டன. அவனால் அதிலிருந்து தன்னைப் பாதுகாத்துக்கொள்ள முடியவில்லை. இதுபோலவே காட்டுத் தீயிலிருந்தும் அவனால் தன்னைப் பாதுகாத்துக்கொள்ள முடிய வில்லை. திடீரென்று வீசும் சூறாவளிக் காற்று அவர்களது சிறுபடகுகளைப் புரட்டி எறிய அவர்கள் நீரில் மூழ்கினார்கள். நோய்களைத் தீர்க்க வழியறியாமல் ஒருவரை அடுத்து ஒருவர் நோயால் மரணமடைந்தனர். ஆபத்துகள் அவர்களைச் சூழும் போது அதை எதிர்த்து நின்று வெற்றி காண முடியாமல் அதிலிருந்து தப்பியோடி ஒளிந்தனர் (*Korovkin 1965 : 21*).

சுருங்கக்கூறின், இயற்கைச் சக்திகளின் செயல்பாடு அவர் களுக்குப் புரியாத புதிராகவேயிருந்தது. இப்புதிரை விடுவிக்கு மளவுக்குத் தொழில்நுட்பமானது புராதன மனிதன் வேட்டை யாடும்போதும் எதிரியுடன் போராடும்போதும் தன் வெறுங் கைகளையே முதலில் பயன்படுத்தினான். பின்னர் கூர்மையான கல்லையோ குச்சியையோ அவன் பயன்படுத்தத் தொடங்கிய போது அவனுடைய பலம் பன்மடங்கு அதிகரித்தது. ஆனால் இவ்வாறு அதிகரித்த பலம் எங்கிருந்து வந்தது என்ற கேள்விக்குப் புராதன மனிதனால் விடையளிக்க முடியவில்லை.

ஆன்மா அல்லது ஆவி அவன் பயன்படுத்திய கருவியில் மறைந்திருந்தது என்ற முடிவுக்கே அவனால் வர முடிந்தது (*Panov 1985 : 72,77*).

இயற்கைச் சக்திகள் மற்றும் கருவிகளின் செயல்பாட்டை மட்டுமின்றி, கனவுகளின் தோற்றம் குறித்தும் பண்டைய மனிதர் களால் புரிந்துகொள்ள முடியவில்லை. அவர்கள் வாழும்

குடியிருப்புகளுக்கு வெகுதொலைவிலுள்ள மக்களை அவர்கள் கனவில் கண்டார்கள். பகலில் அவர்கள் கண்ட மரங்கள், பறவைகள், விலங்குகள், நீர்நிலைகள், செடிகொடிகள் ஆகியனவும் அவர்கள் கனவில் தோன்றின. இக்கனவுகளை விளக்கும் முயற்சியில் ஈடுபட்டு 'ஆன்மா' *(Soul)* அல்லது 'ஆவி' *(Spirit)* என்ற ஒரு கருத்தினை உருவாக்கினர். இதன்படி,

ஒவ்வொரு மனிதனின் உடலிலும் ஆன்மா அல்லது ஆவி உறைகிறது. ஒரு மனிதன் உறக்கத்தில் ஆழ்ந்திருக்கும்போது ஆவி அல்லது ஆன்மா அவன் உடலைவிட்டு வெளியேறிப் பிற ஆவிகளைப் பார்ப்பதற்காகப் பறந்துசெல்கிறது. அது திரும்பி வந்தவுடன் மனிதன் விழிக்கிறான். மேலும் அவன் கனவில் தோன்றும் விலங்குகள், பறவைகள் போன்ற அஃறிணைப் பொருள்களும் பாறைகள், நீர்நிலைகள் போன்ற சடப்பொருள்களும்கூட ஆவி அல்லது ஆன்மாவைக்கொண்டிருக்கின்றன என்று புராதன மனிதன் கருதினான் *(Korovkin 1965 : 19).*

மணிமேகலைக் காவியத்தில் *(16 : 96 – 103)* உடலில் உறையும் உயிர் என்ற பொருள் குறித்தும் அது உடலைவிட்டு நீங்கிப் பல காத தூரம் செல்வதும் பிறருடைய கனவில் அது காட்சியளிப்பதும் இவ்வாறு குறிப்பிடப்பட்டுள்ளது:

உற்றதை உணரும் உடலுயில் வாழ்வுழி
மற்றைய உடம்பே மன்னுயிர் நீங்கிடில்
தடிந்தெரி ஊட்டினுந் தானுண ராதெனின்
உடம்பிடைப் போனதொன் றுண்டென உணர்நீ
... ...
... ...
உடம்பீண் டொழிய உயிர்பல காவதம்
கடந்து சேண் சேறல் கனவினுங் காண்குவை

இக்கருத்து ஆவியுலகக் கோட்பாட்டின் அடிப்படையில் உருவானதேயாகும்.

இவை நல்லவையாகவோ அல்லது கெட்டவையாகவோ இருக்கலாம். நல்ல ஆவிகளும் ஆன்மாக்களும் அவர்களுக்குத் துணைபுரியுமென்றும் தீய ஆவிகளும் ஆன்மாக்களும் தீய விளைவுகளைத் தருமென்றும் நம்பினான்.

இவ்வாறு உயிருள்ள பொருள்களிலும் சடப்பொருள்களிலும் ஆவி அல்லது ஆன்மா உறையும் என்ற இந்நம்பிக்கையின் அடிப்படையில் தோன்றியதே ஆவியுலகக் கோட்பாடாகும். டைய்லர் என்ற மானிடவியல் அறிஞர் 'புராதனப் பண்பாடு' *(Primitive Culture)* என்ற நூலில் ஆவியுலகக் கோட்பாடு என்ற இக்கோட்பாட்டை உருவாக்கினார். டைய்லரின் கருத்துப்படி,

இரண்டு வகையான உயிரியல் பிரச்சினைகளால், பண்பாட்டின் தோற்ற நிலையிலிருந்த பகுத்தறியும் மனிதர்கள் கவர்ந்திழுக்கப்பட்டார்கள். உயிருள்ள உடலுக்கும் இறந்த உடலுக்கும் உள்ள வேறுபாட்டிற்கு எது காரணமாயிருக்கிறது? விழிப்பு, தூக்கம், மோனம், நோய், சாவு இவற்றிற்குக் காரணம் என்ன என்பது முதலாவது பிரச்சினையாகும்; கனவுகளிலும் பார்வையிலும் தோன்றும் மனித உருவங்கள் எவை என்பது இரண்டாவது பிரச்சினையாகும். இந்த இரண்டு நிகழ்வுகளையும் உற்றுநோக்கி அநாகரிகச் சமூகத்தின் தத்துவவாதிகள் ஒவ்வொரு மனிதனும் உயிர்ப்பொருள், ஆவியுரு என்ற இரண்டு பொருள்களைக் கொண்டிருக்கிறான் என்ற முடிவுக்கு வந்தனர் (J.B.N 1973 : 984).

இந்த ஆவிகளும் ஆன்மாவும் மனிதர்கள் மற்றும் விலங்குகளின் வாழ்க்கையைப் பாதிக்கின்றன என்றும் சுற்றியுள்ள உலகப் பொருட்களின் மீதும் இயற்கை நிகழ்ச்சிகளின் மீதும் பாதிப்பை ஏற்படுத்துகின்றன என்றும் ஆதிமனிதன் நம்பினான் (Rosonthal and Yudin 1967 : 20). ஆவியுலகக் கோட்பாடு முக்கியமாக மூன்று அம்சங்களைக் கொண்டுள்ளது (Leandh 1972 : 62).

1. இறந்த அல்லது உயிரோடிருக்கும் மனிதர்கள் மற்றும் விலங்குகளின் ஆவி அல்லது ஆன்மாவின் மீது நம்பிக்கை கொண்டு வழிபடுதல்.
2. பௌதிகப் பொருள்களின் மீது உறுதியாகத் தொடர்பில்லாத ஆவிகளின் மீது நம்பிக்கை கொள்ளுதல்.
3. இயற்கைப் பொருள்களின் மீதும் வாழும் ஆவிகளின் மீதும் நம்பிக்கை கொண்டு வழிபடுதல்.

இனி, இத்தகைய ஆவியுலகக் கோட்பாட்டினை அடிப்படையாகக் கொண்டு தோன்றிய சில நம்பிக்கைகள் குறித்து ஆராய்வோம்.

கூடுவிட்டுக் கூடு பாய்தல்

சில பயிற்சிகளின் வாயிலாக மனிதர்கள் தங்கள் விருப்பம் போல், ஆவியை வெளியில் வரச் செய்து பிற உடல்களில் செலுத்த முடியுமென்ற நம்பிக்கையும் புராதன மனிதர்களிடம் தோன்றியது. 'கூடுவிட்டுக் கூடு பாய்தல்' என்ற கற்பனையின் அடிப்படை இந்நம்பிக்கையேயாகும். 'பரகாயப் பிரவேசம்' அல்லது 'பிரகாமியம்' என்றும் இதனைக் குறிப்பிடுவர். மூலன் என்ற மாடுமேய்ப்பவரின் பிணத்தில் சுந்தரநாதர் என்ற சிவயோகி தன் உயிரைப் புகுத்தி திருமூலராக எழுந்தருளினார் என்று பெரிய புராணமும், விக்கிரமாதித்தன், இறந்த கிளியொன்றின் உடலில் தன் உயிரைச் செலுத்தியதாக விக்கிரமாதித்தன் கதையும் குறிப்பிடும்.

சடப்பொருள்களின் ஆவி

தரையில் விழுந்து அழும் குழந்தையை அமைதிப்படுத்த, கையாலோ கோலாலோ தரையை அடித்துக் குழந்தையின் தாய் தண்டிப்பது நான் அடிக்கடிக் காணும் காட்சியாகும். கிராமப்புறங்களில் பனை ஓலையால் காற்றாடி செய்து விளையாடும் சிறுவர்கள் அது சரியாகச் சுற்றாவிட்டால் காற்றாடி யின் முனைகளை வளைத்து அதன் மீது துப்பித் தண்டிப்பார்கள். இச்செயல்கள் மனிதனைத் தவிரப் பிற பொருள்களிலும் ஆவி உறைவதாகக் கருதியதன் எச்சமாகும்.

புற ஆன்மா

இடம்பெயரும் தன்மையுள்ள ஆவிகளை உடலில் மட்டு மின்றி வேறு இடத்திலும் நிரந்தரமாக நிறுத்திவைக்கலாம் என்ற நம்பிக்கையின் அடிப்படையில் தோன்றியதே புற ஆன்மா *(External soul)* என்னும் கருத்தாகும். இதன்படி, ஒரு மனிதனின் உயிர் (ஆவி) அவன் உடலில் இல்லாமல் வேறு ஒரு பொருளில் உறையும். எனவே அவனைக் கொல்ல வேண்டுமென்றால் அவனது உயிர் உறையும் பொருளை அழிக்க வேண்டும். எங்கோ ஓரிடத்திலுள்ள நீர்நிலையில் வாழும் வாத்தின் வயிற்றிலுள்ள முட்டையிலோ குகைக்குள் இருக்கும் பேழையிலோ அரக்கனின் உயிர் இருக்கும். கதைத் தலைவன் அதனைத் தேடிப் பிடித்து அழிப்பதன் மூலம் அரக்கனைக் கொன்று அவனால் சிறை வைக்கப்பட்ட இளவரசியை மீட்டுத் திருமணம் செய்வான். இம்முறையில் பல்வேறு நாட்டார் கதைகள் அமைந்துள்ளமை நாம் அறிந்ததே. இக்கதைகள் புற ஆன்மா குறித்த நம்பிக்கையின் அடிப்படையில் தோன்றியுள்ளன.

தெய்வீக ஆவி

காற்று, மழை, நெருப்பு, கடல், மலை, நிலவு, கதிரவன் போன்ற இயற்கைச் சக்திகளிலும் பொருள்களிலும் ஆவி உறை வதாகப் புராதன மனிதன் நம்பினான் என முன்னர் கண்டோம். இந்த நம்பிக்கையினை ஒட்டியே புனிதப் பொருள் வழிபாடும் *(Fetishism)* குலமரபுக்குறி முறையும் *(Totemism)* தோன்றின.

உலகப் பொருள்களின் அடிப்படைத் தன்மைகளை அறிய இயலாத நிலையில் அப்பொருள்களுக்கு அதீத ஆற்றலைப் புராதன மனிதன் கற்பித்தான். அத்துடன் இத்தகைய ஆற்றலை யுடைய பொருள்கள் அவர்களின் விருப்பத்தை நிறைவேற்று மென்று நம்பினான். இதனையே ‘புனிதப் பொருள் வழிபாடு’ என்பர்.

புராதனச் சமுதாயத்தில் நிலவிய வேட்டையாடுதல், உணவு சேகரித்தல் போன்ற வளர்ச்சி குன்றிய பொருளாதார நிலை, சமூகத்தை இயக்கும் சக்திகள் குறித்த அறியாமை ஆகியனவற்றின் வெளிப்பாடே குலமரபுச் சின்னமாகும். இதன்படி ஒவ்வொரு குலமும் *(Clan)* ஏதாவது ஓர் இயற்கைப் பொருளுடன் மரம் அல்லது மிருகத்துடன் தன்னைத் தொடர்புபடுத்திக்கொண்டது. இவ்வாறு தொடர்புபடுத்தப்பட்ட மரமோ விலங்கோ அந்தக் குலத்தின் குலமரபுச் சின்னமாக அமையும். பொதுவான பிறப்பு மூலம், ஒரே இரத்த உறவு ஆகியவற்றைக் கொண்டவர்கள் ஒரு குறிப்பிட்ட குலமரபுச் சின்னத்தைக் கொண்டிருப்பார்கள். ஒவ்வொரு குலமும் அவற்றிற்குரிய குலமரபுச் சின்னத்துடன் தொடர்புடையதாகவும் அதிலிருந்து அக்குலம் தோன்றியதாகவும் கருதியது. குலமரபுச் சின்னமாகக் கருதும் விலங்கு அல்லது மரத்தின் எண்ணிக்கை மிகுவதற்காக ஆண்டுதோறும் ஒரு சடங்கை நிகழ்த்துவது வழக்கம். மேலும் இக்குலமரபுச் சின்ன மாக அமைந்த விலங்கையும் தாவரத்தையும் உண்ணுவது பெரும்பாலான இனக்குழுவினரிடையே விலக்காக *(Taboo)* உள்ளது. தங்கள் குலத்தைப் பாதுகாக்கும் வலிமைவாய்ந்த சக்தியாகக் குலமரபுச் சின்னத்தைக் கருதி அதனைப் பேணி வந்தனர். சில இனக்குழுவினர் தங்கள் முன்னோர்களில் ஒருவரது தொப்புள்கொடி எலி வளையில் புதைக்கப்பட்டதால் எலி வளை அவர்களது குலமரபுச் சின்னமாகவுள்ளது *(Huttln 1969 : 257)*.

இவ்வாறு, புனிதப் பொருள் வழிபாடும் குலமரபுச் சின்ன வழிபாடும் புராதனச் சமயத்தின் அடிப்படையாக அமைந்தன. அதே நேரத்தில் இவ்வழிபாட்டினை வளர்ச்சியடைந்த சமயங் களில் இடம்பெறும் வழிபாட்டுடன் ஒப்பிட முடியாது. ஏனெனில், எல்லாம்வல்ல ஒரு தெய்வமும் சமயக் கோட்பாடுகளும் தத்துவங் களும் இங்குத் தோன்றவில்லை. இயற்கைப் பொருளில் அல்லது சக்தியில் உறைவதாக நம்பிய ஆவிகளிடமிருந்து மந்திரத்தின் வாயிலாக, விரும்பிய பயன் அல்லது பாதுகாப்பைப் பெறும் முயற்சியே இங்கு மேலோங்கியிருந்தது.

காலப்போக்கில் இயற்கைச் சக்திகளுக்கும் பொருள்களுக் கும் மனித உருவம் அமைக்கப்பட்டது. இதனை மனித உருவக் கற்பனை *(Anthropomorphism)* என்று மானிடவியலார் கூறுவர். புராதனச் சமுதாயம் அழிந்தவுடன் தோன்றிய இனக்குழு அமைப்புகளும் வர்க்கம், அரசு ஆகியவற்றின் தோற்றமும் எல்லாம் வல்ல – வலிமைமிக்க தெய்வங்களை உருவாக்கின. இவ்வாறு, தோன்றிய தெய்வங்களும் ஆவி என்ற பொருளை உடையனவாய்க் கற்பனை செய்யப்பட்டன. இத்தெய்வங்களின் ஆவி, பிற ஆவிகளைவிட உயர்வாக மதிக்கப்பட்டு ‘தெய்வீக ஆவி’ *(Divine Spirit)*, ‘புனித ஆவி’ *(Holy Spirit)* என்றழைக்கப்

பட்டன. ஆவேசமான கூக்குரல், உரத்த வாத்திய ஒலி, புகை மூட்டம், உயிர்ப்பலி போன்றவற்றின் துணையுடன் ஒரு குறிப்பிட்ட தெய்வத்தின் ஆவியை, குறிப்பிட்ட மனிதனின் மீது தோன்றும்படி (இறங்கும்படி) செய்யலாம் என இனக்குழு மக்கள் நம்பினார்கள். சங்க நூல்களில் இடம்பெறும் சூரர மகளிர், 'வெறியாட்டு' குறித்த செய்திகள் இந்நம்பிக்கையின் வெளிப்பாடே ஆகும்.

வேட்டுவ குலத்துப் பெண்ணான சாலினி என்பாள் தெய்வ ஆவேசமுற்று ஆடிய நிகழ்ச்சியினைச் சிலப்பதிகாரம் *(12:7 – 19)* குறிப்பிடும். இன்றும் தமிழகக் கிராமக் கோவில்களில் தெய்வ ஆவேசமுற்று ஆடுபவர்களையும் அந்த நேரத்தில் அவர்கள் கூறும் சொற்களைத் தெய்வ வாக்காக நம்பும் பக்தர்களையும் காண்கிறோம். தெய்வத்தின் அருள் பெற்றவர்களாக நம்பப்படும் சில பெண்கள், தங்களை நாடி வருபவர்களுக்கு எதிர்காலப் பலன்களையும் நிகழ்காலத் தொல்லைகளைப் போக்க உதவும் பரிகாரங்களையும் கூறுகிறார்கள். 'அருள்வாக்குக் கூறல்' என்ற பெயரில் நடைபெறும் இந்நிகழ்ச்சி அண்மைக் காலமாகத் தமிழகமெங்கும் பரவலாக நிகழ்கிறது. வருவாயும் உயர் மதிப்பு மிகுந்த பதவிகளில் இருப்பவர்கள்கூடத் தங்கள் குடும்பப் பெண் களை அருள்வாக்குக் கூறும்படி செய்து, ஓர் உப தொழிலாக இதனைக் கொண்டுள்ளனர். தெய்வ ஆவேசமுற்றவர் சிறிது நேரம் கடவுளாகவே கருதப்படுகிறார். இவர்களைத் தற்காலிகக் கடவுளர் எனலாம். மனித உருப்பெற்ற தெய்வங்கள் *(INCARNATE HUMAN GODS)* என்று பிரேசர் *(1976 : 373 – 421)* இவர்களைக் குறிப்பிடுவார். ('பற்றற்றான்' என்று கூறப்படும் தெய்வம் காணிக்கை பெற்ற பின்பே அருள்வாக்குக் கூறுவது ஏன் என்று மக்கள் சிந்திப்பதில்லை.) தெய்வீக ஆவியானது குறிப்பிட்ட மனிதர்களின் உடலில் புகுந்துகொள்கிறது என்ற இந்நம்பிக்கை, ஆவிகளை இடமாறச் செய்ய முடியுமென்ற கருத்தோட்டத்தின் அடிப்படையில் அமைந்துள்ளது.

'அணங்கு' என்ற சொல் சங்க நூல்களில் இடம் பெற்றுள்ளது. தெய்வம் – அச்சம் – வருத்தம் என்று சென்னைப் பல்கலைக்கழகப் பேரகராதி இதற்குப் பொருள் கூறும். அணங்கு என்ற சொல் பயின்று வரும் சில இடங்கள் வருமாறு:

அணங்குடை நெடுங்கோடு (அகநா. 272:3)

(அணங்கு உறையும் நெடிய உச்சியினை யுடைய மலை)

அணங்குடைச் சிலம்பு (அகநா. 198:14)

(அணங்கு உறையும் மலை)

அணங்குடை முந்நீர் (அகநா. 207:1)

(அணங்கு உறையும் கடல்)

மழையணங்கு (புறநா. 151:10 – 11)

(மழையாகிய அணங்கு)

அணங்குடை நோன் சிலை (அகநா. 159:6)

(அணங்கு உறையும் வலிய வில்)

அணங்குடைப் பகழி (அகநா. 167:8)

(அணங்கு உறையும் அம்பு)

அணங்குடை முரசு

(அணங்கு உறையும் முரசும்)

அணங்குடை நெடுநிலை

(அணங்கு வாழும் நெடிய நிலை)

இவ்வாறு மலை – கடல் – வில் – அம்பு – முரசு ஆகியன வற்றை அணங்கு என்ற அடைமொழியால் குறிப்பிட்டுள்ளனர். மழையை அணங்காக உருவகித்துள்ளனர். இப்பொருள்களில் உறைவதாக நம்பிய ஆவியைக் குறிப்பிடுவதற்காகவே அணங்கு என்ற சொல்லைப் பண்டைத் தமிழர்கள் பயன்படுத்தியுள்ளனர் என்பதனை மேற்கூறிய எடுத்துக்காட்டுகள் உணர்த்துகின்றன. ஆவிகள் குறித்த நம்பிக்கையின் அடிப்படையிலேயே அணங்கு என்ற தெய்வம் உருவாக்கப்பட்டுள்ளது.

மந்திரத்தின் தோற்றம்

உழைப்பு என்னும் உணர்வுபூர்வமான செயலின் மூலமே இயற்கையிடமிருந்து பலனைப் பெறப் புராதன மனிதனால் முடிந்தது. முதலில் உழைப்புக் கருவிகளின் துணையுடனும் பின்னர் உற்பத்திக் கருவிகளின் துணையுடனும் இயற்கையுடன் நிகழ்த்திய பரஸ்பர பாதிப்புச் செயல்முறையே மனித குலத்தை முன்னேறச் செய்தது. மிக வளமான மண், நீர் வளம், தாவரம், பழமரம், பறவை, விலங்கு, மீன் ஆகிய இயற்கையின் படைப்புகள் மனித குலத்தின் வளர்ச்சியில் மிக முக்கியப் பங்கு வகித்துள்ளன. சமூக வளர்ச்சியின் தொடக்கக் கட்டத்தில் இவ்வியற்கைப் பொருள்களின் பலனைப் பெறவும் இடி, மின்னல், புயல், வெள்ளம், காட்டுத்தீ, வறட்சி, பூகம்பம் போன்ற இயற்கையின் சீற்றங்களிலிருந்து தன்னைக் காத்துக்கொள்ளவும் தேவையான தொழில் நுட்பம் வளர்ச்சியடையாத இத்தகைய சூழ்நிலையில்,

இயற்கைப் பொருள்களில் உறைவதாக அவன் நம்பிய ஆவிகளின் துணையுடன் இயற்கையிடமிருந்து பலனைப் பெற, புராதன மனிதன் முயற்சித்தான்.

இம்முயற்சியின் தொடர்ச்சியாக ஒரு கற்பனையினைப் போலச் செய்தலாகவோ பாவனைச் செயலாகவோ நிகழ்த்து வதன் மூலம் யதார்த்த வாழ்வில் அக்கற்பனையினை உண்மை நிகழ்ச்சியாக மாற்ற முடியுமென்று புராதன மனிதன் நம்பினான். இந்நம்பிக்கையின் வெளிப்பாடாக மந்திரம் அமைந்தது. இதனையே தாம்சன் *(1980 : 11)*

புராதன மந்திரமானது, கற்பனையொன்றினை உருவாக்கு வதன் மூலம் யதார்த்தத்தைக் கட்டுப்படுத்தலாம் என்ற கருத்தோட்டத்தை அடிப்படையாகக் கொண்டுள்ளது. இது, உண்மையான தொழில்நுட்பத்தில் பற்றாக்குறையினை ஈடுகட்டு வதற்காகத் தோன்றிய கற்பனையான தொழில்நுட்பமாகும் என்று குறிப்பிடுவார்.

மந்திரமும் சமயமும்

நடைமுறை வாழ்வில் சில பயன்களைப் பெறுவதற்காகப் புராதன மனிதனால் உருவாக்கப்பட்ட மந்திரம் சமயத்துக்கு முற்பட்டதாகும். அத்துடன் சமயத்துக்கு முற்றிலும் மாறுபட்டது மாகும். இம்மாறுபாட்டினைத் தாம்சன் இவ்வாறு விளக்குவார்:

மனித ஆற்றலுக்கு அப்பாற்பட்ட ஓர் ஆற்றல் உலகத்தைக் கட்டுப்படுத்துகிறது. அந்த ஆற்றலை வழிபாட்டின் மூலமும் பலியின் மூலமும் ஈர்க்க முடியுமென்ற உரு கருதுகோளின் அடிப்படையில் அமைந்ததும், சில நம்பிக்கைகளையும் செயல்பாடு களையும் கொண்டதுமான ஓர் அமைப்பு சமயமென்று வரை யறை செய்யலாம். இதைப் பகுத்தறிவுக்கு மாறான நம்பிக்கையின் மூலம்தான் புரிந்துகொள்ள முடியும். புராதன கால அநாகரிக மக்களுக்கு எந்தக் கடவுளும் கிடையாது. வழிபாடு, பலியிடுதல் ஆகியவை பற்றி அவர்களுக்கு ஒன்றும் தெரியாது. அதுபோலவே, நாகரிகமடைந்த மக்களின் வரலாற்றுக்கு முற்பட்ட காலத்தை நாம் ஆராய்ந்தாலும் அவர்கள் காலத்திலும் கடவுள் வழிபாடு, பலி எதுவும் கிடையாது. அவர்கள் காலத்தில் இருந்தது மந்திரம் மட்டுமே. யதார்த்தத்தைக் கட்டுப்படுத்துவதற்காக நாம் செய்யும் கற்பனைத் தோற்றத்தின் மூலம் உண்மையிலேயே யதார்த்தத்தைக் கட்டுப்படுத்த முடியும் என்ற கோட்பாட்டின் அடிப்படையில் மந்திரம் அமைந்தது. தொடக்கக் காலத்தில் மந்திரமானது வெறும் பாவனையை மட்டுமே கொண்டிருந்தது.

சட்டோபாத்யாயா *()1964: 37)* கீழ்க்கண்டவாறு கூறுகிறார்:

எடுத்துக்காட்டாக மழை வேண்டுமானால், மேகங்கள் சேர்வது போலவும் இடியிடிப்பது போலவும் பாவித்து ஒரு நடனத்தை நாம் விரும்புகின்ற யதார்த்தம் நிறைவேறியதாகக் கற்பனை செய்து நடத்திக்காட்ட வேண்டும். மந்திரத்தின் பிந்திய நிலைகளில் இந்தப் பாவனையைத் தொடர்ந்து ஓர் ஆணை பிறக்கும். மழை என்று உத்தரவிடுவர். ஆனால் இது ஆணையே தவிர வேண்டுகோள் அல்ல.

ஒரு விருப்பத்தை நிறைவேற்ற, வேண்டுதலையும் வழிபாட்டையும் அடிப்படையாகக் கொண்டது சமயமென்றும், பாவனைச் செயல்களையும் (Mimetis acts) கட்டளையிடுதலையும் அடிப்படையாகக் கொண்டது மந்திரமென்றும் இதனைச் சுருக்கமாகக் கூறலாம். சமயங்கள் தோன்றிய பின்னர் மந்திரம் சமயத்துடன் இணைந்து சில சடங்குகள் வடிவில் காட்சியளித்தது. இத்தகைய சடங்குகளை மந்திர – சமயச் சடங்குகள் (Magico-religious rites) என்று மானிடவியலார் அழைப்பர்.

இன்றும் தமிழகத்தின் நாட்டார் தெய்வங்களின் (Folk Gods) கோவில்களில் நிகழும் பல்வேறு சமயச் சடங்குகள் மந்திரமும் சமயமும் கலந்து உருவான சடங்குகளேயாகும்.

மேல்நிலையாக்கம் பெற்ற சைவ வைணவக் கோவில்களில் நிகழும் சடங்குகள் மந்திரத்தன்மையை இழந்த, வளர்ச்சியடைந்த சமயச் சடங்குகளாகும். என்றாலும்கூட இவற்றையும் நுணுக்கமாக ஆராய்ந்தால் மந்திரத்தின் கூறுகளைக் காண இயலும்.

மேல்நிலையாக்கம் பெற்ற கோவில்களில் நிகழும் சடங்குகளில் பூசாரி சடங்குகளை நிறைவேற்றுபவராகவும் பக்தர்கள் பார்வையாளராகவும் அமைகின்றனர். ஆனால் நாட்டார் தெய்வங்களின் கோவில்களுடன் தொடர்புடைய மந்திரச் சடங்குகளில் பெரும்பாலானவை ஏதேனும் ஒரு வகையில் மக்களின் நேரடியான பங்கேற்பைக் கொண்டுள்ளன. புராதனச் சமுதாயத்தில் நிலவிய கூட்டு வாழ்க்கையின் எச்சமாகவும் (relic) இம்மந்திரச் சடங்குகளில் சில அமைந்துள்ளன. எனவே தான் தமிழகத்தில் நிலவிவரும் மந்திரச் சடங்குகளை ஆய்வு செய்யும் ஆய்வாளன், நாட்டார் தெய்வங்களின் கோவில்களுடன் தொடர்புடைய சடங்குகளை ஆய்வு செய்வது தவிர்க்க முடியாத ஒன்றாகிறது.

மந்திரமும் அறிவியலும்

அறிவியல் என்பது சோதனைகளின் வாயிலாக நிரூபிக்கப்பட்ட கோட்பாடுகளை அடிப்படையாகக் கொண்டது. ஆனால் மந்திரமோ நம்பிக்கைகளையும் சடங்குகளையும் அடிப்படையாகக்

கொண்டது. என்றாலும் அறிவியலில் ஒரு கோட்பாடு உருவாக, பின்வரும் மூன்று நிலைகள் அடிப்படையாக அமைகின்றன:

1. ஆராயப்பட வேண்டிய பொருளினை (*Matter*) கூர்மையாக உற்றுநோக்குதல் (*observation*); அதன் பண்புகளைக் கண்டறிதல்.

2. இவற்றின் அடிப்படையில் கருதுகோள் (*Hypothesis*) ஒன்றினை உருவாக்குதல்.

3. இக்கருதுகோளினை, சில சோதனைகளின் வாயிலாக உறுதிப்படுத்துதல்.

மந்திரத்திலும் முதல் இரண்டு நிலைகள் காணப்படுகின்றன. இயற்கையின் செயல்பாடுகளை உற்றுநோக்கி, சில கருதுகோள் களை உருவாக்கிய தன்மையினைப் பல மந்திரச் சடங்குகளில் காணலாம். ஆனால் இக்கருதுகோள்கள் சோதனை செய்யப்பட்ட பின் ஒரு கோட்பாடாக உருவாக்கப்படாமல் வெறும் நம்பிக்கை யின் அடிப்படையில் சடங்குகளாக வடிவமைக்கப்படுகின்றன.

என்றாலும், தொடக்கக் கால விஞ்ஞானத்தின் தோற்றத் திற்கு இத்தகைய உற்றுநோக்குதலும் அதன் அடிப்படையில் அமைந்த கருதுகோளும் அடித்தளமாக அமைந்தன என்பதனை நாம் மறுப்பதற்கில்லை. ஜோசப் நீதாம் என்ற பிரிட்டிஷ் விஞ்ஞானி "அறிவியலும் மந்திரமும் தொடக்கத்தில் பிரித்தறிய முடியாதிருந்தன" என்று கூறுவார்.* இக்கருத்துகளின் அடிப்படை யில் மந்திரத்தைத் தொல் அறிவியல் (*Proto–Science*) என்று கூறுவதில் தவறில்லை. சமயத்துக்கு முற்பட்டதாகவும் அறிவிய லின் முன்னோடியாகவும் அமைந்த மந்திரத்தைப் புராதன மனிதன் என்ன நோக்கத்திற்காக உருவாக்கினான் என்பதனை அடுத்து ஆராய்வோம்.

மந்திரத்தின் நோக்கம்

இயற்கையுடன் மனிதன் நிகழ்த்திய பரஸ்பரச் செயல்களின் முக்கிய நோக்கம் பொருளாதாரப் பயனை அடைவதாகும். இத்தகைய பொருளாதாரப் பயனை யதார்த்த வாழ்வில் அடைய வேண்டுமென்பதுதான் தொடக்கக் கால மந்திரங்களின் நோக்கமாக அமைந்தன. இதனைப் பட்டாச்சார்யா (*1975 : 11*) பின்வருமாறு விளக்குவார்:

மனித வரலாற்றின் முந்தைய கட்டங்களில் உற்பத்திக் கருவிகள் திட்பமற்றவைகளாகவும் தேவைக்குப் போதாதவை

---

* *Science and Magic are in their earliest stages indistinguishable. (Chattopadhyahya* 1959:351)

களாகவும் இருந்தன. எனவே, கூட்டு மந்திர நிகழ்ச்சிகளின் வாயிலாக உருவாக்கும் செயல் திறமானது மதிப்பு வாய்ந்ததா யிருந்தது. சொல்லப்போனால் அதுவே ஓர் உற்பத்திக் கருவியாக, மிகவும் மதிப்புவாய்ந்த கருவியாகயிருந்தது.

மந்திரத்தின் இயல்பான நோக்கமானது இவ்வாறு பொருளாதாரம் சார்ந்ததாகவே இருந்தது. உணவு உற்பத்தியுடன் அது நேரடியாகத் தொடர்புகொண்டிருந்தது.

இவ்வாறு மந்திரமே ஓர் உற்பத்திக் கருவியாக விளங்கியதால் புராதன மனிதனின் பொருளாதார நடவடிக்கைகள் பலவற்றி லும் மந்திரம் நீக்கமற நிறைந்திருந்தது. பாவனைச் செயல்களும் பாவனை நடனங்களும் இப்பொருளாதார நடவடிக்கைகளின் ஓர் அங்கமாக மாறின.

1. வேட்டையில் விலங்கு கிடைக்க
2. போரில் வெற்றிபெற
3. பயிர்களின் செழிப்பை அதிகரிக்க
4. நல்ல மீன்பாடு கிடைக்க
5. கால்நடைகள் பெருக
6. காற்று, மழை ஆகியவற்றைக் கட்டுப்படுத்த

என ஒவ்வொன்றிற்கும் தனித்தனியான மந்திரம் உருவானது.

ஒவ்வொரு குறிப்பிட்ட பயனையடைவதற்காகவும் தனித் தனியே அமைந்த இம்மந்திரங்கள் அதற்கெனக் குறிப்பிட்ட மந்திரச் சொற்களையும் சடங்குகளையும் கொண்டிருந்தன. இம்மந்திரங்கள் வெறும் கற்பனையினை மட்டும் அடிப்படை யாகக் கொள்ளாமல், இயற்கை நிகழ்ச்சிகளைத் தொடர்ச்சியாக உற்றுநோக்கியதன் மூலம் அறிந்த செய்திகளையும் அடிப்படை யாகக் கொண்டே தோன்றின.

மந்திரத்தின் அமைப்பு

இவ்வாறு கற்பனையான ஒரு தொழில்நுட்பமாக அமைந்த மந்திரம் (1) விருப்பம் (2) செயல் (3) சொல் என்ற மூன்று உட்கூறுகளைப் பெரும்பாலும் கொண்டிருந்தது. இவற்றுள் விருப்பம் என்பது அடைய வேண்டிய பயனைக் குறிக்கும். செயல் என்பது மந்திரச் சடங்கு (Magic rites) ஆகும். சொல் என்பது மந்திரச் சொற்கள் (Spells) மற்றும் மந்திரச் சூத்திரங் களைக் (Formulae) குறிக்கும்.

முன்னர் குறிப்பிட்ட பொருளாதாரப் பயன்களில் ஒன்றை அடையவோ ஒருவனைப் பிடித்துள்ளதாக அவர்கள் நம்பும் தீய ஆவியினை விரட்டவோ 'மந்திரம்' நிகழலாம். இவ்வாறு எதன் பொருட்டு நிகழ்த்தப்படுகிறதோ அதுவே இங்கு விருப்பமாக அமைகிறது.

இவ்விருப்பமானது ஒரு சடங்கின் துணையுடனே நிகழும். விருப்பத்தைக் கற்பனை வடிவில் ஒரு பாவனை நடனமாக அமைத்துக் காட்டுவதே இச்சடங்குகளின் தன்மையாகும். இச்சடங்கு, ஆடுதல் – ஓடுதல் – தாவுதல் – பாய்தல், பலவகைச் சித்திரங்களை நிலத்தில் அல்லது சுவரில் வரைதல், சில செயல்களை நடித்துக் காட்டுதல் போன்ற வடிவங்களில் அமையும்.

மந்திரச் சொற்களும் மந்திரச் சூத்திரங்களும் சில நேரங்களில் பொருள் புரியக்கூடியவையாகவும் சில நேரங்களில் பொருள் புரியாதவையாகவும் அமையும். மேலும் இவை கட்டளையிடும் தோரணையிலேயே அமையும்.[1]

மந்திரத்தின் அமைப்பிற்கு எடுத்துக்காட்டாக 'காமின்காங்' என்னும் இனக்குழுவினரின் மழை மந்திரத்தைக் காண்போம்.

பிரேசில் நாட்டிலுள்ள காமின்காங் இனக்குழுவினர், மழை வேண்டுமென்று விரும்பினால் தண்ணீருக்குள் வாயை வைத்துக்கொண்டு ஒலி எழுப்புவார்கள். பின் சிறிதளவு தண்ணீரைக் கையில் எடுத்துக்கொண்டு ஒலி எழுப்புவார்கள். பின் சிறிதளவு தண்ணீரைக் கையில் எடுத்துக்கொண்டு அதை உயரே வீசியவாறே "இதோ பார் இது போலவே செய்" என்று கூக்குரலிடுவார்கள் (Henry 1964 : 94).

இச்செயல் மழை மந்திரமாகும். இம்மந்திரமானது விருப்பம் – செயல் – சொல் என்ற மூன்று நிலைகளையும் கொண்டுள்ளதைக் காணலாம்.

1. விருப்பம் – மழை வேண்டல்
2. செயல் – 1. தண்ணீருக்குள் வாயை வைத்து ஒலி எழுப்புதல்
   2. தண்ணீரைக் கையில் எடுத்து உயரே வீசுதல்
3. சொல் – இதோ பார் இது போலவே செய் என்று கூக்குரலிடுதல்.

இம்மந்திரத்தில் நீருக்குள் ஒலி எழுப்புதல் மழைக் காலத்தில் தவளைகள் ஒலி எழுப்புவதையும் உயரே நீரை வீசுதல் விண்ணிலிருந்து மழை பொழிவதையும் ஒத்த செயலாக அமைகிறது.

பின்னர், மழை என்ற ஆவியை நோக்கி "இதோபார் இது போலவே செய்" என்று கூறுவது அதற்குக் கட்டளையிடுவதாகவும் அமைகிறது.

இம்மந்திரச் சடங்கில் ஆவி அல்லது ஆன்மாவைக்கொண்டுள்ளதாக அவர்கள் நம்பும் மழை என்ற இயற்கைச் சக்தியைச் செயல்படும்படித் தூண்டும் பாவனைச் செயலே மேலோங்கியுள்ளது.

ஆனால் சமய நோக்கில், மழை வேண்டுதல் என்பது வேண்டுதலையும் வழிபாட்டையும் அடிப்படையாகக் கொண்டு, எல்லாம்வல்ல ஒரு சக்தியிடம், மழை வேண்டி மன்றாடுவதாக அமையும்.

மந்திரத்தின் வகைப்பாடு

உலகின் பல பகுதிகளிலும் சேகரித்த தகவல்களின் அடிப்படையில் மந்திரம் பின்வரும் இரண்டு கோட்பாடுகளைக் கொண்டுள்ளது என்று பிரேசர் என்பவர் கருதுகிறார் (*Frazer 1976 : 52 – 53*):

1. ஒத்தது ஒத்ததை உருவாக்குகிறது (*like produces like*).
2. ஒரு தடவை தொடர்புகொண்டிருந்தது எப்பொழுதும் தொடர்புகொண்டிருக்கும் (*Once in contact always in contact*).

இவ்விரு கோட்பாடுகளின் அடிப்படையில் அவர் இரண்டு விதிகளை உருவாக்கினார். முதல் கோட்பாடு ஒத்த விதி (*Law of Similarity*) எனப்படும். இதனுடன் தொடர்புகொண்ட மந்திரமானது ஒத்த மந்திரம் (*Homoeopathic magic*) அல்லது பாவனை மந்திரம் (*Imitative or Mimetic magic*) என்றழைக்கப்படும்.

இரண்டாவது கோட்பாட்டை, 'தொடர்பு' அல்லது 'தொத்து விதி' (*Law of contact or contagion*) என்றழைத்தார். இவ்விதியுடன் தொடர்புடைய மந்திரம் 'தொத்து மந்திரம்' (*Contagious Magic*) ஆகும்.

புராதனச் சமுதாயத்தில் காணப்படும் மந்திரங்கள் அனைத்தும் இவ்விரண்டு பிரிவுகளில் ஒன்றை அடிப்படையாகக் கொண்டிருக்கும். இவ்விருவகை மந்திரங்களையும் பொதுவாக ஒத்துணர்வு மந்திரம் (*Sympathetic Magic*) என்றே பிரேசர் அழைத்தார். ஏனெனில், அவர் கருத்துப்படி விளைவும் செயலும் இவ்விரு மந்திரங்களிலும் ஒத்திருக்கின்றன (*Sympathy between Cause and Effect*). இச்செய்திகளை அவர் ஒரு வரைபடத்தின் மூலம் தெளிவாக விளக்குகிறார் (*1976 : 54*).

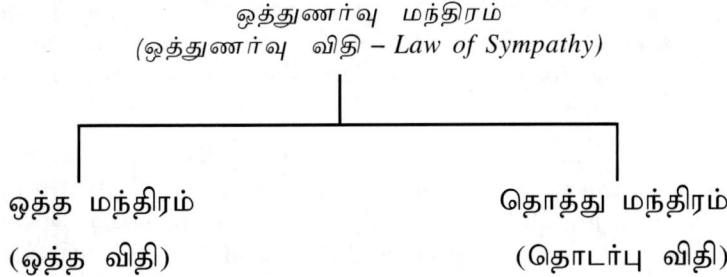

ஒத்துணர்வு மந்திரம்
(ஒத்துணர்வு விதி – *Law of Sympathy*)

ஒத்த மந்திரம்
(ஒத்த விதி)

தொத்து மந்திரம்
(தொடர்பு விதி)

பிரேசரின் இப்பகுப்பு முறையானது மந்திரங்கள் நிகழ்த்தப் படும் முறையினை அடிப்படையாகக் கொண்டுள்ளது. மந்திரம் நிகழ்த்தப்படுவதற்கான நோக்கத்தை அல்லது அதன் பயன் பாட்டை அடிப்படையாகக் கொண்டு, தூய மந்திரம் (*White Magic*), தீய மந்திரம் (*Black Magic*), உற்பத்தி மந்திரம் (*Productive Magic*), பாதுகாப்பு – அழிப்பு மந்திரம் (*Protective-Destructive Magic*) என்றும் பகுப்பர்.

ஒத்த மந்திரம் அல்லது பாவனை மந்திரம்

முன்னர் குறிப்பிட்டதுபோல் 'ஒத்தது ஒத்ததை உருவாக்கு கிறது' என்பது ஒத்த மந்திரத்தின் விதியாகும். இதன்படி ஏற்பட வேண்டி விளைவும் அதனை அடையச் செய்யப்படுகின்ற செயலும் ஒத்திருக்கும் (*Frazer 1976 : 55*)

கிராமத் தெய்வங்களின் கோயில் திருவிழாக்களையொட்டி 'உருவம் நேர்ந்து விடுதல்' என்ற பெயரில் ஆண் பெண் மற்றும் விலங்குகளின் சுடுமண் உருவங்களை நேர்த்திக்கடனாகச் செய்தளிக்கும் முறை வழக்கிலுள்ளது. இதுபோலவே குழந்தைப் பேறற்ற பெண்கள் சிறுமரத் தொட்டில்களைச் செய்து கிராமத் தெய்வங்களின் கோயில்களுக்கு நேர்த்திக்கடனாகத் தருகிறார்கள். குறிப்பிட்ட உடல் உறுப்பின் குறைபாட்டைப் போக்க உலோகத் தால் அவ்வுறுப்பைச் செய்து கோவில்களுக்குக் காணிக்கையாகச் செலுத்தும் முறை இந்துக்களிடமும் கத்தோலிக்கர்களிடமும் இன்றும் வழக்கிலுள்ளது. இச்செயல்களெல்லாம், 'ஏற்பட வேண்டி விளைவும் அதனை அடையச் செய்யப்படுகின்ற செயலும் ஒத்திருக்கும்' என்ற ஒத்த மந்திர விதியின் அடிப்படை யில் எழுந்தவைதாம்.

விதவை, குழந்தைப் பேறற்ற பெண் ஆகியோரைக் குறித்துச் சில விலக்குகள் (*Taboo*) இன்றும் தமிழகத்தில் நிலவுகின்றன.

மங்கல நிகழ்ச்சிகளில், குறிப்பாகத் திருமணச் சடங்கில் விதவைகள் பங்கு பெறுவது ஒரு முக்கிய விலக்காக அமைந்

துள்ளது. ஆனால் கணவனை இழந்த பெண்ணின் கழுத்திலிருந்து மங்கலச் சின்னமான தாலியினை விதவைப் பெண்கள் மட்டுமே கூடி நின்று நீக்குவர் (அந்த நேரத்தில் மங்கலப் பெண்டிர் அங்கு நிற்கக் கூடாது என்பதும் ஒரு விலக்காகும்).

முதல் விதைப்பு, முதல் நடுகை ஆகிய வேளாண்மை நடவடிக்கைகளிலும் மணப்பெண்ணுக்குத் தாலி கட்டுதல், தாய்மையுற்ற பெண்ணிற்கு நிகழ்த்தும் வளைகாப்பு ஆகிய சடங்குகளிலும் குழந்தைப் பேறற்ற பெண்கள் கலந்து கொள்வது விலக்காக உள்ளது.

இவ்விலக்குகள் யாவும், 'ஒத்தது ஒத்ததை உருவாக்குகிறது' என்ற ஒத்த மந்திரத்தின் அடிப்படையிலேயே தோன்றியுள்ளன. தாலி இழந்த பெண் மற்றவரின் தாலியையும் இழக்கச் செய்வாள், குழந்தைப்பேறு என்ற செழிப்பற்ற பெண் தாவரச் செழிப்பையும் மானிடச் செழிப்பையும் போக்கிடுவாள் என்ற நம்பிக்கைகளே இவ்விலக்குகளின் தோற்றத்திற்குக் காரணமாக அமைந்துள்ளன. ஒட்டி விளைந்த இரட்டை வாழைப்பழங்களை உண்ணும் பெண் இரட்டைக் குழந்தையினைப் பெற்றெடுப்பாள் என்ற நம்பிக்கையும் உடைந்த கண்ணாடியில் முகம் பார்ப்பது கெடுதி பயக்கும் என்ற நம்பிக்கையும் ஒத்த மந்திரத்தின் அடிப்படையிலேயே தோன்றியுள்ளன.

மதுவானது பானை அல்லது தாழியிலிருந்து பொங்கி வடிவதை அடிப்படையாகக் கொண்ட 'மதுக் கொடை' என்ற சடங்கு நெல்லை – குமரி மாவட்டங்களில் நிகழ்கிறது.

மது பொங்குதல், செழிப்புப் பொங்குவதை (மிருவது) உருவாக்கும் என்ற நம்பிக்கையே இச்சடங்கின் அடிப்படையாக அமைந்துள்ளது. இதுவும் ஒத்த மந்திரத்தை அடிப்படையாகக் கொண்ட மந்திரச் சடங்காகும். பாற்குடமெடுக்கும் சடங்கிலும் பால் பொங்குதலே முக்கியமாகும். எனவே இதுவும் ஒத்த மந்திரத்தை அடிப்படையாகக் கொண்ட மந்திரச் சடங்காகும்.

உடலில் ஏற்படும் கட்டிகளைக் குணப்படுத்த 'கத்திப் பார்வை பார்த்தல்' என்ற சிகிச்சை முறை நெல்லை மாவட்டத்தி லுண்டு. இம்முறையில் மந்திர வைத்தியர் ஒரு கூர்மையான கத்தியைக் கட்டிக்கு நேராக வைத்து அதனைக் கீறுவதுபோலப் பாவனை செய்தவாறு சில மந்திரச் சூத்திரங்களை வாய்க்குள் முணுமுணுப்பார். இதன் விளைவாக, கட்டி விரைவில் உடைந்து சீழ் வெளிப்பட்டு குணமேற்படும் என்று நம்புகிறார்கள். இச் சிகிச்சை முறையில் கட்டி உடைய வேண்டுமென்ற விருப்பம் கத்தியால் கீறுவது போன்ற பாவனைச் செயலின் மூலம் வெளிப்படுத்தப்படுகிறது.

தொத்து மந்திரம்

பொருள்கள் ஒருமுறை ஒன்றாகச் சேர்ந்திருந்துவிட்டால் அவற்றை எவ்வளவுதான் வேறாகப் பிரித்தாலும் அவை என்றும் ஒன்றாகவே இருக்கும். ஒன்றுக்கு ஏதாவது நடந்துவிட்டால் அது மற்றவற்றையும் அதுபோல் பாதிக்கும் என்ற அளவுக்கு அவற்றில் உறவுகள் உறுதியாக நிலை பெறுகின்றன *(Frazer, 1976 : 174)*

என்பது தொத்து மந்திரத்தின் அடிப்படையாகும்.

நோயால் பீடிக்கப்பட்டவர்களின் தலையை, கோழி முட்டையால் மூன்றுமுறை சுற்றி, பின்னர் அதனை வீதியில் எறிவதும் மிளகாய் வற்றலையும் உப்பையும் சிறு பொட்டலமாகக் கட்டி அப்பொட்டலத்தால் உடலைத் தடவிப் பின்னர் அதனை நெருப்பில் போடுவதும் தமிழகத்தில் பரவலாகக் காணப்படும் மந்திரச் சிகிச்சை முறைகளாகும். ஹைட்டிஸ் என்னும் ஆப்பிரிக்கர்களிடையே இது போன்ற சிகிச்சை முறை பிரபலமாக வுள்ளது. *Pase – Pooul (Pass the chicken)* என்ற இச்சிகிச்சை முறையில் தூய்மைக்குறைவும் அசுத்த ஆவிகளும் ஒரு கோழிக்குஞ்சின் மீது மாற்றப்படுகின்றன. இதன்படி மருத்துவர் நோயாளியின் உடலைக் கோழிக்குஞ்சால் தடவி, பின்னர் அதன் கழுத்தைப் பிடித்து அதன் தலை திருகிக்கொள்ளும்வரை சுழற்றுவார் *(Devillers 1985 : 408)*.

இச்சிகிச்சை முறைகள் எல்லாம் தொத்து மந்திரத்தின் அடிப்படையிலேயே அமைந்துள்ளன. கோழி முட்டை, உப்பு, மிளகாய், கோழிக்குஞ்சு ஆகியவற்றால் நோயுற்றவரின் உடலைத் தொடும்போது நோய் அதில் தொற்றுகிறது. பின்னர் அதனை அழிப்பதன் மூலம் அந்நோயும் அழிந்துபோகிறது என்பதே இச்சிகிச்சை முறையின் அடிப்படை நம்பிக்கையாகும்.

கன்றை ஈன்ற பசுவின் இளங்கொடியினை (நஞ்சுக்கொடி) ஆல், அத்தி போன்ற பால் மரத்தின் மீது கட்டும் பழக்கமும் தொத்து மந்திரத்தின் அடிப்படையிலேயே அமைந்துள்ளது. பசுவுடன் தொடர்புடைய இளங்கொடியை, பால்மரத்துடன் இணைப்பதன் மூலம் ஈன்ற பசுவும் பால்மரத்தைப்போல் பால் வளத்துடன் இருக்கும் என்ற நம்பிக்கையே இச்செயலுக்குக் காரணமாகும்.[2]

இதுபோலவே, குழந்தைப்பேற்றின்போது நச்சுப் பையினை வீட்டின் பின்புறத்தில் குழிதோண்டிப் புதைக்கும் வழக்கம் நெல்லை மாவட்டத்தில் கிராமங்களில் இன்றும் நிலவுகிறது. சோட்டா நாகபுரியில் வாழும் மக்கள் இலையினால் ஒரு

கோப்பையினைச் செய்து அதனுள் நச்சுப்பையினையும் தொப்புள் கொடியினையும் இட்டு ஆழமாகக் குழிதோண்டிப் புதைப்பார்கள். இதனை நாயோ வேறு விலங்குகளோ தின்றுவிட்டால், குழந்தையின் தாய் நோய்வாய்ப்பட்டு இறந்துவிடுவாள் என்று நம்புகிறார்கள் *(Frazer 1976h : 53).*

குழந்தையை உருவாக்குகின்ற ஆணின் விந்தும் அக்குழந்தையின் பசியைப் போக்கும் பாலும் வெண்மை நிறமானவையாகும். வெண்மையான திரவப்பொருளைச் சுரக்கும் மரங்கள் பால் மரங்கள் என்றழைக்கப்படுவதுடன் செழிப்பு வேண்டும் மந்திரங்களுடன் தொடர்புபடுத்தப்படுகின்றன. பசுவின் நஞ்சுக்கொடியும் பிள்ளை வரம் வேண்டிச் சிறுதெய்வங்களின் கோவில்களில் காணிக்கையாகச் செலுத்தும் தொட்டிலும் இதன் காரணமாகவே ஆல், அத்தி ஆகிய பால்மரங்களில் பெரும்பாலும் கட்டப்படுகின்றன.

பால்மரமாகிய இலுப்பைப் பலகையாலே தொட்டில் செய்தால் தாய்ப்பால் நன்கு சுரக்கும் என்ற நம்பிக்கை ஈழத்துத் தாய்மாரிடம் இருப்பதாக இளைய தம்பி பாலசுந்தரம் *(1979 : 281)* குறிப்பிடுகிறார். தமிழகத்திலும் இத்தகைய நம்பிக்கை உள்ளது.

பச்சை இலுப்பை வெட்டி
பவளக்கால் தொட்டிலிட்டு

(வானமாமலை 1977 : 93, 98)

பச்சை இலுப்பை வெட்டி
பால்வடியத் தொட்டில்கட்டி

(அன்னகாமு 1960 : 71)

என்று தமிழக நாட்டார் பாடல்களில் இலுப்பைத் தொட்டில் குறிப்பிடப்படுகிறது. இந்நம்பிக்கையும் தொத்து மந்திரமாகும்.

நெல்லை, தூத்துக்குடி மாவட்டங்களில் சைவ வேளாளர் திருமணச் சடங்கில் அரசாணிக்கால் நடுதல் என்ற மந்திரச் சடங்கு இடம்பெறுகிறது. அரச மரத்தின் கிளையொன்று நாவிதரால் கொண்டு வரப்படும். இதனை மணமகனின் தாய்மாமன் மணமகனிடம் எடுத்துக் கொடுக்க, மணமகன் மணமேடையில் தூண் ஒன்றில் கட்டுவான்.

பால்மரமாகிய அரச மரம், மறு உற்பத்தி (இனப்பெருக்கம்) என்ற மானிடச் செழிப்பை மணமகனிடம் ஏற்படுத்தும் என்ற நம்பிக்கையே அரசாணிக்கால் நடும் சடங்கினை உருவாக்கியுள்ளது. தொடக்கத்தில் அரச மரத்தின் கிளையை உண்மையிலேயே நட்டு வளர்க்கும் சடங்காக இருந்து, பின்னர் ஓர் அடையாளச் சடங்காக இது குறுகியிருக்க வேண்டும். தஞ்சை

மாவட்டத்தில் திருமண மேடையில் உதிய மரம் அல்லது கலியாண முருங்கை மரத்தின் கிளை இடம்பெறும். திருமணச் சடங்குகள் முடிந்த பின்னர் மணமேடையிலிருந்து அதனை எடுத்து வீட்டின் தோட்டத்தில் மணமக்கள் நடுவர். இவ்விரு மரங்களும் எளிதில் வேர் பிடித்துத் தழைக்கும் இயல்பு வாய்ந் தவை. இதுபோல் இம்மரங்களை நடும் மணமக்கள் வாழ்வும் தழைக்க வேண்டும் என்ற நோக்கில் இச்சடங்கு அமைந்துள்ளது. மரத்தின் செழிப்புத்தன்மை அதனை நடும் மணமக்களுக்கும் பரவும் என்ற இந்நம்பிக்கையும் தொத்து மந்திரமேயாகும்.

வேட்டை நாயினால் துரத்தப்பட்ட முயலொன்று ஒரு குறிப்பிட்ட இடம் வந்ததும் நாயை எதிர்த்தது. இந்த இடம்தான் பாஞ்சாலங்குறிச்சியாகும். முயலின் வீரம் கண்டு வியந்து அந்த இடத்தில் கட்டபொம்மனின் முன்னோர் கோட்டை கட்டிய தாக, கர்ண பரம்பரைச் செய்தியொன்று உண்டு. இக்கோட்டை யிருந்த இடம் கோட்டைமேடு என்று அழைக்கப்படுகிறது. இக்கோட்டை மேட்டிலிருந்து மண் எடுத்துச் சென்று, அதன்மேல் கோழி முட்டைகளை வைத்து அடைகாக்கச் செய்வதுண்டு. இம்முட்டையிலிருந்து தோன்றும் சேவல்கள், சேவற்சண்டையில் வீரம் காட்டும் என்று நம்புகின்றனர். ஒரு குறிப்பிட்ட இடத்தி லுள்ள மண்ணுடன் தொடர்புகொள்ளும்போது மனிதனுக்கும் விலங்கு மற்றும் பறவைகளுக்கும் வீரவுணர்வு ஏற்படும் என்ற இந்நம்பிக்கையும் தொத்து மந்திரத்தை அடிப்படையாகக் கொண்டே தோன்றியுள்ளது.

தூய மந்திரம்

மந்திரச் சடங்குகளும் மந்திரச் சொற்களும் ஒரு தனிமனித னின் நலனுக்கோ ஒரு குழு அல்லது சமுதாயம் முழுவதன் நலனுக்கோ பயன்படுத்தப்படுவது தூய மந்திரம் ஆகும். வேளாண்மை, வேட்டை, யுத்தம், மருத்துவம் ஆகிய துறைகளில் தூய மந்திரம் மிகுதியாகக் காணப்படும். (Johnson 1980 : 4134) செழிப்பை வேண்டிச் செய்யப்படும் செழிப்புச் சடங்குகள் யாவும் தூய மந்திரத்தினுள் அடங்கும். முன்னர்க் குறிப்பிட்ட உற்பத்தி மந்திரம் என்பதும் தூய மந்திரத்தின் நோக்கங்களையே அடிப்படையாகக் கொண்டுள்ளது.

தீய மந்திரம்

ஏவல், பில்லி சூன்யம் போன்றவை தீய மந்திரத்தினுள் அடங்கும். துட்ட ஆவி அல்லது பேயினை ஒரு குறிப்பிட்ட மனிதனுக்கு எதிராக ஏவுதலால் (ஏவல் 7) ஒருவனை நோய்வாய்ப் படும்படி அல்லது உடல் உறுப்பு ஊனமடையும்படி செய்தல் ஆகியன தீய மந்திரமாகும்.

ஒரு மனிதனுக்கு இடையூறு செய்ய துணி, மரம், மெழுகு போன்றவற்றால் ஒரு பொம்மையைச் செய்து அதனை அம்மனித னாகப் பாவித்துச் சில மந்திரங்களைக் கூறியவாறு, அதன் உடல் உறுப்புகளில் ஒன்றை ஊசி அல்லது ஆவியால் குத்தும் செயல் இன்றும் வழக்கிலுள்ளது. இதன் வாயிலாக அம்மனித னின் உடல் உறுப்பை ஊனப்படுத்தலாம் என்று நம்புகிறார்கள். இச்செயல் 'ஒத்தது ஒத்ததை உருவாக்குகிறது' என்ற ஒத்த மந்திரத்தின் விதியைக் கொண்டெழுந்த தீய மந்திரமாகும்.

ஒரு மனிதனின் காலடி மண்ணை எடுத்து நெருப்பில் போடுவதன் மூலம் அம்மனிதனுக்கு இடையூறு செய்யலாம் என்ற நம்பிக்கை தமிழகத்தில் பரவலாகக் காணப்படும் ஒன்றா கும். ஒருவனுடன் தொடர்புடைய பொருள்களை ஊறு செய்வதன் மூலம் அவனுக்கு ஊறு செய்யலாம் என்ற தொத்து மந்திர விதி இச்செயலில் காணப்படுகிறது.

ஒருவனது நகம் அல்லது தலைமுடியைச் சேகரித்து சில மந்திரச் சொற்களைக் கூறி அதனை அழிப்பதன் வாயிலாக, அதற்குரிய மனிதனுக்கு உடற்பிணியையோ மரணத்தையோ ஏற்படுத்தலாம் என்ற நம்பிக்கையும் தொத்து மந்திரத்தின் அடிப்படையில் எழுந்த தீய மந்திரமாகும்.

அன்புடை நெஞ்சம் தாம் கலவாத ஒருதலைக் காதல் அல்லது முறையற்ற காமவேட்கையின் விளைவாக, தான் விரும்பும் பெண்ணினை வசப்படுத்த மேற்கொள்ளும் வசிய மந்திரங்களையும் தீய மந்திரம் என்ற பிரிவிலேயே அடக்கலாம்.

எனக்குக் கிடைத்த மந்திரங்கள் எழுதப்பட்ட ஒரு குறிப்பேட் டில் காணப்படும் சில வசிய மந்திரங்கள் வருமாறு:[3]

கழுதை புணரும்போது ஆண்கழுதை விந்தையேந்தி அதில் கலந்த ரசத்தைபிட்டு, தொட்டால்வாடி சாற்றில் அரைத்து சிமிழில் வைத்து திலகமிட காம மீறி பின்தொடர்வாள்.

இம்மந்திரத்தில் புணர்ச்சியில் ஈடுபடும் கழுதையின் விந்து கலந்த திலகம், ஒரு பெண்ணிடத்தில் அதே புணர்ச்சி வேட்கை யினைத் தோற்றுவிக்க முடியுமென்ற நம்பிக்கை இடம் பெற்றுள்ளது.

பச்சை ஓந்தி தலையையறுத்து உலர்த்திப் பொடியாக்கி இந்திரியத்தில் குழப்பி நெற்றியில் திலகமிட வருவாள்.

இம்மந்திரத்திலும் ஒருவனது விந்து கலந்த ஓந்தியின் (ஓணான்) தலைப்பொடி, திலக வடியில் ஒரு பெண்ணிடம் தொடர்புபடுத்தப்படும்போது, அவ்விந்திற்குரியவனிடம் அப் பெண் வருவாள் என்ற நம்பிக்கை காணப்படுகிறது.

செவ்வரணையைப் பிடித்து அதன் வாலும் அயிரோசனையும் பொடி செய்து அவள் மாதவிடாய் சீலையில் திரித்து விளக்கெரித்தால் நினைத்த பெண் தடையில்லாமல் வருவாள்.

இம்மந்திரத்தில் ஒரு பெண்ணுடன் தொடர்புகொண்டிருந்த மாதவிடாய்த் துணியின் வாயிலாக அப்பெண்ணை வசப்படுத்தலாம் என்ற நம்பிக்கை இடம்பெற்றுள்ளது.

இம்மூன்று வசிய மந்திரங்களிலும் தொத்து மந்திரத்தின் விதியே மேலோங்கியுள்ளதைக் காண்கிறோம். ஒரு பெண்ணை அடைய வேண்டுமென்ற விருப்பமும் அதற்கான செயலும் இம்மந்திரத்தில் இடம்பெற்றுள்ளன. ஆனால் மந்திரச் சொற்கள் இடம்பெறவில்லை.

ஈழத்திலும் பெண்களை வசியப்படுத்த 'கூந்தல் மயிர், காலடி மண் என்பனவற்றையெடுத்து, ஏனைய மருந்து மூலிகைகளுடன் சேர்த்து மருந்து அரைக்கப்படும்'. "ஆட்டின் பித்தெடுப்பேன் அடிஅடியாய் மண்ணெடுப்பேன் கொண்டை மயிர் எடுப்பேன் – மச்சி உன்னை கொண்டுவர என் காலடிக்கு" என்று ஈழத்து நாட்டார் பாடலொன்று இதனைக் குறிப்பிடுகிறது (இளையதம்பி பாலசுந்தரம் 1979 : 286 – 87, 418).

பள்ளு, விறலிவிடு தூது போன்ற சிற்றிலக்கிய நூல்கள் பலவற்றிலும் வசிய மருந்துகள் தயாரிப்பது குறித்த பல குறிப்புகள் காணப்படுகின்றன.

ஒத்த மந்திரத்தின் அடிப்படையில் ஒரு பெண்ணை வசியப்படுத்த மேற்கொள்ளும் செய்வினையையும் அப்பொழுது கூற வேண்டிய மந்திரத்தையும் அதர்வண வேதம் குறிப்பதாக விண்டர் நிட்ஸ் குறிப்பிடுகிறார் (வையாபுரிப் பிள்ளை 1963 : 24 – 25).

ஒருவனது பிரதியுருவத்தின் மூலமாக அவனைத் துன்புறுத்தவோ அல்லது அவன் மீது அதிகாரம் செலுத்தவோ கூடும் என்ற நம்பிக்கை உலகமெங்கும் உள்ளது. புராதன இந்தியாவிலும் அது காணப்படுகிறது. ஒருவன் ஒரு பெண்ணினுடைய காதலைப் பெற வேண்டும் என்று இச்சித்தால், அவள் உருவத்தைக் களிமண்ணினால் செய்து, சணல் நாரினால் அமைத்த நாணோடு கூடிய வில்லைத் தாங்கி, அதன் அம்பின் நுனியில் முள்ளைச் செருகி, ஆந்தையின் சிறகை அம்புச் சிறகு ஆக்கி, கருங்காலியினால் அம்பின் தண்டினை அமைத்துக்கொள்வான். உருவத்தின் இருதய ஸ்தானத்தை இவ் அம்பினால் குத்திக் குத்தித் துளையொன்று உண்டு பண்ணுவான். இது காதற் கடவுளாகிய காமனுடைய அம்பினால் தனது காதற்குரிய பெண்ணின்

இதயத்தைத் துளைப்பதற்கு அறிகுறியாகும். இங்ஙனம் துளைத்துக் கொண்டு, அதர்வ வேதம் 25வது சூக்தத்தை ஓதுவான். அது வருமாறு:

கலக்குறுத்துவன் உன்னைக் கலங்கச் செய்க, உன் படுக்கையில் நீ அமைதியற்றுக் கிடக்க, காமனது அச்சுறுத்தும் அம்பினால் உன் இதயத்தை நான் துளைக்கிறேன்.

ஆவலே சிறகாகவும் காதலே நுனியாகவும் நெறி தப்பாத விருப்பமே தண்டாகவும் உடையது அந்த அம்பு. அம்பினால் காமன் தன் குறி தவறாது உனது இதயத்தைத் துளைப்பான்.

ஈரலை உலர்த்தி, எதிர்ப்பட்டவற்றை எரித்து, சிறகினால் பறந்து செல்லுகிறது. குறி தவறாத அந்தக் காமனது அம்பினால் உனது இதயத்தை நான் துளைக்கிறேன்.

கானல்விட்டெரியும் காதலால் தகிக்கப்பட்டு, வாய் உலர்ந்து, நீ என்னிடம் வருக. உனது கர்வத்தைத் தூரத்தே அகற்றி, மனம் இசைந்து, இனிய வார்த்தை பேசி என்னிடத்தே ஈடுபட்டு, என்னுடையவளாகத் தனியே வருக.

உனது தாயிடத்திலிருந்தும் உனது தந்தையிடத்திலிருந்தும் தோட்டியால் உன்னை வெருட்டி ஓட்டுகிறேன். அப்பொழுது என் அதிகாரத்திற்குள்ளாவாய், என் விருப்பத்திற்கு ஒத்து வருவாய்.

மித்திர வருணர்களே! நீங்கள் அவளுடைய சிந்தனையை எல்லாம் அவளிடத்திலிருந்து ஓட்டிவிடுங்கள்.

பிற்பாடு அவளை உள்ளம் இழக்கச் செய்து, என் அதிகாரத்தின் கீழே அவளை வைத்துவிடுங்கள்.

இதே போன்று, தான் விரும்பிய ஆணை அடைய விரும்பும் பெண், அவன் உருவப் படத்தைத் திரைச் சீலையில் எழுதி அதன் இதயத்தின்மீது கொழுந்து விட்டெரியும் அம்பு நுனியை எறிந்து அதர்வ வேதம் 6ஆம் காண்டம் 130, 138வது சூக்தங்களை ஓதுவாள்.

உற்பத்தி மந்திரம்

வேட்டையாடுதல், மீன் பிடித்தல், வேளாண்மை போன்ற தொழில்களில் நல்ல பயன் கிடைக்க வேண்டும் என்ற நோக்கில் நிகழும் மந்திரச் சடங்குகள், உற்பத்தி மந்திரம் என்ற பிரிவில் அடங்கும். மழை வளம் பயிர்வளம், மக்கட்பேறு வேண்டி நிகழும் செழிப்புச் சடங்குகள் யாவும் உற்பத்தி மந்திரமேயாகும்.

பாதுகாப்பு – அழிப்பு மந்திரம்

இயற்கை மற்றும் எதிரிகளிடமிருந்து தங்களைப் பாதுகாத்துக் கொள்ள மேற்கொள்ளும் மந்திரம் பாதுகாப்பு மந்திரமாகும். கண்ணேறு படாமலிருக்க பூசணிக்காய் கட்டுவது, திருஷ்டி பொம்மை செய்து வைப்பது, சீனிக்காரம் – மிளகாய் – எலுமிச்சம் பழம் ஆகிய மூன்றையும் ஒரு கறுப்புக் கயிற்றில் கட்டித் தொங்கவிடுவது, கரி வியாபாரமும் செய்வோர் கதி வியாபாரம் என்று விளம்பரப் பலகையில் எழுதுவது என்பன பாதுகாப்பு மந்திரமாகும்.

செய்வினை என்ற பெயரில் எதிரிகளைக் கொல்ல – நோய்வாய்ப்படுத்த மேற்கொள்ளும் செயல்கள் அழிப்பு மந்திர மாகும். வசிய மந்திரம் நீங்கலாக பெரும்பாலான தீய மந்திரங்கள் அழிப்பு மந்திரமேயாகும். பாதுகாப்பு மந்திரத்தில் முக்கியப் பங்கு வகிப்பது தீமையை மாற்றுவிக்கும் மந்திரமாகும்.

தீமையை மாற்றுவித்தல் *(Transference of Evil)*

விலங்குகள், பறவைகள், மரங்கள், பொம்மைகள், சக மனிதர்கள் மற்றும் பிற உயிரற்ற பொருள்கள் மீது தங்களுக்கு வரும் துன்பங்களையும் நோய்களையும் மாற்றிவிடலாம் என்ற நம்பிக்கை இன்றும் மனிதர்களிடம் நிலவுகிறது. நாகரிகமடைந்த சமூக அமைப்பில் நிலவும் இந்நம்பிக்கை உண்மையில் அநாகரிக வாழ்க்கையில் தோன்றியதாகும். இந்நம்பிக்கையின் தோற்றம் குறித்து பிரேசர் (1976 : 1) தரும் விளக்கம் வருமாறு:

குற்றங்களையும் துயரங்களையும் நாம் மற்ற உயிர்களுக்கு மாற்ற முடியும், அவற்றை அந்த உயிர்கள் நமக்காகத் தாங்கிக் கொள்ளும் என்ற எண்ணம் நாகரிகமற்ற மனித அறிவுக்குப் புலப்பட்டிருந்தது. இந்த எண்ணம் உடலுக்கும் – அறிவுக்கும் பொருள்களுக்கும் – பொருள்கள் அல்லாதவற்றுக்கும் இடையே உள்ள வெளிப்படையான குழப்பத்திலிருந்து தோன்றியதே. மரக்கட்டுகளையோ கற்களையோ மற்ற பாரங்களையோ நம்முடைய முதுகிலிருந்து மற்றவர்களுடைய முதுகிற்கு மாற்றுவது சாத்தியம். அதேபோல் நம்முடைய துயரங்களையோ துன்பங் களையோ மற்றவர்களுக்கு மாற்றுவதும் அவர்கள் நமக்காக நமது பாரங்களைச் சுமப்பதும் சாத்தியமே என்று அந்த நாகரிக மற்ற மனிதன் கற்பனை செய்கிறான்.

இக்கற்பனையின் அடிப்படையிலேயே தீமைகளையும் நோய்களையும் பாவங்களையும் மாற்றியமைக்க விலங்குகள், பறவைகள் மற்றும் பிற பொருள்களை மனிதன் பயன்படுத்து

கிறான். இப்படிப் பயன்படுத்தும் பொருள்களைப் 'பலியாடு' (*Scapegoat*) என்று மானிடவியலார் அழைப்பர்.

மோசே என்னும் தீர்க்கதரிசியிடம் இவ்வாறு குறிப்பிடுகிறது: இஸ்ரேலியர்களின் பாவநிவாரணப் பலியாக வெள்ளாட்டுக் கடாவினைப் பயன்படுத்தும்படி கர்த்தர் கூறியதாகப் பழைய ஏற்பாடு (லேவியராகமம் 16:22 – 23)

> அதின் தலையின் மேல் ஆரோன்* தன் இரண்டு கைகளையும் வைத்து அதன் மேல் இஸ்ரேல் புத்திரருடைய சகல அக்கிரமங்களையும் அவர்களுடைய எல்லாப் பாவங்களினாலும் உண்டான அவர்களுடைய சகல மீறுதல்களையும் அறிக்கையிட்டு, அவைகளை வெள்ளாட்டுக் கடாவினுடைய தலையின் மேல் சுமத்தி, அதை அதற்கான ஆள் வசமாய் வனாந்தரத்துக்கு அனுப்பிவிடக்கடவன்.

இதன் அடிப்படையிலேயே தீமையை மாற்றுவிக்கப் பயன்படுத்தும் அனைத்து உயிர்ப் பொருள்களையும் உயிரற்ற பொருள்களையும் 'பலியாடு' என்ற சொல்லாலேயே குறிப்பிடுகிறார்கள். பலியாடாக விளங்கும் பொருளின் மீது நோய், தீய ஆவி, கண்ணேறு – துரதிருஷ்டம் போன்றவை மாற்றியமைக்கப்பட்ட பின்னர் அது, பெரும்பாலும் அழிக்கப்படும் அல்லது மனிதரால் தீண்டப்படாது ஒதுக்கப்படும்.

தேங்காய், கோழிமுட்டை, எலுமிச்சை, உப்பு, மிளகாய் போன்ற பொருள்கள் தமிழ்நாட்டில் பெருமளவில் பலியாடாகப் பயன்படுத்தப்படுகின்றன. முட்டை அல்லது தேங்காயினால், நோயுற்ற அல்லது கண்ணேறினால் பாதிக்கப்பட்ட மனிதனின் உடலைத் தொட்டுத்தடவியோ, தலையை மூன்றுமுறை சுற்றியோ அதனை முச்சந்தி நாற்சந்திகளில் வீசி எறிந்து சிதறும்படிச் செய்துவிடுவது வழக்கம். பாதிக்கப்பட்ட மனிதனின் உடலை முட்டை அல்லது தேங்காயினால் தொடும்போது அம்மனிதனைப் பற்றியிருந்த நோய் அல்லது தீமை அதில் மாறிவிடுகிறது; பின்னர் அதனைச் சிதற அடிக்கும்போது அத்தீமையும் சிதறி அழிந்துவிடுகிறது என்ற நம்பிக்கையே இச்செயலிற்குக் காரணமாயுள்ளது. குழந்தையின் தலையைக் கற்பூரத்தால் சுற்றி அதனை எரிப்பதும் இதே நோக்கில்தான் நிகழ்கிறது.

ஆறுகள் பல்வேறு பொருள்களையும் அடித்துச் செல்வதைக் கண்ட மனிதன் தன்னுடைய பாவங்களையும் அவை கழுவி இழுத்துச் சென்றுவிடும் என்று நம்பினான். இதன் அடிப்படையில்தான் புண்ணிய தீர்த்தங்களாகச் சில ஆறுகள் கருதப்பட்டு

---

* ஆரோன் – மோசேயின் சகோதரன்.

அவற்றில் நீராடித் தங்கள் பாவங்களைப் போக்கும் பழக்கம் நிகழ்கிறது.

சோதிடத்தின்படி, ஒருவனுக்கு முதல் மனைவி இறந்துவிடுவாள் என்றிருந்தால் அவனது திருமணத்தில் இப்படியொரு சடங்கு நிகழ்வது வழக்கம்: சிகப்புத் துணி சுற்றப்பட்ட வாழைக் கன்றினை மணமகளாகப் பாவித்து அதற்கு மணமகன் தாலி கட்டுவான். பின்னர் நாவிதரால் அவ்வாழைக்கன்று வெட்டி யெறியப்படும். இப்பொழுது அவனது முதல் மனைவி (வாழைக் கன்று) இறந்து போய்விட்டாள். இனி அவன் திருமணம் செய்யப் போகும் பெண் அவனது இரண்டாவது மனைவியாகிறாள். இந்நிகழ்ச்சியில் பலியாடாக வாழைக்கன்று அமைகிறது.

மரணப்படுக்கையில் இருக்கும் ஒருவரது பாவங்களைப் போக்கி அவரைச் சொர்க்கத்துக்கு அனுப்பும் முயற்சிகளில் ஒன்று தானம் கொடுத்தலாகும். மரணப்படுக்கையில் இருப்பவர் முன் பசுமாடொன்று நிறுத்தப்படும். அவர் தன் கையினால் மாட்டின் வாலைத் தடவிக் கொடுப்பார். இதன் மூலம் அவரது பாவங்கள் பசுமாட்டிற்கு மாற்றப்பட்டுவிடுகின்றன. பலியாடாகப் பயன்பட்ட பசுமாட்டினை இத்தகைய தானங்களைப் பெற்று வாழும் சவுண்டிப் பிராமணர் அழைத்துச் சென்று விடுவார்.

கண்ணேறினால் பாதிக்கப்பட்டவர்கள், பய உணர்ச்சிக்கு ஆளானவர்கள், அடிக்கடி நோய்வாய்ப்படுபவர்கள் ஆகியோரின் துன்பங்கள் நெல்லை, தூத்துக்குடி மாவட்டங்களின் கிராமப் பகுதிகளில் இவ்வாறு இடமாற்றம் செய்யப்படுகின்றன. புது மண்சட்டி ஒன்றினை வாங்கி, அதனுள் செப்பு நாணயம், பருத்திக்கொட்டை, வேப்பிலை, உப்பு, கடுகு, மிளகாய்வற்றல் ஆகியவற்றை இடுவார்கள் (தற்பொழுது செப்புக் காசுக்குப் பதிலாகப் புழக்கத்திலுள்ள நாணயங்களை இடுகிறார்கள்). பின்னர் அச்சட்டியினால், பாதிப்புக்குள்ளான மனிதனின் தலையை மூன்றுமுறை சுற்றி அதனை முச்சந்தி அல்லது நாற்சந்தியில் வைத்துவிடுகிறார்கள். இதன்மூலம் அம்மனிதனைப் பற்றியுள்ள தீமை அச்சட்டியில் மாற்றியமைக்கப்படுகிறது. அதனைத் தொட்டவர்களை, சட்டியிலுள்ள தீமை பற்றிக் கொள்ளும் என்ற அச்சத்தினால் பெரும்பாலும் ஒருவரும் அதனைத் தொடுவதில்லை. அவ்வழியே செல்லும் விலங்குகள் மற்றும் வாகனங்களினால் அச்சட்டி அழிக்கப்படும்வரை அது அப்படியே இருக்கும். துணிந்தவர்கள் சிலர் சட்டியிலுள்ள காசை மட்டும் எடுத்துக்கொள்வதுமுண்டு.

மரங்களில் வாழ்வதாக நம்பும் கெட்ட ஆவிகள் வீடுகளில் புகுந்துவிடக் கூடாது என்ற நம்பிக்கையில், புதிய வீடுகளில்

குடிபுகுமுன்னர் தச்சுக் கழித்தல் என்ற சடங்கு நிகழ்கிறது. தச்சர்களால் நிகழ்த்தப்படும் இச்சடங்கில் தீய ஆவியானது கோழி அல்லது ஆட்டின் மீது மாற்றியமைக்கப்படுகிறது.

பொதுப்பலியாடு முறை (Public Scapegoat Method)

தனிமனிதர்களின் துன்பங்களைப் போக்கிக் கொள்வதற்காக மட்டுமின்றி ஊரவர் அனைவரது நன்மைக்காகவும் தீமையை மாற்றியமைக்கும் சடங்கு நிகழ்வதுண்டு. இதில் பயன்படுத்தப் படும் பொருளை 'பொதுப்பலியாடு' என்று பிரேசர் (1976 e : 170) குறிப்பிடுவார். தமிழ்நாட்டிலும் ஈழத்திலும் நிகழும் கொடும் பாவி கொளுத்தும் சடங்கில் இடம்பெறும் கொடும்பாவியானது பிரேசர் குறிப்பிடும் பொதுப்பலியாட்டிற்கு எடுத்துக்காட்டாகும்.

கிராமத்தில் மழை இல்லையென்றால் ஊரிலுள்ள தீமை களும் பாவங்களுமே அதற்குக் காரணமென்று நம்பும் கிராம வாசிகள் அதனைப் போக்க, கொடும்பாவி ஒன்றைத் தயாரிக் கிறார்கள். வைக்கோல் அடைக்கப்பட்ட பெரிய அளவிலான துணிப்பொம்மையானது கொடும்பாவி எனப் பெயர் பெறுகிறது. அதனைத் தெருத்தெருவாக இழுத்துச் செல்வர். ஆங்காங்கு மக்கள் ஒப்பாரி வைத்துப் புலம்புவதுமுண்டு. பின்னர் ஊர்ச் சுடுகாட்டில் அதனைக் கொளுத்துவர். இறந்தவருக்கு இறுதிக் கடன் செய்பவர், மொட்டையடித்துக் கொள்வதுபோல யாராவது ஒருவர் மொட்டையடித்துக்கொள்வதுமுண்டு. மொத்தத்தில் கொடும்பாவி கொளுத்துதலை போலி இறுதிச் சடங்கு (Mock Funeral) என்றே கூறலாம். ஊரிலுள்ள தீமைகளின் குறியீடாகவும் பலியாட.ாகவும் கொடும்பாவி அமைகிறது.

இந்நிகழ்ச்சியின்போது பாடுவதற்கென்றே நாட்டார் பாடல்கள் சிலவும் உண்டு. பெ.தூரன் (1958 : 26,27) தமது தொகுப்பில் இத்தகைய பாடலொன்றைக் குறிப்பிட்டுள்ளார். ஈழத்தில் நிகழும் 'கொடும்பாவி இழுத்தல்' சடங்கில் பாடப்படும் பாடல் ஒன்று வருமாறு:

கொடும்பாவி சாகாளோ
கோடிமழை பெய்யாதோ
மாபாவி சாகாளோ
மாரிமழை பெய்யாதோ
வானம் கறுக்குதில்லை
மழையுமோ தானுமில்லை
வட்டிப் பணமெடுத்து
வயலை உழுதுவைத்தோம்
சீரான மழையுமில்லை
செந்நெல் விளைவுமில்லை

புழுதிதான் போட்டல்லவோ
புழுங்கலாய்ப் போச்சுதென்று
எட்டுத்திட்டை மாவிடித்து
பிட்டவிக்கத் தண்ணீரில்லை
தெம்பல் உழக்கியல்லோ
சேறாடி நெல்லுநட
செழித்தமழை யில்லாமல்
சேதம் பலவாச்சு
நாற்றோ அலசிநட
நல்லமழை தானுமில்லை
களையோ பிடுங்களில்லை
கால்மறைந்த தண்ணீரிலே
கெட்ட கொடும்பாவி
கொடும்பாவி சாகாளோ
கோடிமழை பெய்யாதோ

இப்பாடலின் தொடக்கத்திலும் இறுதியிலும் கொடும்பாவி இறந்தால் மழை பெய்யும் என்ற நம்பிக்கை இழையோடுவதைக் காணலாம். பெ. தூரனின் (1958 : 26, 27) தொகுப்பிலுள்ள பாடலிலும்,

கொடும்பாவி சாகவேணும்
கொள்ளை மழை பெய்யவேணும்
மாபாவி சாகவேணும்
மாயமழை பெய்யவேணும்

என்ற வரிகள் இடம்பெறுகின்றன.

மந்திரத்தின் வகைப்பாடுகளை அறிந்துகொண்ட நாம், சமுதாய வளர்ச்சி நிலைகளில் அது பயன்பட்ட முறையையும் அறிந்துகொள்வது அவசியமாகும். இம்முயற்சியின் ஒரு பகுதியாக வேட்டைச் சமுதாயத்திலும் வேளாண்மைச் சமுதாயத்திலும் மந்திரம் வகித்த பங்கினை ஆராய்வோம்.

வேட்டைச் சமுதாயத்தில் மந்திரம்

விலங்குகளை வேட்டையாடி வாழ்ந்த புராதன மனிதனால் அவ்வேட்டையில் வீழ்ந்த உடல்களைத் தொடர்ச்சியாகச் சேமித்து வைக்க முடியவில்லை. எனவே, அன்றாடம் வேட்டையில் விலங்குகள் கிடைக்காவிடில் அவன் பட்டினியால் வருந்த நேரிட்டது. இந்நிலையில் வேட்டைக்குச் செல்லும் மன்னர், தான் வேட்டையாடும் விலங்கினைப் பிடிப்பது போலவும் கொல்லுவதுபோலவும் ஒரு கற்பனையான நிகழ்ச்சியினை நடனம் அல்லது ஓவியத்தின் வாயிலாக வெளிப்படுத்துவதன் மூலம் வேட்டையில் வெற்றிபெறலாமென்று நம்பினான்.

ஆ. சிவசுப்பிரமணியன்

இதனையே 'வேட்டை மந்திரம்' என்பர். வேட்டையில் விலங்கு கிடைக்க வேண்டுமென்ற விருப்பமும் அதனை அடைவதற்குச் செய்யும் செயலும் ஒத்திருப்பதன் மூலம் அவ்விருப்பம் நிறை வேறும் என்ற ஒத்த மந்திரக் கோட்பாடு, வேட்டை மந்திரத்தில் இடம்பெற்றுள்ளது.

புராதன மனிதர்கள் வாழ்ந்த குகைகளில் பல கோட்டுச் சித்திரங்கள் காணப்படுகின்றன. குகை ஓவியங்கள் என்றழைக்கப் படும் இவ்வோவியங்களில் பல்வேறு வேட்டைக் காட்சிகள் சித்தரிக்கப்பட்டுள்ளன. இக்குகை ஓவியங்கள் வேட்டையாடுதல் என்ற அவனது பொருளாதார நடவடிக்கையுடன் தொடர்புடைய ஒரு மந்திரச் சடங்காக அமைந்துள்ளன.

பிரான்சின் தென்பகுதியிலும் ஸ்பெயின் நாட்டின் வடபகுதி யிலும் கி.மு. 30,000இலிருந்து பத்தாயிரம்வரை உள்ள காலத்தைச் சேர்ந்த வேட்டைக் காட்சிகளைச் சித்தரிக்கும் குகை ஓவியங்கள் காணப்படுகின்றன (Campbell. 1969 : 66). வட ஆப்பிரிக்காவிலும் இத்தகைய வேட்டைக் காட்சிகள் அடங்கிய குகை ஓவியங்கள் காணப்படுகின்றன. வட ஆப்பிரிக்காவில் காணப்படும் பல குகை ஓவியங்களில், உடலின் ஒருபுறத்தில் கைவேல் பாய்ந்த நிலையிலும் பூமராங் மற்றும் குறுந்தடியினால் தாக்கப்பட்டது போலும் பல மிருகங்கள் சித்தரிக்கப்பட்டுள்ளன. மிருதுவான சுவரில் வரையப்பட்ட விலங்குகளின் ஓவியங்கள் ஈட்டியினால் வலுவாக எறியப்பட்டதனால் துவாரங்களுடன் காட்சியளிக் கின்றன (Campbell. 1969 : 305).

புராதன மனிதனின் இக்குகை ஓவியங்களை ஆராய்ந்த ஒரு வேட்டையாடி, இறந்த மிருகங்களின் உடல்களே மிகுதியாக இவ்வோவியங்களில் இடம்பெற்றுள்ளதாகக் குறிப்பிடுகிறார் (Young 1974 : 536).

மற்றுமோர் ஆய்வாளரும், பாறை ஓவியங்களில் காணப்படும் விலங்குகளில் பெரும்பாலானவை காயம்பட்டதாகவோ இறந்த தாகவோ சித்தரிக்கப்பட்டுள்ளன அல்லது குறைந்த அளவு ஒரு கோடாரியோ பெரிய கல்லோ விலங்குகளுக்குச் சற்று மேலே வரையப்பெற்றுள்ளன என்கிறார் (Dmitriyev 1984 : 14).

இவ்வாறு காயம்பட்ட நிலையிலும் இறந்த நிலையிலும் விலங்குகளைச் சித்தரிப்பதன் நோக்கம் நடைமுறையில் வேட்டைப் பொருளான விலங்கு காயம் அடைய வேண்டும் அல்லது இறக்க வேண்டும் என்பதுதான். புராதன வேட்டையாடி தனது விருப்பத்தை ஓவியத்தில் தீட்டியுள்ளான். நடைமுறையின் மறுவடிவமாக இத்தகைய ஓவியங்கள் அமைந்தன. மனிதகுலப் பண்பாட்டு வரலாற்றின் தொடக்கக்காலத்தில் ஒத்த கருத்துடைய

பின்வரும் மூன்று ஓவியங்கள் அனைத்து மக்களிடமும் காணப் படுகின்றன என்று யூரி போரென் (1985 : 175 – 176) குறிப்பிடுவார்:

1. குடியிருப்புகளை அமைக்கவும் வேட்டையாடவும் உணவு சேகரிக்கவும் பயன்படும் மனிதனின் கை.
2. இனக்குழுவின் புதிய உறுப்பினர்களைப் பெற்றெடுக்கும் தன்மையினைப் புலப்படுத்தும் பெண் குறி.
3. விலங்குகளை அடக்குவதையும் வேட்டையில் வெற்றி கொள்வதையும் புலப்படுத்தும் காயம்.

இத்தகைய பாறை ஓவியங்களும் குகை ஓவியங்களும் புராதன மனிதனின் கலை உணர்வின் வெளிப்பாடாக அமையா மல் மந்திரச் சடங்காகவே அமைந்தன. இந்தியாவில், மத்தியப் பிரதேசத்திலுள்ள பிம்பெட்கா என்னும் இடத்திலுள்ள குகை ஓவியங்களும் (ஆராய்ச்சி 1973 : 95 – 96) மத்திய இந்தியாவில் மிர்சாபூர் பகுதியில் காணப்படும் வேட்டைக் காட்சிகளைக் கொண்ட குகை ஓவியங்களும் (Kosambi 1975 : 23) வேட்டையில் விலங்குகள் கிடைப்பதற்கான வேட்டை மந்திரமேயாகும்.

இக்குகை ஓவியங்கள் நாம் முன்னர் கண்ட ஒத்த மந்திரத்தை நினைவூட்டுகின்றன. ஒரு பொம்மையை மனிதனாகப் பாவித்து அதற்கு இடையூறு செய்வதன் மூலம் அம்மனிதனுக்கு இடையூறு செய்யலாம் என்ற நம்பிக்கையை ஒத்ததே இந்நிகழ்ச்சி.

இக்குகை ஓவியங்களைப்போலவே வேட்டை நடனங்களும் வேட்டைச் சமுதாயத்தில் தோன்றின. வேட்டைக்குச் செல்லும் முன்னர் ஆடும் இத்தகைய நடனங்களில் குறிப்பிட்ட விலங்கு களின் தோலைப் போர்த்திக்கொள்வதும் அவற்றின் தலைகளைப்போல் செய்யப்பட்ட போலித்தலைகள் அல்லது முகமூடிகளை அணிந்துகொள்வதும் இனக்குழு நடனங்களில் இன்றும் இடம் பெறுகின்றன. இந்நடனங்களும் பாவனை மந்திரத்தின் பாற்பட்ட பாவனை நடனங்களேயாகும்.

இன்றும்கூட பிரேசிலியன் நாட்டிலுள்ள போரோரோ (Bororo) இனக்குழுவினர் ஜாகுவார் (Jaguar) என்னும் பெரிய காட்டுப்பூனையினை வேட்டையாடு முன்னர் ஜாகுவார் எப்படி ஓர் அற்புதமான பிராணி என்பதையும் அது மக்களுக்கு எவ்வாறு பயன்படுகிறது என்பதையும் குறித்து, இரவில் பாடல்கள் பாடுவார்கள். மறுநாள் காலையில் ஜாகுவாரின் படத்தைத் தரையில் வரைந்து, அதைச் சுற்றி நடனம் ஆடுவார்கள். பின்னர் அப்படத்தின் மீது ஈட்டிகளை எறிவார்கள். படத்திலுள்ள ஜாகுவாரின் கண்ணின் மீது யாராவது ஈட்டியால் குத்திய பிறகே உண்மையான வேட்டைக்குச் செல்வார்கள். இப்பொழுது

வேட்டையில் வெற்றி அவர்களுக்கு உறுதிசெய்யப்பட்டுவிட்டது. நிலத்தில் வரையப்பட்ட ஜாகுவாருக்கு என்ன நேர்ந்ததோ அது யதார்த்த வாழ்விலும் நிகழும் என்ற நம்பிக்கையுடன் அவர்கள் வேட்டைக்குச் செல்வார்கள். இதனையொத்த பழக்கம் இன்றும் ஆஸ்திரேலியப் பழங்குடிகளால் பின்பற்றப்படுகிறது. ஜாகுவாருக்குப் பதிலாக கங்காருவின் படம் தரையில் வரையப் பட்டிருப்பது ஒன்றுதான் இதில் மாறுதலான அம்சமாகும் (Dmitriyev 1984 : 16).

கேரளத்தில் வயநாடு, தலைச்சேரிப் பகுதிகளிலுள்ள மலைக் காடுகளில் குறிச்சியர் என்னும் இனக்குழுவினர் வாழ்கின்றனர். இவர்களிடையே 'மான் பாட்டு', 'நரிப் பாட்டு' என்பன போன்ற பாடல்களும் அவற்றிற்குரிய ஆடல்களும் வழங்கிவருகின்றன. இக்கலைவடிவங்கள், அவர்களுடைய வேட்டை நடனம் அல்லது வேட்டை மந்திரத்தின் அடிப்படையிலேயே தோன்றியுள்ளன என்பதைப் பின்வரும் செய்தி உணர்த்துகிறது:

> குறிச்சியரின் வாழ்வில் இசை, நடனம் போன்ற கலை களுக்கு விசேஷமான இடமில்லை என்றாலும், மான் பாட்டு, நரிப்பாட்டு மாதிரி பாடல்களும் அவற்றுக்குரிய ஆடல்களும் அவர்களிடையே வழங்கிவருகின்றன. சிலர் கூடுவார்கள். மான் வேட்டையை விவரிக்கும் பாடல் களைப் பாட ஆரம்பிப்பார்கள். திடீரென்று கூட்டத்தி லிருந்து எழுந்து ஒருவன், மானைப்போல் கைகளை ஊன்றித் துள்ளிக் குதித்து ஆடத் தொடங்குவான். 'சிந்தை தெளிந்தோடி விளையாடு மானே; இளம் புல்லினை மேய்ந்து நீ தாவிக்குதி' என்ற மாதிரியில் அவர்கள் பாடப்பாட, நடுவில் ஆடுபவன், மானாகவே நடிப்பான். பின்பு மான் அம்புபட்டு விழும் கட்டம் வரும். ஒருவன் மானாக விளையாடி நடிக்கையில் மானே ஆகிவிடுகிறான் என்றும் நரியாட்டம் ஆடும் ஒருவன் தன் எதிரே நாயோ, பூனையோ வரக்கண்டால் பாய்ந்து கடித்துக் குதறிவிடுவா னென்றும் சொல்கிறார்கள். (பானூர் 1961)

சினைச் சுறாமீனின் கொம்பை நட்டு, பரதவர்கள் நடனம் ஆடியதாகப் பட்டினப்பாலை (வரி 86) குறிப்பிடும் செய்தியும் மீன்பிடித்தல் தொடர்பான மந்திரமேயாகும்.

விருப்பமும் செயலும் ஒத்திருக்கும் தன்மையினால் வேட்டை நடனங்கள் பாவனை மந்திரத்தின் பாற்பட்ட பாவனை நடனங்களாகின்றன. அத்துடன் இந்நடனங்கள் வேட்டையாடுதல் என்ற பொருளாதார நடவடிக்கையின் ஓர் அங்கமாக அமைந்துள்ளன.

வேளாண்மைச் சமூகமும் மந்திரமும்

ஆதிமனிதனின் வாழ்க்கையானது விலங்குகளைக் கொன்று தின்பதிலும் ஆங்காங்கே தாமாக வளர்ந்து நிற்கும் தாவரப் பொருள்களை உண்பதிலும் கழிந்தது. பின்னர் விதைகளை மண்ணில் ஊன்றி, அவற்றைத் தீவிரமாகப் பேணி வளர்த்துப் பெரும் பயன் ஈட்டலாம் என்ற உண்மை அவனுக்குப் புலனாகியது. தாவரங்களின் வளர்ச்சியை முறைப்படுத்தி அவை பல்கிப்பெருக வழி கண்டதானது, முற்றிலும் புதிய தீவிரமானதொரு மாற்றமாக ஆதி மனிதனின் வாழ்வில் அமைந்தது (BVernal 1949 : 40). இதன் பயனாக நடுநாள் யாமத்தும் பகலும் துஞ்சாது நாளும் விலங்குகளை வேட்டையாடி உணவு தேடும் வாழ்க்கை நிலையிலிருந்த மனிதன், உணவு உற்பத்தி செய்பவனாக மாறினான்.

இம்மாற்றத்தின் விளைவாக வேட்டையாடுதலையும் கால்நடை வளர்த்தலையும் முக்கியத் தொழிலாகக் கொண்ட இனக்குழுவினரைவிட வேளாண்மையை முக்கியத் தொழிலாக மேற்கொண்ட இனக்குழு மக்களிடம் மந்திரத்தின் செல்வாக்கு அதிகரித்தது. ஏனெனில் வேட்டையில் விலங்கு கிடைத்தல், போரில் வெற்றி பெறல், நோய் தீர்த்தல் என்ற நோக்கங்களைப் பூர்த்தி செய்வதே வேட்டையாடி வாழ்ந்த இனக்குழு வாழ்வில் மந்திரத்தின் நோக்கமாயிருந்தது. இதனால் ஒரு குறிப்பிட்ட அளவுக்குமேல் மந்திரம் வளரும் வாய்ப்பில்லை.

வேளாண்மைச் சமூகத்தில் பயிர்கள் செழித்து வளர்வதும் அதற்கு உறுதுணையாகப் பருவங்களின் சுழற்சி முறையாக நடைபெறுவதும் மிகவும் அவசியமாகும். இயற்கையின் ஒத்துழைப்பு வேளாண்மைச் சமூகத்தில் மிகவும் அவசியமாயிருந்தது. இதனால் வேட்டைச் சமூகத்தைவிடவும், மந்திரம் வேளாண்மைச் சமூகத்தில் அதிகரித்தது.

வேளாண்மைச் சமூகத்தில், கால்நடை வளர்ப்புச் சமூகத்தைவிட மந்திரம் வளர்ச்சியடைந்ததை,

> மேய்ச்சல் வெளி இருக்கும்வரை கால்நடைகள் தாங்களே மேய்ந்து தாங்களே இனவிருத்தி செய்துகொள்ளும். ஆனால் கால்நடை வளர்ப்புடன் ஒப்பிடும்போது உழுவது, விதைப்பது, அறுப்பது ஆகிய வேலைகள் கடினமானதாகவும் உறுதியற்றதாகவும் அமைந்து மெதுவாகவே நிகழ்ந்தன. மேலும் பொறுமை, தொலைநோக்கு, நம்பிக்கை ஆகியனவும் அதற்குத் தேவைப்பட்டன. இதன் விளைவாக வேளாண்மைச் சமூகமானது மந்திரத்தின் பரந்த வளர்ச்சியைக் கொண்டிருந்தது.

என்று தாம்சன் *(1980:18)* விளக்குகிறார். தாம்சன் குறிப்பிடும் 'பொறுமை', 'தொலைநோக்கு', 'நம்பிக்கை' என்ற மூன்றும் தொடக்கக்கால வேளாண்குடிகளுக்கும் ஏன் அவசியமாயிருந்தது என்பதற்கும் தேவிபிரசாத் சட்டோபாத்தியாயா *(1959:272)* ஒரு தெளிவான விளக்கம் தருகிறார்:

> தொடக்கக்கால வேளாண்குடிகளுக்குத் தாவரங்கள் ஏன் அல்லது எப்படி வளர்கின்றன என்ற உண்மை தெரியாது. விதைப்பதிலிருந்து அறுவடை வரையுள்ள படிகள் அவர்களுக்கு மிகப்பெரிய புதிராகயிருந்தன. அத்துடன் தொழில்நுட்பமும் மிகவும் பின்தங்கியிருந்த தன் விளைவாக எதிர்பார்க்கும் வெற்றியானது முற்றிலும் நிலையற்றதாகயிருந்தது. இதன் விளைவாகவே வேளாண்மையானது பொறுமை, தொலைநோக்கு, நம்பிக்கை ஆகியனவற்றை அடிப்படையாகக்கொண் டிருந்தது.

இதன் அடிப்படையில் விதைப்பதிலிருந்து அறுவடைவரை ஒவ்வொரு கட்டத்திலும் பல்வேறு மந்திரங்கள் இடம்பெற்றன. இம்மந்திரங்கள் வேளாண்மைச் செழிப்பை அதிகரிக்கச் செய்வதையே தலையான நோக்கமாகக்கொண்டிருந்தன.

இவ்வாறு வேளாண்மைச் சமூகத்தில் தோன்றிய பல்வேறு மந்திரங்களில் மானிடச் செழிப்பையும் வேளாண்மைச் செழிப்பை யும் இணைக்கும் நோக்கில் அமைந்த மந்திரங்கள் நம் கவனத்தை ஈர்க்கும் தன்மையனவாகும்.

மனித சமூக வரலாற்றில் இருவகையான உற்பத்திகள் செல்வாக்குச் செலுத்தியதாக எங்கல்ஸ் *(–:6)* குறிப்பிடுவார்:

> லோகாயதவாதக் கருத்தோட்டத்தின்படி கடைசிக்கும் கடைசியிலே வரலாற்றில் நிர்ணயமான காரணப் பொருளாக விளங்குவது, உடனடி வாழ்க்கையின் உற்பத்தியும்தான்.* ஆனால் இதுவே இருவகைப்பட்ட தன்மை கொண்டது. ஒரு பக்கத்தில் வாழ்க்கைக்கு வேண்டிய சாதனங்களை உற்பத்திசெய்வது – அதாவது உணவு, உடை, வீடு ஆகியவற்றையும் அவற்றைப் பெறு வதற்குத் தேவையான கருவிகளையும் உற்பத்திசெய்வது – அதாவது மனித இனத்தைப் பெருக்கிவருவது.

எங்கல்ஸ் குறிப்பிடும் இவ்விருவகை உற்பத்திகளையும் எந்த ஒரு புராதனச் சமூகமும் ஒதுக்கிவிட்டு வளர முடிய வில்லை. ஏனெனில், புராதன மனிதர்களின் வளர்ச்சியானது

---

* மறு உற்பத்தி – இனப்பெருக்கம்.

இவ்விருவகை உற்பத்தியையும் சார்ந்திருந்தது. இதன் விளைவாகப் பயிர்களை உற்பத்திசெய்யும் விளைநிலத்தைப் பெண்ணாகவும் மனித இனத்தை உருவாக்கும் பெண்ணை விளைநிலமாகவும் உருவகித்தனர்.

பெண்ணாக விளைநிலம்

விளைநிலத்தைப் பெண்ணாக உருவகிக்கும் கருத்தோட்டத்தின் வெளிப்பாடாகவே உழுதொழில் செய்பவனைக் கிழவன் (தலைவன்) ஆகவும், நிலத்தை இல்லாளாகவும் உருவகித்து 'செல்லான் கிழவன் இருப்பின் நிலம்புலந்தில்லாளின் ஊடிவிடும்' (1039) என்றார் வள்ளுவர். "நிலமென்னும் நல்லாள்" (குறள் 1040), நிலமகள், பூமாதேவி, பூமித்தாய் (Mother Earth) என்று பெண்ணாகவே நிலம் உருவகிக்கப்படுவதும் மனித உற்பத்தியும் தானிய உற்பத்தியும் ஒன்றையொன்று சார்ந்திருப்பதாகக் கருதிய தன் அடிப்படையில் எழுந்ததாகும்.

விளைநிலமாகப் பெண்

விளைநிலம் பெண்ணாக உருவகிக்கப்படுவது போலவே பெண்ணும் விளைநிலமாக உருவகிக்கப்படுகிறாள். மனுதர்ம சாஸ்திரத்தில் (Bucner 1964 : 333),

> புனிதமான மரபுப்படி பெண்ணானவள் நிலமாகவும் ஆணானவன் விதையாகவும் அறிவிக்கப்பட்டுள்ளார்கள். விதையும் நிலமும் இணைந்துதான் சகல சொத்துக்களும் உண்டாகின்றன.

என்று (IX 33) குறிப்பிடப்பட்டுள்ளது.

கோவை, நீலகிரி மாவட்டங்களில் வாழும் இருளர்கள் என்னும் இனக்குழுவினரின் திருமணப் பேச்சுகளில் மணப்பெண் நிலமாக உருவகிக்கப்படுகிறாள். பெண் பார்க்கச் செல்லும் மணமகன் வீட்டார் மணப்பெண்ணின் வீட்டில் இரவில் விருந்தினராகத் தங்குவார்கள்.

காலையில் உணவு உண்டபின் நாங்கள் போய் வருகிறோம் என்று மாப்பிள்ளை வீட்டுக்காரர்கள் விடைபெற்றுக் கொள்வர். அப்பொழுது நீங்கள் எப்பொழுதும் வராதவர்கள் வந்திருக்கிறீர்கள், என்ன காரணம்? என்று பெண் வீட்டார் கேட்கிறார்கள். "உங்களிடம் கொஞ்சம் நிலமும் வாழை மரமும் உள்ளதாம், அந்த நிலத்தை உங்களிடம் கேட்டு வேளாண்மை செய்யலாம் என்று வந்திருக்கிறோம்" என்று மாப்பிள்ளை வீட்டுக்காரர்கள் கூறுகிறார்கள். "நீங்கள் அந்த முள்ளுக்காட்டை வெட்ட

ஆ. சிவசுப்பிரமணியன்

மாட்டீர்கள். எதற்கும் வீட்டிலுள்ள அனைவரையும் கேட்டுவிட்டு நீங்கள் அடுத்தமுறை வரும்பொழுது பதில் சொல்லுகிறோம்" என்று பெண் வீட்டுக்காரர்கள் கூறு கிறார்கள். இரண்டாவது முறை மாப்பிள்ளை வீட்டுக் காரர்கள் பெண் வீட்டிற்குச் செல்லுகிறார்கள். முதன் முறை விருந்து கொடுத்து விருந்தோம்பியது போலவே இம்முறையும் விருந்து கொடுக்கிறார்கள். பெண் வீட்டி லுள்ள எல்லோரிடமும் "நிலம் வேண்டும்" என்று கேட்கிறார்கள். "எங்களிடம் சின்னக்காடுதான் இருக்கிறது. அதை நல்லமுறையில் வெள்ளாமை செய்ய வேண்டும்" என்று பெண் வீட்டுக்காரர்கள் சொல்கிறார்கள். "நாங்கள் நல்லமுறையில் நிலத்தைப் பயிர் செய்கிறோம்" என்று மாப்பிள்ளை வீட்டுக்காரர்கள் கூறுகிறார்கள்.
(பெரியாழ்வார் 1971 : 417 – 418)

மானுடச் செழிப்பும் தாவரச் செழிப்பும்

தாவரச் செழிப்பும் மானுடச் செழிப்பும் ஒன்றை ஒன்று சார்ந்திருப்பதாகக் கருதும் இக்கருத்தோட்டம், புராதன மனிதர் களிடம் தோன்றியதற்கான காரணம் குறித்து பட்டாச்சார்யா (1977:6) தரும் விளக்கம் வருமாறு: தங்கள் சொந்த அனுபவங் களின் அடிப்படையில் தங்களைச் சுற்றியுள்ள பொருள்களை அணுகி வாழ்க்கை குறித்த ஒரு நடைமுறைத் தத்துவத்தைப் பழங்கால மக்கள் உருவாக்கினார்கள். இம்முயற்சியில் அவர் களுக்குக் கிடைத்த ஒரே விதியாக, 'ஒப்புமை' அல்லது 'ஒத்திசைவு' விதி (Principle of analogy) அமைந்தது. வேறுபட்ட பொருள்களுக் கிடையில் காணப்படும் சில பண்புக் கூறுகளின் ஒத்த தன்மை யினை அடிப்படையாகக் கொண்டே இவ்விதி உருவாக்கப் பட்டது. இதன் அடிப்படையில்தான் இயற்கை உற்பத்தியினை மனித உற்பத்தியின் பொருளிலே கண்டார்கள். இதன்படி மானுடத்தாயின் வடிவமாகப் பூமித்தாய் அமைந்தாள்.

ஒப்புமை விதியின் அடிப்படையில் நிலத்தின் செயல்பாடும் பெண்ணின் செயல்பாடும் இவ்வாறு பொருத்திப் பார்க்கப் பட்டது. குழந்தைப்பேறு என்ற செழிப்பினைப் பெண் வெளிப் படுத்துகிறாள். நிலம் பயிர்களின் செழிப்பிற்கு மூலாதாரமாய் அமைகிறது. எனவே, இருவகைச் செழிப்பின் சின்னமாகவும் பெண் கருதப்பட்டாள். இதன் விளைவாக மானிடச் செழிப்பைத் தோற்றுவிக்கும் பெண், தாவரச் செழிப்பை அதிகரிக்கச் செய்யும் ஆற்றல் வாய்ந்தவளாகவும் கருதப்பட்டாள். இந்நம்பிக்கையினை இன்றும் நெல்லை மாவட்டத்தின் கிராமப் பகுதிகளில் காணலாம். நடுகை, களையெடுப்பு போன்ற செயல்களைப் பெண்கள் மேற்கொண்டால் பயிர் நன்கு செழித்து வளரும்

என்ற நம்பிக்கை இம்மாவட்டத்தில் கரிசல் நிலப் பகுதிகளில் நிலவுகிறது. பெண்களின் சேலை பயிரில் படுவதை "முந்தானை படனும், முந்தி வீசனும்" என்ற சொற்களால் குறிப்பிட்டு இச்செயல் பயிர்ச்செழிப்பை அதிகரிக்கும் என்று நம்புகிறார்கள்.

செழிப்பை மிகுதியாக உடையவள் என்ற நம்பிக்கையின் அடிப்படையில், இரட்டைக் குழந்தைகள் பெற்ற தாய், முதலில் நாற்றை நட்டு நடுகையைத் தொடங்கிவைக்கும் வழக்கமும் பல கிராமங்களில் நிலவுகிறது. ஆப்பிரிக்காவிலும் செழிப்பை அதிகரிக்கும் ஆற்றல் வாய்ந்தவளாக இரட்டைப் பிள்ளைகள் பெற்ற தாய் கருதப்படுகிறாள். இரட்டைக் குழந்தைகள் பெற்ற தாய் முதலில் விதைத்து முடித்த பின்னரே மற்றவர்கள் விதைக்கத் தொடங்குகிறார்கள். மத்திய ஆப்பிரிக்காவிலுள்ள பண்டு என்ற இனக்குழுவினர், பறவைகள் மற்றும் விலங்குகளின் செழிப்பையும் கூட, இரட்டைக் குழந்தைகள் பெற்ற தாய் அதிகரிக்கச் செய்வாள் என்று நம்புகிறார்கள். அதனால் புறா மாடம், கோழிக் கூடு, மாட்டுத்தொழுவம், ஆட்டுப்பட்டி ஆகியனவற்றை அமைக்கும் போது இரட்டைக் குழந்தைகள் பெற்ற தாயை அழைத்துவந்து கால் கோள் நிகழ்த்துகிறார்கள் (Frazer 1976 h : 154).

இருவகைச் செழிப்பின் சின்னமாகவும் பெண் கருதப் பட்டமையாலேயே செழிப்புத் தெய்வங்களாகப் பெண் தெய்வங்கள் அமைந்து தாய்த் தெய்வ வழிபாடு தோன்றி வளர்ந்தது. அத்துடன் குழந்தை உற்பத்தியுடன் தொடர்புடைய பெண்குறியும் கருப்பையும் செழிப்பின் குறியீடாகவும் அமைந் தன. இதன் விளைவாகப் பெண்குறி வழிபாடும் கருப்பையின் குறியீடான பூரணகடா (பூரண கும்பம்) வழிபாடும் தோன்றின.

பெண்குறி வழிபாடு

பலுசிஸ்தான், மேற்காசியா, ஏஜியின் கடற்கரையைச் சுற்றியுள்ள பகுதிகள், ஏலம், மெசபடோமியா, ஆசியா மைனர், சிரியா, பாலஸ்தீனம், சைப்ரஸ், மொகஞ்சதாரோ ஆகிய உலகின் பல பகுதிகளில் நிகழ்ந்த அகழ்வாராய்ச்சியில் சுடுமண் உருவங் கள் கிடைத்துள்ளன. இவ்வுருவங்களில் சில, 'மாபெரும் தாய்' (Great Mother) அல்லது 'இயற்கைத்தாய்' (Goddess of Nature) என அடையாளம் காணப்பட்டுள்ளன. இச்சுடுமண் உருவங் களைத் தவிர ஹரப்பாவில் கிடைத்த முத்திரைகள் ஒன்றில் தலைகீழாக நிற்கும் நிர்வாணமான பெண்ணொருத்தியின் கருப்பையிலிருந்து செடியொன்று வளர்ந்திருப்பதுபோல் அமைக்கப்பட்டுள்ளது (Narasimhaswami 1952 : 138).

தமிழ்நாட்டில் கும்பகோணம் அருகிலுள்ள தாராசுரம் என்னும் ஊரிலுள்ள கோவிலொன்றில் 'சக்ராயி' என்ற

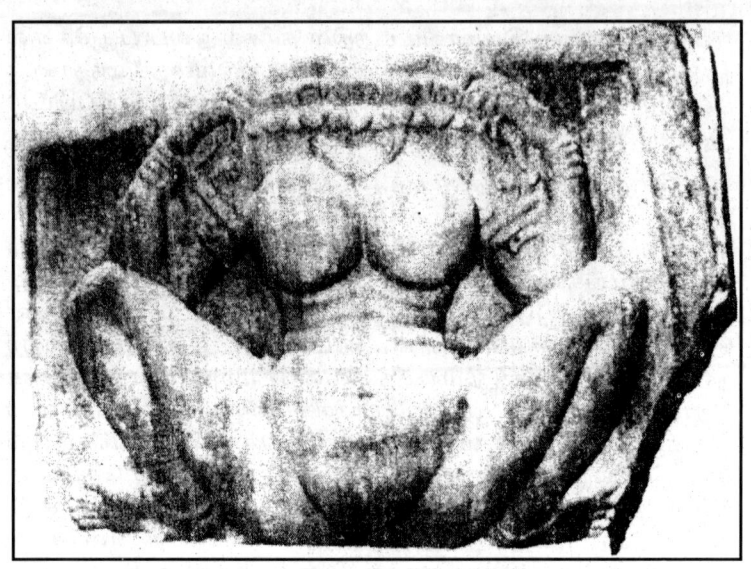

சக்கராயி (கும்பகோணம்)

பெயருடைய பெண் தெய்வமொன்றுள்ளது. பிராமணர்கள் உட்பட அனைத்துச் சாதியினராலும் வணங்கப்படும் இத்தெய்வம், சௌராஷ்டிர சாதியினரால் மிக விருப்பமாக வணங்கப்படுகிறது.

இத்தெய்வத்தின் சிற்பமானது நிர்வாணமாகவே அமைந்துள்ளது. உட்கார்ந்த நிலையில் கால்களை அகலமாக விரித்துக் கொண்டு, பெண்குறியினைக் காட்டிய நிலையில் இச்சிற்பம் காட்சியளிக்கிறது. மனிதத் தலைக்குப் பதிலாக நன்றாக மலர்ந்த தாமரை மலர் தலையாக வடிக்கப்பட்டுள்ளது.

குழந்தை பெற்ற பெண்கள் கைக்குழந்தையுடன் வந்து இத்தெய்வத்தின் முன்னிலையில் கிடத்தி வணங்குகிறார்கள். இச்செயல் செழிப்பு வழிபாட்டுடன் உள்ள தொடர்பையுணர்த்தி நிற்கிறது *(Nagaswamy 1978 : 134).*

ஆந்திர மாநிலத்திலுள்ள நாகார்சுனகொண்டா என்னுமிடத்தில் கி.பி. மூன்றாம் நூற்றாண்டைச் சேர்ந்த சிற்பமொன்று கிடைத்துள்ளது. இச்சிற்பம் மேல்பகுதி உடைந்த நிலையில் காட்சியளிக்கிறது.

> ஆடையற்ற நிர்வாணக் கோலத்தில் உள்ள பெண்ணின் உருவத்தை இது சித்தரிக்கிறது. இரண்டு கால்களையும் அகற்றி மடக்கி உட்கார்ந்த நிலையில் இந்த உருவம் காணப்படுகிறது. பாதங்கள் இரண்டும் புறநிலையில்

பக்கவாட்டில் சரிந்து மேல்நோக்கி உள்ளன. இக்கல்லுருவத்தில் ஏராளமான நகையணி வேலைப்பாடு காணப்படுகிறது. தொப்புள் முடிச்சுக்குக் கீழே உள்ள அடி வயிற்றுப் பாகத்தின் குறுக்கு வட்டத்து நெடுசரமாக முத்து அல்லது விலையுயர்ந்த கற்கள் பதித்த அட்டிகை அணிகலன் காணப்படுகிறது. இந்த அட்டிகையோடு இருக்கும் அடி வயிற்றின் புடைப்பு, பூரண கும்ப கலசம் போல் தோற்றம் அளிக்கிறது. *(Nagaswamy 1952 : 138)*

செழிப்பின் சின்னமாகப் பெண்குறியும் கருப்பையும் கருதப்பட்டதை இச்செய்திகள் உணர்த்துகின்றன. இவற்றை மிகைப்படுத்திக் காட்டும் முறையில் உருவாக்கப்பட்ட சுடுமண் உருவங்களும் சிற்பங்களும் ஒத்த மந்திரமாக அமைந்து மானிடச் செழிப்பையதிகரிக்கும் என்று நம்பியுள்ளார்கள்.

பூரண கும்பம்

இவ்வாறு பெண்குறியினை நேரடியாகச் சித்தரிப்பது தவிர, குறியீட்டு முறையில் கருப்பையைச் சித்தரிக்கும் முயற்சியின் வெளிப்பாடே பூரண கும்பம் அல்லது பூரணகடா ஆகும். மேற்கூறிய நாகார்சுனகொண்டா சிற்பத்தில் அடி வயிற்றுப்பகுதி கும்ப வடிவில் சித்தரிக்கப்பட்டிருப்பது இதனையுணர்த்தும்.

'சத்பதபிரமாணா' என்னும் வடமொழி நூலில் கடா அல்லது கும்பம் தாய்த் தெய்வத்தின் கருப்பைக்குச் சமமாகக் கூறப்படுகிறது. 'கதாசரித்திர சாகா' என்னும் நூலில் கும்பம் அல்லது கடா கருப்பையாக ஐயமின்றிக் குறிப்பிடப்பட்டுள்ளது. எல்லாத் தாய்த் தெய்வங்களையும் முன்னிலைப்படுத்திக் கொண்டாடப்படும் நவராத்திரி என்னும் செழிப்பு விழாவானது கும்பம் ஒன்றை வைத்தே தொடங்குகிறது *(Bhattacharyya 1975 : 98)*.

மித்திரா, வருணன் ஆகிய தேவர்களின் விந்து ஊற்றப்பட்ட கும்பத்திலிருந்தே வசிஷ்ட முனிவர் தோன்றியதாக ரிக்வேதம் குறிப்பிடுகிறது (அகத்தியரும் கும்பத்தில் பிறந்ததாகக் கருதப்பட்டு கும்பமுனி என்றழைக்கப்படுகிறார்). மகாபாரதத்தில் கௌரவர்களும் அவர்களது சகோதரியும் அவர்களின் தாயான காந்தாரியின் வயிற்றிலிருந்து பிறந்ததாகக் குறிப்பிடப்படவில்லை. நெய் நிரம்பிய கும்பத்தில் அவர்களது வளர்ச்சியடையாத கரு வைக்கப்பட்டு அதிலிருந்தே அவர்கள் தோன்றியதாகக் குறிப்பிடப்பட்டுள்ளது. மெசபடோமியாவிலும் *Ea* என்னும் தெய்வத்தின் கையிலுள்ள கும்பத்திலிருந்து இரண்டு ஆறுகள் தோன்றுவது போல் சிலை அமைந்துள்ளது (அகத்தியரின் கமண்டலத்திலிருந்தே காவிரியாறு தோன்றியதாக மணிமேகலை (பதிகம் 11 – 12) குறிப்பிடுகிறது). இஸ்தர் என்ற பாபிலோனியப் பெண்

தெய்வத்தின் சிலையிலும் செழிப்பின் சின்னமாகவும் கருப்பை யின் குறியீடாகவும் கும்பமொன்றுள்ளது. 'விதுர பண்டித ஜாதகா' என்னும் வடமொழி நூல், நீர் நிரம்பிய கும்பத்தை இரு கரங்களையும் இணைத்து வணங்க வேண்டுமென்று குறிப்பிடுகிறது (Kosambi 1962 : 72). நீர் நிரம்பிய "கரக நிறைய மலரணிந்து" காலையில் வணங்க வேண்டுமென்று ஆசாரக் கோவை (46) குறிப்பிடும்.

திருமண மேடையில் நீர் நிரம்பிய கும்பத்தை இடம்பெறச் செய்யும் வழக்கம் தமிழகத்தில் பரவலாகவுள்ளது. கொங்கு வேளாளர் திருமணத்தில், கரகத்திற்கு வழிபாடு நடத்திய பிறகே திருமணச் சடங்குகள் தொடங்கும். திருமணம் முடிந்த பின்னரும் மீண்டும் கரகத்திற்கு வழிபாடு நடக்கும். "சாலும் கரகமும் சந்திரன் முன்னாக" என்று கொங்கு வேளாளர் திருமண வாழ்த்துக் குறிப்பிடும் (மீனாட்சிசுந்தரம் 1974). இறப்புச் சடங்கிலும், நீர் நிரம்பிய கும்பத்திற்கு மாலையணிவித்து எடுத்துவரும் "நீர்மாலை" என்ற சடங்கு நெல்லை மாவட்டத்தில் பரவலாகக் காணப்படுகிறது.[5] ஈமப்படுக்கையில் இருக்கும் இறந்தவரின் உடலை, நீர் நிரம்பிய மண் கலயத்துடன் இறுதிக் கடன் செய்பவர், மூன்றுமுறை சுற்றி வரும் வழக்கம் நெல்லை மாவட்டச் சைவ வேளாளர்களிடம் உள்ளது. ஒவ்வொரு சுற்றின் தொடக்கத்திலும் மண் கலயத்தில் நாவிதரால் துவாரமிடப்படும். எனவே, சுற்றி வரும்போது கலயத்திலிருந்து நீர் வடிந்துகொண்டே யிருக்கும். நீர் வடியும் கும்பமானது செழிப்பின் சின்னமென்று ஆர்.டி. பார்னட் என்பவர் கூறுவார் (Kosambi 1962 : 72). இங்கும் நீர் வடியும் மண்கலயம் செழிப்பின் குறியீடாக அமைகிறது. குடும்பத்தில் ஓர் உறுப்பினரின் மறைவுக்குப் பின்னரும் அக்குடும்பத்தில் செழிப்பு நிலைத்திருக்க இச்சடங்கு உறுதி செய்கிறது. இறந்தவரை நினைத்துப் பதினாறாம் நாள் சடங்கு நிகழும்வரை நாள்தோறும் சிறிய செம்பு ஒன்றில் நீர் ஊற்றி அதில் ஒன்றிரண்டு மலர்களையிட்டு, விளக்கின்முன் வைக்கும் பழக்கமும் சைவ வேளாளர்களிடமுள்ளது. இதுவும் நீர் நிரம்பிய கும்பத்தின் வாயிலாகச் செழிப்பை உறுதிப்படுத்தும் நோக்கி லேயே அமைந்துள்ளது.

இறப்பு என்பது தாயின் கருப்பையில் மீண்டும் புகுவது என்று ரிக்வேதம் குறிப்பிடும். ஹரப்பாவில் கிடைத்துள்ள கல்லறையொன்று, கைக்குழந்தைகளைக் கும்பத்திற்குள் இட்டுப் புதைக்கும் பழக்கமிருந்ததை உணர்த்துகிறது (Kosambi 1962 : 75). நெல்லை மாவட்டத்திலும் இறந்தவர்களை எரித்தபின் கிடைக்கும் அஸ்தியினை மண் கலயத்திலேயே (கும்பம்) சேகரிக்கிறார்கள். வேறு வடிவில் உள்ள மண் பாத்திரங்களை இதற்குப் பயன்

படுத்துவதில்லை. அஸ்திக் கலயம் என்றே இக்கலயம் அழைக்கப் படுகிறது.

இன்றும் நெல்லை, குமரி மாவட்டக் கிராமத் தெய்வங்களின் கோவில் கொடை விழாவினை ஒட்டிக் கரகமெடுத்தல் என்ற சடங்கு நிகழும். கோவில் கோமரத்தாடி, ஊர் நீர்நிலையில் நீராடி, ஈர உடையுடன், வேப்பிலை வைக்கப்பட்ட நீர் நிரம்பிய கலயம் அல்லது குடத்தைத் தலையில் சுமந்தவாறு, கிராமத்தைச் சுற்றி வந்து கோவிலை அடைவான். இதுவும் விழாவின் முக்கிய அங்கமாகும்.

வெண்கலத்தாலான கெண்டி என்ற பாத்திரமானது மங்கல, அமங்கலச் சடங்குகளில் நீர் வார்க்கப் பயன்படுத்தப்படுகின்றது. திருமணச் சடங்கில் தாரைவார்த்துக் கொடுக்கவும் முன்னர் குறிப்பிட்ட நீர்மாலைச் சடங்குகளிலும் இந்தக் கெண்டி பயன் படுத்தப்படுகிறது. பூரண கும்பத்தின் வளர்ச்சியாகவே கெண்டி அமைந்துள்ளது. கெண்டியின் நடுப்பாகம் புடைத்திருப்பது கருப்பையின் குறியீடாக அமைகிறது. கெண்டியின் நீண்ட மூக்குப்பகுதி ஆண்குறியின் குறியீடாக அமைந்து, மானிடச் செழிப்பின் மூலாதாரமான ஆண் பெண் உறவை உணர்த்தி நிற்கின்றது.

மங்கல, அமங்கல நிகழ்ச்சிகளிலும் கோவில் திருவிழாக் களிலும் நூல் சுற்றப்பட்ட நீர் நிரம்பிய கும்பம் ஒன்றின் வாய்ப்பகுதியில் தேங்காய் ஒன்றை வைத்து அதனைச் சுற்றி மாவிலைகளை வைத்திருப்பது யாவரும் அறிந்த ஒன்றாகும். கும்பத்தின் மேற்பகுதியில் இடம்பெறும் மாவிலையும் தேங்காயும் தாவரச் செழிப்பை உணர்த்துகின்றன. கும்பமானது பெண்ணின் கருப்பையின் குறியீடாக அமைகிறது. கருப்பையில் இடம்பெறும் விந்தாகக் கும்பத்திலுள்ள நீர் அமைகின்றது. இது தொத்து மந்திரத்தின்பாற்பட்ட செழிப்பு மந்திரமாகும். இங்குத் தாவரச் செழிப்பும் மானுடச் செழிப்பும் கற்பனையான முறையில் தொடர்புபடுத்தப்படுகின்றன.

பயிர் வளத்துக்கும் ஆண் – பெண் உறவு போன்ற அம்சம் உண்டு என்ற நம்பிக்கையைச் சார்ந்து தோன்றிய சில மந்திரச் சடங்குகளை இனிக் காண்போம்.

மானிடப் புணர்ச்சியும் பயிர்ச்செழிப்பும்

மனிதன் இனவிருத்தி செய்வதையும் தாவரங்கள் இன விருத்தி செய்வதையும் புராதன மக்கள் ஒன்றாகக் குழப்பிக் கொண்டார்கள். இதனால் மானிடச் செழிப்பின் மூலம்

ஆ. சிவசுப்பிரமணியன்

வேளாண்மைச் செழிப்பை அதிகரிக்கச் செய்யலாம் என்ற நம்பிக்கை புராதனச் சமூகத்தில் நிலவியது (Frazer 1976a : 98).

இந்த நம்பிக்கையின் விளைவாகப் பல இனக்குழு மக்களிடம், விளைநிலத்தில் மனைவியுடன் புணர்வதன் மூலம் அவ்விளைநிலத்தின் செழிப்பை அதிகரிக்கலாம் என்ற நம்பிக்கை இடம்பெற்றுள்ளது. மானுடச் செழிப்பின் மூலமான (Root) புணர்ச்சியின் வாயிலாகத் தாவரச் செழிப்பைப் பெருகச் செய்வதே இதன் அடிப்படை நோக்கமாகும்.

மத்திய அமெரிக்காவிலுள்ள பிப்பில்ஸ் என்ற இனக்குழு மக்கள் நிலத்தில் விதைகளை விதைக்கும் நாளுக்கு முந்தைய நான்கு நாள்கள் மனைவியரை விட்டுப் பிரிந்திருப்பர். விதைக்கும் நாளுக்கு முந்தைய இரவன்று முழுவீச்சுடன் புணர்ச்சியில் ஈடுபடுவர். நிலத்தில் விதைக்கப்பட்ட அடுத்த வினாடியே புணர்ச்சி செய்வதற்கென்றே சிலரை நியமிப்பார்கள். ஜாவாவின் சில பகுதிகளில் நெற்பயிரில் பால் பிடிக்கும் பருவத்தில் அவ்விளைநிலத்திற்குரிய கணவனும் மனைவியும் இரவில் விளை நிலத்திற்குச் சென்று பயிர் வளர்ச்சிக்காகப் புணர்வர் (Frazer 1976a : 98).

இதே நோக்கத்தை அடிப்படையாகக் கொண்ட ஒரு செழிப்புச் சடங்கு தருமபுரி மாவட்டத்திலுள்ள ஐருரு என்ற ஊருக்கு அருகில் நடைபெறுகிறது. மூன்று நாள்கள் நடைபெறும் விழாவில்,

> களிமண்ணால் செய்யப்பட்ட ஆண் – பெண் உருவங்கள் இரண்டு தரையில் கிடத்தப்படும். விழாவிறுதி நாளன்று இரவு முக்கியச் சடங்கு நடைபெறும். அருகில் உள்ள ஒரு கிராமத்திலிருந்து களிமண்ணால் ஆண்குறியைச் செய்துகொண்டு வருவர்; மற்றொரு கிராமத்தில் பெண்குறியைச் செய்துகொண்டு வருவர். இறுதியாக நடைபெறும் சடங்கில் ஆண்குறியைப் பெண்குறியில் நட்டுவைப்பர். கிடத்தப்பட்டிருக்கும் ஆண் பெண் உருவங்களைப் புணரும்படி செய்வர். விழாவின் தொடக்க நாளன்று தானியங்கள் முளைவிட்டிருக்கும். களிமண் ணோடு ஒரு பிடி பெயர்த்துக்கொண்டுபோய் தங்கள் வயலில் தூவுவர். அதனால் வயல் வளம் பெருகும் என்ற நம்பிக்கையுள்ளது. (பூங்குன்றன் 1 – 4)

மானுடச் செழிப்பை, தாவரச் செழிப்பாக மாற்ற விளை நிலத்தில் ஆணும் பெண்ணும் புணர்ந்ததன் எச்சமாகவே இச்சடங்கு அமைந்துள்ளது. விளைநிலத்தில் புணர்வதால் பயிர் செழித்து வளரும் என்ற கருத்தமைந்த பாடல்களும்

கொங்கு நாட்டுப் பகுதியில் இன்றும் வழங்கிவருகின்றன (கிருட்டினசாமி 1981 : 192 – 193).

மதுரை, திருச்சி தேசிய நெடுஞ்சாலையில் கல்லாமேடு, கோவில்பட்டி என்ற கிராமங்களிலும் அதன் சுற்றுப்புறங்களிலும் திருஷ்டி பொம்மை என்ற பெயரில் சுடுமண் உருவங்கள் வயலில் நிறுத்திவைக்கப்படுகின்றன. இப்பொம்மை கண்ணேறு விழுவதைத் தடுக்கும் என்று குறிப்பிடுகிறார்கள். ஆனால் இப்பொம்மை கண்ணேறு போக்குவதற்காகத் தொடக்கக் காலத்தில் நிறுவப்பட்டிருக்க முடியாது. ஏனெனில், ஆண் – பெண் புணர்ச்சி நிலையில் இப்பொம்மை அமைந்துள்ளது. எனவே விளைநிலத்தில் செழிப்பை அதிகரிக்கச் செய்யும் சடங்கின் குறியீடாகவே இப்பொம்மை அமைந்து உள்ளது.

நெல்லை மாவட்டத்தில், புணர்ச்சியைக் குறிக்கும் போகம் என்ற சொல், பயிரிடும் பருவத்தைக் குறிக்கும் சொல்லாகவும் வழங்கிவருகிறது. ஆனி, ஆடி மாதங்களில் நெற்பயிர் பயிரிடும் காலம் முதற்போகம் என்றும் ஐப்பசி, கார்த்திகை மாதங்களில் நெற்பயிர் பயிரிடும் காலம் இரண்டாம் போகம் என்றும் பொருநை ஆற்று நீரைப் பயன்படுத்தும் பகுதிகளில் இன்றும் குறிப்பிடப்படுகிறது. மழைக்காலத்தில் நெற்பயிரும் கோடைப் பருவத்தில் இறவை நீரைப் பயன்படுத்திப் புன்செய் பயிர்களும்

திருஷ்டி பொம்மை (கல்லாமொழி)
நன்றி : நாட்டார் வழக்காற்றியல் ஆய்வுமையம், பாளையங்கோட்டை.

பயிரிடும் நிலங்களைக் குறிப்பிடும்போது 'ஒரு போகம் நஞ்சை' (நன்செய்), 'ஒரு போகம் புஞ்சை' (புன்செய்) என்று கூறும் வழக்கமும் இம்மாவட்டத்திலுண்டு.

விளைநிலத்தைப் பெண்ணாகவும் அதில் பயிரிடுவதைப் புணர்ச்சியாகவும் கருதியதன் எச்சமாகவே 'போகம்' என்ற சொல் வழங்கிவருகிறது. தூத்துக்குடி மாவட்டத்திலுள்ள கும்மரெட்டியாபுரம் என்னும் கிராமத்தில் சுமார் 35 – 40 ஆண்டுகளுக்கு முன்னர் 'தட்டைக்காட்டுத் திருவிழா' என்ற விழா நடைபெற்று வந்தது. மாசி மாதம் அவ்வூர்க் கோயில் திருவிழாவின்போது, கம்பு மற்றும் சோளப்பயிர்களின் கதிர்கள் மட்டும் கொய்யப்பட்டு அதன் தட்டைகள் அறுக்கப்படாமல் ஆளுயரத்துக்கு வளர்ந்து நிற்கும். இத்திருவிழாவைக் காணவரும் ஆண், பெண்கள் எவ்விதத் தடையுமின்றி விரும்பியவருடன் கம்பு, சோளத் தட்டைகளின் மறைவில் சென்று உடலுறவு கொள்வர் (இதன் காரணமாகவே தட்டைக்காட்டுத் திருவிழா என்று இது பெயர்பெற்றது என்றும் கூறுவர்). அன்று மட்டும் யாரும் இதனைக் கண்டுகொள்வதில்லை. விழா முடிந்தபின்னர் இத்தட்டைகள் அறுவடை செய்யப்படும். தற்பொழுது இத் திருவிழா நிகழ்ந்தாலும் வரைமுறையற்ற உடலுறவு நிகழ்ச்சி (*Promiscuity*) நடைபெறுவதில்லை.

இந்நிகழ்ச்சியும் முன்னர் குறிப்பிட்டதுபோல் விளைநிலத்தில் புணர்வதன் மூலம் பயிர்ச் செழிப்பை அதிகரிக்கலாம் என்ற நம்பிக்கையின் அடிப்படையிலேயே நிகழ்ந்துள்ளது.

மந்திரத்தின் பயன்பாடு

இவ்வாறு புராதன மனிதனின் வாழ்க்கையில் தோன்றி வளர்ந்த மந்திரம், அது தோன்றிய காலத்தில் மக்களுக்கு வழிகாட்டியாக அமைந்தது. வேட்டையாடுதலை முக்கியத் தொழிலாகக் கொண்ட சமூக அமைப்பில் தோன்றிய வேட்டை நடனங்கள், வேட்டையாட வேண்டிய மிருகங்களின் செயல்பாடுகளை உற்றுநோக்கியதன் அடிப்படையில் அமைந்தன. எனவே ஒருவகையில் இது ஓர் ஒத்திகை நிகழ்ச்சியாக வேட்டையாடிகளுக்கு அமைந்தது. அத்துடன் அவர்களுக்கு உளவியல் முறையில் உத்வேகத்தையும் அளித்தது. இதுபோலவே, போருக்குச் செல்கிறோம் என்ற உணர்வினால் உந்தப்பட்டு நிகழும் போர் நடனங்களும் போர் வீரர்களுக்கு உத்வேகத்தையளித்தன. இதனால்தான்,

> மந்திரம் அறியாமையைச் சார்ந்திருக்கிறது. ஆனால் அதை வெறும் அறியாமை என்று கருதுவது தவறாகும். உளவியல் முறையில் அமைந்ததென்றாலும் அது செயலுக்கு வழிகாட்டியாகும். வேளாண்மையின்

தொடக்கக் கட்டத்தில் உளவியல் வழிகாட்டியான
மந்திரம் மிகவும் தேவையாக இருந்தது

என்று சட்டோபாத்தியாயா (1959 : 272) கூறுவார்.

பயிர்த்தொழிலுடன் தொடர்புடைய பாவனை நடனங்கள் பயிர் வளர்ப்போர் மத்தியில் ஏற்படுத்தும் உளவியல் விளைவு குறித்துத் தாம்சன் கூறும் கருத்துகளைச் சற்று விரிவாக மேற்கோள் காட்டுவது மந்திரத்தின் உளவியல் அடிப்படையைப் புரிந்து கொள்ள உதவியாய் இருக்கும்.

நாம் வாழும் சமுதாயமானது தொழில்நுட்ப வளர்ச்சி பெற்றதன் காரணமாக, மந்திரத்தின் உளவியல் பயன் இன்று தேவையற்றதாகிவிட்டது. என்றாலும் நம் சமூக வாழ்க்கையில் மந்திரமும் மந்திரச் சடங்குகளும் இன்றும் செல்வாக்குடன் திகழ்கின்றன. எடுத்துக்காட்டாக, ஐந்து மந்திரச் சடங்குகள் மட்டும் இங்கு ஆராயப்படுகின்றன. இவற்றுள் முதல் மூன்று மந்திரச் சடங்குகளும் தூய மந்திரத்தின்பாற்பட்ட செழிப்புச் சடங்குகளாகும். இறுதி இரண்டு சடங்குகளும் பாதுகாப்பு அழிப்பு மந்திரத்தின்பாற்பட்ட தீமையை மாற்றியமைக்கும் சடங்குகளாகும். இச்சடங்குகளில் மந்திரத்தின் உட்கூறுகளான விருப்பம், செயல், சொல் என்பன இடம்பெற்றிருப்பதைப் பக்கங்கள் 67, 68இல் தரப்பெற்றுள்ள அட்டவணையின் வாயிலாக உணரலாம்.

குறிப்புகள்

1. நிறைமொழி மாந்தர் ஆணையிற் கிளந்த மறைமொழி
   தானே மந்திரம் என்ப

   என்ற தொல்காப்பியச் செய்யுளியல் (178) நூற்பாவில் கட்டளையிடும் தன்மையிலும் மறைமொழியாகவும் மந்திரம் அமைந்திருக்கும் என்று குறிப்பிடப்பட்டுள்ளது. இது, மேலும் ஆய்வுக்குரிய ஒன்றாகும். இன்றும் இயற்கைச் சக்திகளுக்கு ஆணையிடும் தன்மையிலமைந்த சில பாடல் களுடன் கூடிய செயல்கள் கிராமங்களில் நிகழ்கின்றன. இவற்றை மந்திரம் என்றே கூற வேண்டும். எடுத்துக் காட்டாக, ஒரு நிகழ்ச்சியைக் குறிப்பிடலாம். மேகம் திரண்டு, வானம் இருண்டு, கதிரவன் ஒளி இல்லாத நிலை தொடர்ச்சியாக இருந்தால் ஆகாயத்தை நோக்கிய வாறு

   சுக்கு முக்கு தட்டித் தாரேன்
   சூடான வெயிலு போடு
   ஓட்டப்பானை தட்டித் தாரேன்
   ஓடி ஓடி வெயிலு போடு

என்று கட்டளையிடும் தோரணையில் பாடும் வழக்கம் ஒட்டப்பிடாரம் பகுதியில் உள்ளது.

2. ஆலமரம் அல்லது அத்திமரம் இல்லாதபோது பூவரச மரத்திலும், இம்மூன்று மரங்களும் இல்லாதபோது வேறு மரங்களிலும், நஞ்சுக் கொடியைக் கட்டுவதுண்டு. இதனை நாய் தின்றுவிட்டால் பால் சுரப்பு நின்றுவிடும், கன்றுக் குட்டி இறந்துவிடும் என்ற நம்பிக்கையும் தொத்து மந்திரத் தின் அடிப்படையில் எழுந்ததுதான்.

3. தமது பாட்டனார் எழுதிவைத்திருந்த மந்திரக் குறிப்பு களடங்கிய குறிப்பேட்டினை எனக்கு அளித்தவர் திரு. என். சுப்புராம், எம்.ஏ., நள்ளி – குமாரபுரம், விருதுநகர் மாவட்டம்.

4. ஒப்புமை என்பதன் இலக்கணம் குறித்து மில் என்பவர் பின்வருமாறு கூறுகிறார்: "இரண்டு பொருள்கள் ஒன்று அல்லது ஒன்றுக்கு மேற்பட்ட இயல்புகளில் ஒத்திருக் கின்றன. இதில் ஒரு பொருள் ஒரு குறிப்பிட்ட பண்பைப் பெற்றிருக்கிறது. ஆகவே மற்றொரு பொருளும் அக்குறிப் பிட்ட பண்பைக் கொண்டிருக்கும் என்பது உண்மை யாகும்." இவ்விளக்கத்தின்படி, நிறைவற்ற ஒப்புமையி லிருந்து (Partial Resemblance) முழுமையான (Complete) ஒப்புமை அனுமானிக்கப்படுகிறது. ஒப்புமையானது நிகழ் திறம் (Probability) காட்டினாலும் நிச்சயத்தை (Certainty) காட்டாது. கருதுகோளைக் (Hypothesis) குறிப்புணர்த்தப் பயன்படும். ஆனால் அதனை மெய்ப்பிக்கப் பயன்படாது. என்றாலும் கருதுகோளின் பிறப்பிடமாக இது அமைந்து பல புதிய அறிவியல் கண்டுபிடிப்புகளுக்கு உதவிகரமாக யிருந்துள்ளது (மகாதேவன் 1975 : 227 – 31).

5. இம்மாவட்டத்தில் வழங்கும் ஒப்பாரிப் பாடலொன் றிலும் நீர்மாலை குறிப்பிடப்பட்டுள்ளது.

செங்கை மடை திறந்து
செம்பு கொண்டு நீர் மோந்து
மாராடி நூல் போட்டு
மாவிலையும் கையிலெடுத்து
கெண்டி மேல் தேங்காய் வச்சி
செவ்வரளி மாலை போட்டு
ஒரு மகனும் செம்பெடுத்தால்
ஓடி வரும் நீர்மாலை

(வானமாமலை 1977 : 605)

மந்திரச் சடங்கு	விருப்பம்	சொல்	செயல்
முளைப்பாரி	1. மழை	1. மழை பெய்ததாகப் பாடும் முளைக்கும்மிப்பாடல்	1. முளைப்பாரியை வளர்த்தல்
	2. பயிர்ச் செழிப்பு	2. தானிய முளைகளின் வளர்ச்சியைக் குறிப்பிடும் முளைக்கும்மி	2. முளைக்கும்மியின்போது இடியோசைபோல் கை கொட்டுதல் 3. நீரில் முளைப்பாரியைப் போடல்
	3. மகப்பேறு	3. முளைப்பாரியை மகப்பேறடைவதாகக் கூறும் முளைக்கும்மிப் பாடல் 4. குலவையிடல்	4. செழித்து வளர்ந்த முளைப்பாரியை நிலத்தில் இடுதல் 5. முளைப்பாரியை மகளிர் கூந்தலில் சூடுதல்

ஆடிப் பொம்மை	1. மழை 2. சூரிய ஒளி 3. பயிர்ச் செழிப்பு	1. ஆடிப்பொம்மையின் பிரிவு குறித்துப் புலம்பும் ஒப்பாரிப் பாடல் 2. காதல் – இணைவிழைச்சுக் கருத்தமைந்த பாடல்	1. ஆடிப்பொம்மை செய்தல் 2. ஆடிப்பொம்மையைக் கொளுத்துதல் 3. அச்சாம்பலை நீரில் போடுதல்
மதுக்கொடை	1. மழை 2. கிராமத்தின் செழிப்பு	1. கும்மிப்பாடல் 2. குலவையிடல்	1. மது தயாரித்தல் 2. மது பொங்கும்படிச் செய்தல்
தச்சுக்கழித்தல்	1. புதிய வீடு கட்டப் பயன்படுத்திய மரங்களில் உறைவதாக நம்பும் பேய் மற்றும் கெட்ட ஆவிகளை விரட்டல்	1. தச்சர் கூறும் மந்திரச் சூத்திரம் 1. மந்திரச் சூத்திரங்களை மந்திர வைத்தியர் முணுமுணுத்தல்	1. தலைதுண்டிக்கப்பட்ட கோழியின் உடலால் மரப்பொருள்களைத் தொடுதல் 1. நோய்வாய்ப்பட்ட உடலுறுப்பைக் குறிப்பிட்ட பொருள்களால் தொடுதல்
மந்திர வைத்தியம்	1. குறிப்பிட்ட நோயினைப் போக்கல்		2. உருவம் வரைதல் 3. உருவம் (சுடுமண் பொம்மைகள்) செய்துவைத்தல்.

2

முளைப்பாரி: ஒரு புராதனச் சடங்கு

முளைப்பாரி

கிராமத் தேவதைகளான காளி, மாரி, பத்திரகாளி முதலான பெண் தெய்வங்களை நோக்கி முற்றிலும் பெண்களால் நடத்தப்படும் ஒரு சடங்கு முளைப்பாரியாகும். இக்கிராமத் தெய்வங்களுக்கு ஆண்டுதோறும் ஒரு குறிப்பிட்ட மாதத்தில் 'கொடை' (திருவிழா) நிகழும். இக்கொடை நிகழ்ச்சியின் ஓர் அங்கமாகவே முளைப்பாரி இடம்பெறுகிறது.

அம்மன்கள் என்றழைக்கப்படும் கிராமத் தேவதைகள் பிறந்ததாகக் கருதும் மாதங்களிலேயே இக்கொடை நிகழ்வது வழக்கம். பத்திரகாளி பிறந்ததாகச் சித்திரை மாதம் கருதப்படுவதால் பெரும்பாலும் இம்மாதங்களில் தான் இந்த அம்மன்களுக்குக் கொடை நிகழும். இவை தவிர வேறு பல பெயர்களில் உள்ள கிராமத் தேவதைகளுக்குச் சித்திரை, வைகாசி, ஆனி, ஆடி ஆகிய மாதங்களிலும் கொடை நிகழும்.

இக்கொடையானது செவ்வாய்க்கிழமைதான் நடைபெறும். ஏனெனில், செவ்வாய்க்கிழமைதான் அம்மன்களுக்குப் பிறந்த நாளாக நம்பப்படுகிறது. கொடை நிகழும் செவ்வாய்க்கிழமைக்கு முந்தைய செவ்வாய்க் கிழமையன்று கொடை நிகழ்ச்சியின் தொடக்கத்திற்குக் கால்கோள் நிகழும். இதனைக் 'கால் நட்டுதல்' அல்லது 'சாட்டுப் பொங்கல்' என்பார்கள். இக்கால் நட்டுதல் நிகழும் அன்றுதான் முளைப்பாரிச் சடங்கு தொடங்கும்.

விருதுநகர் மாவட்டம் சங்கரபாண்டியபுரம் கிராமத்தில் அவ்வூர்க் காளி அம்மன் கோவில் கொடை, சித்திரை மாதம் நிகழும். இதனையொட்டி முளைப்பாரிச் சடங்கு நிகழும் முறையினை எடுத்துக்காட்டாகக் காண்போம்.[1]

முளைப்பாரி தயாரிப்பு

புதிதாக மண்பானையோ மண்குடமோ வாங்கி அதன் அடிப்பகுதியைச் சீராக உடைத்துவிட்டு அதன் வாய்ப்பகுதி தரையில்படும்படி தலைகீழாகக் கவிழ்த்து வைக்கப்படும். பானையாக இருந்தால் அதன் குறுக்கு வசத்தில் இரண்டு மூங்கில் அல்லது அகத்திக் கம்புகள் பெருக்கல் குறிபோல வைக்கப்படும். பின்னர் சிறிது வைக்கோலை அதன் மேல் பரப்பிவைப்பார்கள். இது 'முளைப்பானை' அல்லது 'முளைக்குடம்' எனப்படும்.

ஆட்டுப்புழுக்கையையும் மாட்டுச் சாணத்தையும் உரலில் இட்டுத் தூளாக்கி அதனைக் கரம்பை மண்ணுடன் கலந்து வைக்கோலின் மீது தூவுவார்கள்.

திங்கட்கிழமையன்றே ஒரு சட்டியில் பயறு வகைகளும் கம்பு, நெல் முதலான தானியங்களும் அவரவர் வீடுகளில் ஊறவைக்கப்படும்.

ஊரில் உள்ள குறிப்பிட்ட ஒருவரது வீட்டில் 'முளைப்பானை' அல்லது முளைக்குடம்' முதலில் கொண்டுவந்து வைக்கப்படும். முளைப்பானைகளின் எண்ணிக்கை ஒற்றைப்படையில் அமையும். செவ்வாய்க்கிழமையன்று மாலையில் முளைப்பாரி போடும் பெண்கள் குளித்து ஈரச்சேலையுடன் நீரில் ஊறிய தானியங்களைக் கொண்ட சிறு ஓலைக் கொட்டான்களுடன் முளைப்பானை வைக்கப்பட்டிருக்கும் வீட்டிற்குச் செல்வார்கள். ஒரு பானை அல்லது குடத்தில் எல்லா விதைகளையும் இட்டு மொத்தமாகக் கலந்துவிடுவார்கள். பின்னர் முற்றம் அல்லது திறந்தவெளியில் அனைவரது முளைப்பானைகளையும் வரிசையாக வைத்து அவற்றுள் தானியமுளைகளைத் தெளித்து அவற்றின் மீது எருத்தூளைத் தூவி நீர் தெளிப்பார்கள். அடுத்து முளைப்பானைகளுக்குக் கற்பூரத் தீபம் காட்டி வழிபாடு நிகழும். வழிபாடு முடிந்தபின்னர் முளைப்பானைகளைச் சுற்றி வந்து கும்மியடிப்பார்கள். இக்கும்மி 'முளைக்கும்மி' எனப்படும். வழிபாட்டிலும் கும்மியிலும் முளைப்பானை வைக்காத பெண்களும் கலந்துகொள்வார்கள். முளைக்கும்மியில், முளைப்பாரியின் தொடக்கம், ஒவ்வொரு நாளும் தானிய முளைகள் வளர்வது குறித்த வருணனை ஆகியன இடம்பெறுகின்றன.

திட்டமிடல்

சித்திரை மாத்தயிலே பெறக்கும்
செவ்வாய்க் கிழமன்னைக்கு
ஊராமைக் காரரெல்லாம்
ஒற்றுமையாய்க் கூடிப்பேசி

நாட்டாமைக் காரரெல்லாம்
நயமுடனே கூடிப்பேசி
சாட்டுப்பொங்கல் சாட்டவென்று
சம்மதித்தோம் எல்லோரும்.

அறிவிப்பு

வண்ணானைத் தானழைத்து
வகையுடனே சேதி சொல்லி
சாட்டுப்பொங்கல் சாட்டச்சொல்லி
சம்மதித்தோம் எல்லோரும்.

மகளிர் செயல்

சாட்டுப்பொங்கல் தானறிந்தும்
தையலொரு மனமறித்தும்
முளைப்போட வேணுமென்னு
மூர்த்த மிட்டார் பெண்களெல்லாம்.

வர்ணக் கொட்டான்* ரெண்டெடுத்து
பயிலுகளை முன்னவிட்டு
சின்னக் கொட்டான் ரெண்டெடுத்து
சிறுசுகளை முன்னவிட்டு
பெரியக் கொட்டான் ரெண்டெடுத்து
பெரிசுகளை முன்னவிட்டு
காட்டிலே விளைஞ்ச பண்டம்
கம்புஞ் சோளம் போடுங்கம்மா!
பூமியிலே விளைஞ்ச பயர்**
புதுப்பயறு போடுங்கம்மா!
நாட்டிலே விளைஞ்ச பயர்
நல்ல பயர் போடுங்கம்மா!

கடலை சிறுபயறு
காரா மணிப்பயிறு
பருத்திக் கொட்டைப் பலபயறு
பாங்குடனே சடம்பு*** விதை
கொண்டு வந்த விதைகளெல்லாம்
கொடத்திலிட்டு குலுக்கிவைத்து

குசவனாறு சுள்ளையிலே
குடத்தோடு ஏழுடைச்சு
வேளாரு**** சுள்ளையிலே
விதத்துக்கொரு ஓடுடைச்சு

---

* சிறு நார்ப்பெட்டி
** பயறு
*** சணல் விதை
**** குயவர்

சம்சாரி* படப்புலேயும்
சம்பா வைக்க** வாரிவந்து
ஆட்டாந் தொழுத் திறந்து
ஆட்டெருவை அள்ளிவந்து
மாட்டாந் தொழுத்திறந்து
மாட்டெருவை அள்ளிவந்து

விதை பரத்தல்

உரல் கழுவி எருவிடுச்சி
ஒற்புடனே முளைபரத்தி
ஆட்டெருவை அடிப்பரத்தி
ஆணிமுத்தை மேல்பரத்தி
மாட்டெருவை அடிப்பரத்தி
மாணிக்கத்தை மேல்பரத்தி

ஒரு நல்லவேளை பார்த்தோம்
ஒரு நங்கயரை சேர்த்தோம்
ஒரு கன்னியர் கைகோத்தோம்
அவர் கையில் விதையெடுத்து
அள்ளி முளை தெளிப்போம்.

முளையின் வளர்ச்சி

ஒண்ணாந்தாந் திங்களுக்கு
ஓசந்த செவ்வாய்க்கிழமன்னைக்கு

ரெண்டாந்தாந் திங்களுக்கு
ரெண்டிலையாள் கண்டிருப்பாள்.

மூனாந்தாந் திங்களுக்கு
முடக்குமுளை கொண்டிருப்பாள்

நாலாந்தாந் திங்களுக்கு
நாகர்விட்டு எழுந்திருப்பாள்.

ஐந்தாந்தாந் திங்களுக்கு
பஞ்சவர்ணம் போலிருப்பாள்.

ஆறாந்தாந் திங்களுக்கு
ஆராட்டம் கொண்டிருப்பாள்.

ஏழாந்தாந் திங்களுக்கு
எங்கும் கொலுவிருப்பாள்.

எட்டாந்தாந் திங்களுக்கு
திட்டமுடன் காப்புக்கட்டி
காப்புக்கட்டி நோன்பிருந்தோம்
கன்னியரே எல்லோரும்.

ஒன்பதாந்தாந் திங்களுக்கு
ஓடிக் கொலுவிருப்பாள்.

பத்தாந்தாந் திங்களுக்கு
பதிவாய்க் கொலுவிருப்பாள்.

முளைக்கும்மி முடிந்ததும் அனைத்து முளைப்பானைகளையும் முளைக்குடங்களையும் அவ்வீட்டில் அவற்றுக்கென்றே ஒதுக்கப்பட்ட அறையில் வைப்பார்கள். அவ்வறையில் வெளிச்சம் புகாதவாறு சன்னல் கதவுகள் அடைத்து வைக்கப்படும். முளைப்பாரியை வளர்க்கப் பொறுப்பேற்றவர் நாள்தோறும் காலையிலும் மாலையிலும் முளைப்பானைகளுக்கு நீர் தெளித்து வளர்ப்பார். அன்றிலிருந்து முளைப்பாரிச் சடங்கின் இறுதிவரை துக்க வீடுகளுக்கும் குழந்தைபெற்ற வீடுகளுக்கும் சிறுமியர் பூப்பெய்திய வீடுகளுக்கும் செல்லமாட்டார். கணவனுடன் உடல் உறவு விலக்கப்படும். இந்த எட்டு நாள்களும் பச்சரிசி மட்டும் சமைத்து உண்பதுடன், காய்கறி, சாம்பார் வகைகள், அசைவ உணவுப்பொருள்கள் ஆகியவற்றையும் உட்கொள்ள மாட்டார். பால், பழம் உட்கொள்ளலாம். முளைப்பாரியை வளர்ப்பவரைத் தவிர (முளைப்பாரியில் பங்குகொள்ளும் பெண்கள் உட்பட) வேறு யாரும் முளைப்பானைகளைப் பார்க்க அனுமதிக்கப்படமாட்டார்கள்.

நாள்தோறும் மாலை நேரத்தில் முளைப்பாரி எடுக்கும் பெண்கள் முளைப்பாரி இருக்கும் வீட்டின் முன் கூடுவர். அவ்வீட்டின் முற்றத்தில் நீர் நிரம்பிய கும்பம் ஒன்றினை வைத்து அதனைச் சுற்றிவந்து கும்மியடிப்பார்கள். மூன்றாம் நாளிலும் ஐந்தாம் நாளிலும் ஏழாம் நாளிலும் முளைக்கும்மி முடிந்த பின்னர் முளைப்பாரியைப் பேணி வளர்க்கும் பொறுப் பேற்றவர், முளைப்பானைகளுக்குக் கற்பூரதீபம் காட்டி, தேங்காய் உடைத்து வழிபடுவார். இதிலும் பிறர் கலந்துகொள்ள அனுமதிப்பதில்லை.

முளைப்பாரியின் முடிவு

இறுதியாகக் கோவில் கொடையன்று (எட்டாம் நாள்) முளைப்பாரி எடுக்கும் பெண்கள் விரதமிருப்பார்கள். மஞ்சள் கயிற்றில் மஞ்சளை முடிந்து முளைப்பானை அல்லது முளைக் குடத்துக்கு காப்புக்கட்டி அவற்றை முற்றத்தில் வைத்து வழிபாடு செய்து கும்மியடிப்பார்கள்.

நாள்தோறும் பாடும் கும்மிப்பாடலுடன் முளை வளர்த்தத னால் கிடைக்கும் பயனும், வளர்த்த முளையைப் பிரிவதனால் ஏற்படும் பிரிவுத்துயரும் இடம்பெறும் பாடலைப் பாடிக் கும்மி யடிப்பார்கள்.

முளை வளர்த்தவர் அடையும் பயன்

இந்த முளை வளர்த்தவருக்கோ
இல்லிடமும்தான் தருவாள்.
தலைப்பிள்ளையும் ஆண் பெறுவாள்
தகப்பனாரும் பேரிடுவா.
வழிப்பிள்ளையும் பொன் பெறுவாள்
மாதாவு பேரிடுவா.
போடுங்கம்மா ஒரு குலவை
பொன்னால் சிறு குலவை.

(மகளிர் குலவையிடுதல்)

இடுங்கம்மா ஒரு குலவை
இருதோளும் பூச்சொரிய.

(மகளிர் குலவையிடுதல்)

நேருங்கம்மா ஒரு குலவை
நெருங்கச் சிறு குலவை.

(மகளிர் குலவையிடுதல்)

முளைப்பாரியின் பிரிவு

கையைக்கட்டி காலக்கட்டி
வளர்த்தனம்மா முளையை – அம்மா
வளர்த்தனம்மா முளையை – இந்த
காலாங்கரைத்* தண்ணியில
போரையம்மா முளையே!

வாயைக்கட்டி வவுத்தக்கட்டி
வளர்த்தனம்மா முளையை – அம்மா
வளர்த்தனம்மா முளையை – இந்த
வைகாத்து** தண்ணியில
போரையம்மா முளையே!

சிந்தாம சிதறாம
வளர்த்தனம்மா முளையை – அம்மா
வளர்த்தனம்மா முளையை – இந்த
சித்தாத்துத்* தண்ணியிலே
போரையம்மா முளையே!

இப்பபோற காளியம்மன்
எப்ப வருவாளோ? – அம்மா
எப்ப வருவாளோ?
நடப்புக்குச் சித்திரை மாதம்
சீமை பாக்க வருவா.

---

* சிற்றாறு
** கண்மாய்க்கரை
* புன்செய் நிலத்தில் மழை நீர் செல்லும் ஓடையின் கரை

அம்மா வாரா அம்மா வாரா
கம்மாக் கரை**யோரம் – அம்மா
கம்மாக் கரையோரம்
சிங்கமுகம் ரதமேறி
சீமை பார்க்க வருவா.

செட்டி கட மஞ்ச
செலவழிச்சா வருவேன்–அம்மா
செலவழிச்சா வருவேன்.

வண்ணார் மாத்து தானே
வகைவழிஞ்சால் வருவேன்.

பின்னர் மேளதாளத்துடன் முளைப்பாரியைத் தலையில் சுமந்தவாறே பெண்கள் ஊர்வலமாக வந்து அம்மன் கோவிலில் இறக்கிவைப்பார்கள். அன்று இரவும் முளைப்பாரியைச் சுற்றி கும்மியடிக்கப்படும். மறுநாள் காலையில் முளைப்பாரியை எடுத்துச் சென்று ஊர்க்குளத்தில் போட்டுவிட்டுத் திரும்பு வார்கள் (முளைப்பானைகளும் குடங்களும் குளத்தில் போடப் படுவதில்லை). குளத்தில் நீர் இல்லாத ஆண்டுகளில் கிணற்றில் போடுவார்கள்.

இராமநாதபுரம் மாவட்டத்திலுள்ள முத்துராமலிங்கபுரம் என்னும் கிராமத்தில் வைகாசி, ஆனி, ஆடி, கார்த்திகை மாதங் களில் 'முளைப்பாரி போடுதல்' நிகழ்கிறது. ஆடி மாதம் இதற்குரிய சிறப்பான மாதமாகக் கருதப்படுகிறது. எந்த மாதமாக இருந்தாலும்

முளைப்பாரி ஊர்வலம்

** வைகை ஆறு

ஆ. சிவசுப்பிரமணியன்

செவ்வாய்க்கிழமையில்தான் இது தொடங்கும். ஊரின் சார்பாக எல்லா முளைகளும் ஒரே வீட்டில் வளர்க்கப்படுகின்றன. முளைப்பாரி உள்ள அறையில் எந்த நேரமும் விளக்கு எரிந்து கொண்டிருக்க வேண்டும். முளையிடும் நாளன்றும் மூன்றாம் நாளிலும் ஐந்தாம் நாளிலும் பின், ஏழாம் நாளிலும் முளைத் தெழும் அம்மனைத் தேங்காய் உடைத்துத் தீபம் காட்டி வழிபட வேண்டும். முளைப்பாரி போடப்பட்டுள்ள வீட்டில் சில வரன்முறைகளைப் பின்பற்றுகிறார்கள். வெளியாள்கள் யாருக்கும் இவர்கள் தங்கள் வீட்டிலுள்ள தானியங்களைக் கொடுப்பதில்லை. கூலி போடுவதுமில்லை. கஞ்சி ஊற்றுவது மில்லை. வீட்டில் அம்மன் தானியமாக எழுந்தருளியிருப்பதால் தானியத்தை வெளியாருக்குத் தந்தால் அம்மனும் அப்படியே போய்விடும் என நம்புகிறார்கள். இவ்வீடு அம்மன் எழுந்தருளி யுள்ள கோவிலாகப் போற்றப்படுவதால் இவ்வீட்டில் பாய் தலையணை வைத்துப் படுப்பதுமில்லை.

எட்டாம் நாளன்று முளைப்பாரிக்குக் காப்புக் கட்டி, கோழியடித்துப் படைப்பார்கள். அத்துடன் முட்டை, முருங்கைக் காய், மாவிளக்கு, கொழுக்கட்டை முதலானவையும் படைக்கப் படும்.

   அன்னுவச்ச கோழிமுட்டை
   முட்டை முருங்கக்கா(ய்)
   மூனுவகெ பாவக்கா(ய்)
   அத்தனையும்தான் படைத்து

என்று இங்கு பாடப்படும் முளைக்கும்மி குறிப்பிடுகிறது. முளைப் பாரி அம்மன்கோவிலுக்கு எடுத்துச் செல்லப்பட்டுப் பின்னர் குளத்தில் போடப்படுகிறது. அதுசமயம் கொஞ்சம் வளர்ந்த முளைகளைக் கொண்டுவந்து நிலத்தில் போடும் பழக்கமும் உள்ளது (இராசேந்திரன் 14 – 18).

   விருதுநகர் மாவட்டம், அருப்புக்கோட்டை வட்டத்திலுள்ள பாலையம்பட்டி முத்தாளம்மன் கோவிலில், பங்குனிப் பொங்கல் விழாவினையொட்டி முளைப்பாரி எடுக்கப்படுகிறது. வளர்ந்த முளைகளை ஊர்வலமாக எடுத்துவரும்போது, வண்ணத் தாள்களில் அவற்றைச் சுற்றி மலர்களை அணிவித்து எடுத்து வருகிறார்கள். இங்கு முளைப்பாரி 'நீராவித் தெப்பம்' எனப்படும் நீர்நிலையில் போடப்படுகிறது.

   அருப்புக்கோட்டை அருகிலுள்ள கல்லூரணி கிராமத்தில் ஊருக்கு மேற்கேயுள்ள நீராவி என்னும் ஊர்ப் பொது நீர்நிலை யில் முளைப்பாரி போடப்படுகிறது. இதில் நீர் இல்லையென்றால், அருகிலுள்ள கிணற்றில் முளைப்பாரிகள் போடப்படும் (இராசதுரை 1983 : 138).

ஒட்டப்பிடாரம் வட்டம் பசுவந்தனையருகிலுள்ள தீத்தாம் பட்டி, திருச்செந்தூர் வட்டம் ஆத்தூர், ஸ்ரீவைகுண்டம் வட்டம் சிவகளை ஆகிய பகுதிகளில் முளைப்பாரியை நீர்நிலையில் போடும் முன்னர் ஒரு கைப்பிடியளவு எடுத்துச் சென்று வீட்டில் வளரும் அவரை, புடல் முதலிய காய்கறிப் பயிர்களின் பாத்தி களிலும், பயிர் உள்ள நாற்றங்கால், வயல் ஆகியவற்றிலும் போடும் வழக்கமுள்ளது. இதன்மூலம் பயிர் செழித்து வளரும் என்று நம்புகிறார்கள்.

தூத்துக்குடி நகரிலுள்ள பல அம்மன் கோவில்களில் நவராத்திரி மற்றும் கோவில் கொடைகளையொட்டி முளைப்பாரி எடுக்கப்படுகிறது. இந்நகரிலுள்ள சிவன் கோவில் தெப்பக்குளம் அல்லது ஊரின் கிழக்கிலுள்ள கடலில், வளர்ந்த முளைகள் போடப்படுகின்றன. செல்வச் செழிப்புள்ள சிலர் எவர்சில்வர் சட்டிகளை முளை வளர்ப்புக்குப் பயன்படுத்துவதையும் இந்நகரில் காணலாம்.

ஒட்டப்பிடாரம் வட்டத்திலுள்ள சிந்தலக்கட்டை என்னும் கிராமத்தில் பூந்தொட்டிகள் முளை வளர்க்கப் பயன்படுத்தப்படு கின்றன. இறுதி நாளன்று அவற்றின்மீது வண்ணத்தாள்களை ஒட்டி அலங்கரிக்கிறார்கள்.

முளைப்பாரியை ஒத்த சடங்குகள், இந்தியாவின் வட மாநிலங்கள் சிலவற்றிலும் காணப்படுவதைச் சில ஆய்வாளர் களின் நூல்களின் வாயிலாக அறிய முடிகிறது. எடுத்துக்காட்டாகச் சில செய்திகளைக் காண்போம்.

ஒரான், முண்டர்கள் ஆகிய இனக்குழு மக்களிடம் விதைப்புக் காலத்தில் முளைப்பாரி வளர்க்கும் வழக்கமுண்டு. இராஜஸ்தானில் வளர்ந்த தானிய முளைகள் ஆண்களுக்கும் பெண்களுக்கும் வழங்கப்படுகின்றன. இமாலய மாவட்டங்களில் குடியானவர்கள் மண் நிரம்பிய கூடையில் பார்லி, மக்காச் சோளம், பயறு வகைகள், கடுகு ஆகியவற்றை விதைத்து வளர்ப் பார்கள். சில நாள்கள் கழித்துக் களிமண்ணால் செய்யப்பட்ட சிவன் மற்றும் பார்வதியின் உருவங்களுடன் அத்தானியக் குருத்துகளையும் வைத்து வழிபடுவார்கள். மறுநாள் அம்முளை களை அறுத்துத் தலையில் சூடிக்கொள்வார்கள். வங்கத்திலும் தானிய முளைகள் ஒரு மாதம்வரை வளர்க்கப்பட்டுப் பின் ஆற்றிலோ ஏரியிலோ பெண்களால் போடப்படுகின்றன (Bhattacharyya 1977 : 15 – 16).

குஜராத்திலும் வீட்டில் மண்போட்டு அதில் பல்வேறு தானிய விதைகளைத் தூவி வளர்க்கிறார்கள். பத்தாவது நாளில் நாற்றுகளைப் பறித்து ஒரு கூடையில் இடுவார்கள். பின்னர்

அதனைச் சுமந்துகொண்டு பாடியவாறே பெண்கள் வீதிகளில் வலம் வருவார்கள். இறுதியில் அக்கூடையும் நாற்றுகளும் கிணற்றிலோ ஆற்றிலோ போடப்படும் (*Croole 258*).

முளைக்கொட்டுத் திருநாள்

மக்களால் ஒரு குறிப்பிட்ட இடத்தில் வளர்க்கப்படும் முளைப்பாரி தவிர, கோவிலிலே பூசாரியால் முளைப்பாரி வளர்க்கப்படுவதும் உண்டு. இச்சடங்கு முளைக்கொட்டுத் திருநாள் எனப்படும். இதற்கு எடுத்துக்காட்டாக ஒட்டப்பிடாரம் கிராமத்தில் நிகழும் முளைக்கொட்டுத் திருநாளைக் குறிப்பிட லாம்.[2]

இவ்வூரில் உள்ள உலகம்மன் என்ற கிராம தேவதையின் கோவிலில் ஒவ்வோர் ஆண்டும் ஆடி மாதத்தில் இத்திருநாள் நிகழும். ஆடி மாதத்தின் இறுதியில்வரும் செவ்வாய்க்கிழமைக்கு முந்தைய செவ்வாயன்று நவதானிய வித்துகளை வாங்குவதற்குக் கோவிலில் இருந்து ஐந்து ரூபாய் பூசாரியிடம் தருகிறார்கள். இது தவிர ஊரவர்களிடமும் சிறிதளவு நவதானியங்களைப் பூசாரி சேகரித்துக்கொள்கிறார். இவ்விதைகளையெல்லாம் ஒன்றாகச் சேகரித்து, ஒரு வெண்கலப்பானையில் அன்று காலை யில் பூசாரி ஊறவைக்கிறார். அன்று அந்திநேரப் பூசையின்போது அவ்விதைகளடங்கிய வெண்கலப்பானை அம்மன் முன் வைக்கப் படும். பானைக்கும் கற்பூர தீபம் காட்டப்படும். பின்னர் பதினொன்று மண்பானைகளில் பருத்திக் குச்சிகளைப் பெருக்கல் குறிபோல் வைத்து அதன்மேல் சிறிது வைக்கோலைப் பரத்தி வைப்பர் (இப்பானைகள் இயல்பாக உடைந்து போகும்வரை ஆண்டுதோறும் தொடர்ந்து பயன்படுத்தப்படும்). வைக்கோலின் மீது ஆட்டுப்புழுக்கையை இடிக்காமல் அப்படியே இட்டு, அதன்மேல் ஊறவைத்த தானிய வித்துகளைத் தூவி கோவிலி லுள்ள ஓர் அறையில் வைத்துப் பூட்டிவிடுவார்கள். நாள்தோறும் காலை, நண்பகல், மாலை ஆகிய மூன்று நேரமும் பூசாரி அதற்கு நீர் தெளித்து வருவார். காலையிலும் மாலையிலும் முளைப்பானைகளுக்குப் பூசையும் நடைபெறும். பூசாரியைத் தவிர வேறு யாரும் இதனைப் பார்க்க அனுமதிப்பதில்லை.

ஆடி மாதத்தின் இறுதிச் செவ்வாய் அன்று மாலையில் முளைப்பானைகள் வெளியிலெடுக்கப்பட்டு அம்மன் முன் வைக்கப்படும். முளைப்பானைகளுக்குப் பூசை நிகழ்ந்த பின்னரே அம்மனுக்குப் பூசை நிகழும். பின்னர் முளைப்பானைகளிலிருந்து வளர்ந்த முளைகளை மெல்ல எடுத்துப் பெரிய தாம்பாளங்களில் (அகன்ற தட்டு) வைப்பர். அன்றிரவு சப்பரத்தில், அம்மன் ஊரை வலம் வரும்போது, சப்பரத்திற்கு முன்னால் முளைப்

பாரியைக் கொண்ட தாம்பாளங்களைப் பண்டார (யோகிசர்) சாதியைச் சேர்ந்த சிறுமியர் தலையில் சுமந்து செல்வர். ஊர்வலம் கோவிலை அடைந்ததும் மேளதாளத்துடன் முளைப் பாரித் தாம்பாளங்கள் கோவிலில் இருந்து எடுத்துச்செல்லப்பட்டு ஊரின் வடக்கேயுள்ள நீராவியில் போடப்படும். அதில் நீர் இல்லாத காலங்களில் அதன் அருகிலுள்ள குடிநீர்க் கிணற்றில் போடப்படும். நீர்நிலையில் சிறிதளவு முளைப்பாரியைப் போட்ட பின்னர் முளைப்பாரியை மக்களுக்கு வழங்குவர். நாற்றங்கால் களிலும் வீடுகளிலுமுள்ள காய்கறிப் பயிர்ப் பாத்திகளிலும் செழித்து வளர்வதற்காக இதனைப் போடும் வழக்கம் இங்குண்டு. தரிசு நிலத்தில் இதனைப் போடும் வழக்கமில்லை. மகளிர் இதனை மலராகச் சூடிக் கொள்வார்கள், ஊர்ச் செழிப்பை வேண்டி இத்திருநாள் நிகழ்வதாக இக்கோவிலின் பூசாரி குறிப்பிட்டார்.

கிராம தேவதைகளின் கோவில்களில் மட்டுமின்றி மேல்நிலையாக்கம் பெற்ற திருநெல்வேலி காந்தி அம்மன் கோவில், மதுரை மீனாட்சி அம்மன் கோவில் ஆகிய அம்மன் கோவில்களிலும் முளைக்கொட்டுத் திருநாள் நிகழ்கிறது.

'கொட்டு' என்ற சொல், சொரிகை – உதிரிதல் – பொழிதல் என்ற பொருளைத் தரும். வளர்ந்த தானிய முளைகள் நீரிலும் நிலத்திலும் இடப்படுவதன் அடிப்படையிலேயே 'முளைக் கொட்டுத் திருநாள்' எனப்படுகிறது.

கத்தோலிக்கர்களும் தானிய முளை வளர்ப்பும்

தமிழகத்தின் கிராமத் தெய்வங்களுடன் தொடர்புடைய முளைப்பாரியின் செல்வாக்கு ஐரோப்பாவிலிருந்து இங்குப் பரவிய கத்தோலிக்கத்தைப் பின்பற்றும் தமிழர்களிடமும் சில மாறுதல்களுடன் நிலைபெற்றுள்ளது. இதற்குச் சில சான்றுகளைக் காண்போம்.

தூத்துக்குடி மாவட்டத்திலுள்ள காமநாயக்கன்பட்டி, கத்தோலிக்கர்களை மிகுதியாகக் கொண்ட கிராமமாகும். இக்கிராமத்தில் கிறிஸ்துமஸ் திருநாளின்போது வளர்ந்த தானிய முளைகள் தேவாலயத்தில் பொதுமக்களால் வைக்கப்படுகின்றன.[3]

கிறிஸ்துமஸுக்கு எட்டு நாள்களுக்கு முன்னர் (டிசம்பர் 18) பலாப்பெட்டி எனப்படும் பனை ஓலையால் பின்னப்பட்ட ஓலைப்பெட்டிகளிலும் கொட்டான்களிலும் ஆட்டுப்புழுக்கை யைப் போட்டு அதன்மேல் பலவகைத் தானியங்களையும் கலந்து தூவி காலை, மாலை ஆகிய இரு நேரங்களிலும் நீர் தெளித்து வளர்க்கிறார்கள்.

வீட்டிலுள்ள பாலன் குடில்

முளைப்பெட்டியுடன் தேவாலயத்திற்கு ஊர்வலமாக வருதல்

கிறிஸ்துமஸ் திருநாளையொட்டி இக்கிராமத்திலுள்ள 'பரலோகமாதா' ஆலயத்தினுள் பீடத்தின் (Altar) வடபகுதியில் 'பாலன் குடில்' என்ற பெயரில் யேசுநாதர் பிறந்த மாட்டுத் தொழுவம் போன்ற அமைப்பு தற்காலிகமான மரமேடை மீது அமைக்கப்படுகிறது. அதனுள் நீர்க்கோரையைப் பரப்பி, குழந்தை யேசுவின் உருவத்தைப் படுக்கும் நிலையில் வைப்பார்கள். பாலன் குடிலுக்கு முன்பு முளை வளர்த்த ஓலைப்பெட்டிகளை வைப்பதற்காகப் பலகைகள் படிகளைப்போல் கட்டி வைக்கப்படுகின்றன.

வீடுகளில் வளர்க்கப்பட்ட முளைப் பெட்டிகளுடன் பெண்களும் சிறுமிகளும் தேவாலயத்தின் தலைவாயிலில் நிற்கிறார்கள். ஆலயத்தில் நிகழும் வழிபாட்டில் ஒப்புக்கொடுத்தல் என்னும் சடங்கு முடிந்து "உன்னதங்களில் ...... ஓசன்னா" என்ற கூட்டுப் பாடலைப் பாடத் தொடங்கியதும் இப்பெண்களும் சிறுமியரும் முளைப்பெட்டிகளைப் பாலன் குடிலுக்கு முன்னர் வைக்கப்பட்டுள்ள பலகைகளின் மீது வைக்கிறார்கள்.

அன்றிலிருந்து (டிசம்பர் 25) ஜனவரி 6 வரை அதே இடத்தி லேயே இப்பெட்டிகள் இருக்கும். தேவாலய ஊழியர்களும் அவர்களுக்கு உதவியாகச் சில சிறுவர்களும் காலையிலும் மாலையிலும் முளைப்பெட்டிகளுக்கு நீர் தெளித்து வருவார்கள். ஜனவரி ஆறாம் நாள் பாலன் குடில் கலைக்கப்படும். அவ்வமயம், கோவில் பணியாளர்களும் சிறுவர்களுமாகச் சேர்ந்து முளைப் பெட்டியிலிருந்து முளைகளை மட்டும் எடுத்து, 'தீர்த்தக்கிணறு' என்றழைக்கப்படும் கிணற்றில் போட்டுவிடுகிறார்கள்.

கிணற்றில் முளைகளைப் போடும் முன்னர், சிலர் அதில் ஒரு கைப்பிடியளவு எடுத்துச் சென்று பயிர் வளர்ந்துள்ள வயல்களில் போடுகிறார்கள். இதனால் பயிர் செழித்து வளரும் என்று நம்புகிறார்கள்.[4]

காமநாயக்கன்பட்டி கிராமத்திற்கு அருகில் குருவிநத்தம் என்னும் கிராமம் உள்ளது. இக்கிராமமும் கத்தோலிக்கர்களை மிகுதியாகக் கொண்டது. இவ்வூரில் சற்றுப் பெரிய கத்தோலிக்க ஆலயமொன்றுள்ளது (ஆயினும் இதற்கென்று பங்குக்குரு கிடையாததால் இவ்வூர் மக்கள் ஞாயிற்றுக்கிழமை வழிபாட்டிற் கும் பிற திருநாள்களுக்கும் காமநாயக்கன்பட்டிப் பரலோகமாதா ஆலயத்திற்கே வருகிறார்கள்). கிறிஸ்துமஸ் அன்று பாலன் குடில் இவ்வாலயத்திலும் அமைக்கப்படும்.

டிசம்பர் 15இல் முன்னர் குறிப்பிட்டது போலவே, ஓலைப் பெட்டிகளிலும் கொட்டான்களிலும் முளை வளர்க்கிறார்கள். பத்து நாள்கள் வளர்ந்த முளைகளைக் கிறிஸ்துமஸ் அன்று

ஆ. சிவசுப்பிரமணியன்

பாலன் குடில் முன்பு வைக்கப்பட்டுள்ள முளைப்பாரி.

பாலன் குடிலுக்கு முன்னர் வைக்கிறார்கள். அதன்பின்னர் பின்வரும் பாடலைப் பாடிக் கும்மியடிக்கிறார்கள்:

கார்த்தர் வருகைக்காக
பாலரெல்லாம் பழைய
பருத்திக் குச்சைப்* பரத்திவைக்க
ஆட்டோட்டம் தொழுதிறந்து
ஆட்டுரத்தை அள்ளிவைச்சு
மாட்டோட்டம் தொழுதிறந்து
மாட்டுரத்தை அள்ளிவைச்சு
விதைபோட்டு தண்ணீர் இட்டு
மூன்றானத்து முண்டும் முளை
நம்ம திவ்விய பாலன் முளை
ஐஞ்சானத்து மஞ்ச முளை
நம்ம திவ்விய பாலன் முளை
ஏழானத்து எழும்பும் முளை
நம்ம திவ்விய பாலன் முளை
எட்டானத்து கொட்டும் முளை
நம்ம திவ்விய பாலன் முளை
பத்தானத்து தேவபாலன் சந்நதியில்
மலர் தெளித்து தெண்டனிட்டு
பாலன் சீர் பணிவோமே[5]

---

* பருத்திக் குச்சி

சனவரி 6இல் இம்முளைகள் தேவாலயத்திற்கு வெளியே வீசப்படுகின்றன.

தூத்துக்குடி மாவட்டத்தின் தென்பகுதியிலுள்ள மணப்பாடு என்னும் கடற்கரைச் சிற்றூர் கத்தோலிக்கர்களை மிகுதியாகக் கொண்ட கிராமமாகும். இங்கு வாழும் பரதவ சாதியினர் கிறிஸ்துமஸ் திருநாளுக்கு எட்டு அல்லது பத்து நாள்களுக்கு முன்னர் வீடுகளில் தானிய முளைகளைப் பனைநார்ப் பெட்டி களில் வளர்த்து, கிறிஸ்துமஸ் அன்று ஆலயத்திலுள்ள பாலன் குடிலில் கொண்டு வைக்கிறார்கள். இதே ஊரின் தென்பகுதியில் வாழும் நாடார் சாதியினரில் கத்தோலிக்க மதத்தைப் பின்பற்று பவர்களும் இதுபோல் தானியமுளைகளை வளர்க்கிறார்கள். ஆலயத்திற்கு அதனை எடுத்துச் செல்லும் முன்னர் சிறுமிகளும் பெண்களும் கும்மியடிக்கும் பழக்கம் நாடார் சாதியினரிடமும் உள்ளது. அப்பொழுது அவர்கள் பாடும் கும்மிப் பாடல் வருமாறு:[6]

காட்டான கொம்பு வெட்டி
மோட்டுவளை சாற்றி
கவரிக் குஞ்சான் முடி எடுத்து
ஜன்னல் பின்னல் தீட்டி
கஸ்தூரி மஞ்சள் பூட்டி
ஓட்டுக்குள்ளே பருத்திக் குச்சை
ஒழுங்கு படுத்தி வைத்து
அதன் மேலே மணல் நிறைத்து
ஆட்டுரமும் செங்கல் தூளும்
அதுவும் கலந்து செலுத்தி
ஆதரிப்பாள் மாதா என்று
சிறு பயிரைப் பாவ
நல்ல தானியங்கள் கூட
பெரும் பயிறும் எள் உளுந்தும்
வகைக்கு ரெண்டு போட்டு
மெழுகு போல வித்துமீது
உரமுங் கொண்டு போட்டு
இந்த மெல்லியர்கள் இட்டு
மேன்மையுள்ள சிலுவை
நாங்க ளெல்லாம் நினைத்து
கை நிரம்ப தண்ணீர் அள்ளி
கலயமதில் தெளித்து
அதுபதம் பெறவே நனைத்து
கடவுள் கர்த்தர் பாதமதில்
கரங்கள் கூப்பி செபித்து
பக்குவமாய் காத்து வந்தோம்

குறைகள் ஏதுமின்றி
முளைமுளைத்து சிலது நாளில்
சூரியன் போல் தோன்ற
அது முகந்துலங்கிக் காண
களை பொறுக்கி ஏழாம் நாளில் இழையுங் கூட்டி
எட்டு நாள்கள் உறக்கமின்றி
கட்டி வளர்த்தோம் முளையை
இன்று மகிமை பொங்கும் இதையே
உயரமாக வளர்ந்திருக்கும் முளையைப் பாரும் நின்று
உழைப்புக் கேற்ற பயனைத் தந்தார்
உவகை கொள்வோம் இன்று.
சுற்றிச் சுற்றிக் கும்மி அடிப்போம்
கற்றவரும் மற்றவரும் ஆல்போல் தழைத்து வாழ்க
கரங்கள் தட்டி கும்மியடிக்கும் கன்னிப்பெண்கள் வாழ்க.

குருவிநத்தத்திலும் மணப்பாட்டிலும் வழங்கும் கும்மிப் பாடல்களில் இடம்பெற்றுள்ள கர்த்தர், திவ்வியபாலன், தேவ பாலன், சிலுவை, மாதா என்ற சொற்களை நீக்கிவிட்டு அவதானித்தால் இப்பாடல்களுக்கும் அம்மன்களுடன் தொடர்புடைய கும்மிப்பாடல்களுக்கும் அதிக வேறுபாடில்லாமை புலனாகும். சமய மாற்றத்திற்கேற்பச் சில மாறுதல்களே இதில் நிகழ்ந்துள்ளன. சான்றாகத் தூத்துக்குடிப் பகுதியில் பாடப்படும்

முதல் நா முண்டும் முளை
    அம்மா பத்திரகாளி முளை
இரண்டா நா இரட்டை முளை
    அம்மா பத்திரகாளி முளை
மூணா நா முத்து முளை
    அம்மா பத்திரகாளி முளை
நாளா நா நல்ல முளை
    அம்மா பத்திரகாளி முளை
ஐஞ்சா நா அழகு முளை
    அம்மா பத்திரகாளி முளை
ஆறாம் நா அரும்பு முளை
    அம்மா பத்திரகாளி முளை
எட்டாம் நா கொட்டும் முளை
    அம்மா பத்திரகாளி முளை
ஒன்பதாம் நா உறைக்கிணறு
    அம்மா பத்திரகாளி முளை
பத்தாம் நா பால்கிணறு
    அம்மா பத்திரகாளி முளை[7]

என்ற கும்மிப்பாடலில் முளையின் வளர்ச்சியைக் குறித்த பின்னர் 'அம்மா பத்திரகாளி முளை' என்ற பல்லவிச் சொல் இடம்பெறுகிறது. முளைக்கும்மிப் பாடல்களில் இடம்பெறும்

முளையின் வளர்ச்சியையடுத்து ‘முத்தாரம்மன்’, ‘நாட்டாரம்மன்’ என அம்மன்களின் பெயர்கள் இதுபோலவே இடம்பெறும். குருவிநத்தத்தில் வழங்கும் கத்தோலிக்கர் கும்மிப்பாடலில்

மூன்றானத்து முண்டும் முளை
நம்ம திவ்விய பாலன் முளை

என, ‘நம்ம திவ்விய பாலன் முளை’ என்ற பல்லவிச் சொல் இடம்பெறுகிறது. மணப்பாட்டில் வழங்கும் கும்மிப்பாடலிலும் முளைத் தயாரிப்பு, வளர்ச்சி ஆகியன இடம்பெறுகின்றன.

ஐரோப்பாவில் கிறிஸ்துவம் பரவியபோது, குறிப்பிட்ட பருவக் கொண்டாட்டங்கள் *(Seasonal celebrations)* சில சிக்கல் களை ஏற்படுத்தின. உருவ வழிபாட்டுக்காரர்கள் கிறிஸ்தவக் கோட்பாட்டை ஏற்றுக்கொள்ள உடன்பட்டாலும் அவர்கள் கொண்டாடி வந்த திருவிழாக்களைக் கைவிடத் தயாரில்லை. இதனால் பழைய விழாக்களுக்கு கிறிஸ்தவ மறைபொருள் கொடுக்கப்பட்டது. இதன் அடிப்படையிலேயே இயேசு பிறந்த நாளான ‘கிறிஸ்துமஸ்’, ‘புனிதர் அனைவர் பெருவிழா’ *(All Saints Day. Nov/I)* போன்ற விழாக்கள் தோன்றின *(Smith 1972: 162 – 163)*.

இந்த அடிப்படையில்தான் தமிழ்நாட்டிலும் கிராமங்களில் செல்வாக்குப் பெற்றுள்ள முளைப்பாரி வளர்ப்பு, கிறிஸ்துமஸ் விழாவையொட்டி, கத்தோலிக்கர்களால் பின்பற்றப்படுகிறதென்று கொள்வதில் தவறில்லை. ஆயினும், முளைப்பாரி வளர்ப்பினை, தங்கள் சமயக் கோட்பாட்டை ஒட்டியே அமைத்துள்ளார்கள். தானிய முளைகளை வணங்குவது சமயக் கோட்பாட்டிற்கு முரணானது என்பதால், தானிய முளைகளை இவர்கள் வணங்குவதில்லை. எனவேதான், இவர்களிடையே வழங்கும் முளைக்கும்மிப் பாடல்களில் முளைப்பாரி தெய்வமோ அதனை வளர்ப்பதால் கிட்டும் பலன்களோ குறிப்பிடப்படவில்லை. பழைய சமய மரபின் எச்சமாக முளைப்பாரி வளர்ப்பினை இன்றுவரை மேற்கொண்டுள்ளார்கள்.

திருமணச் சடங்கில் முளைப்பாரி

தானியம் மற்றும் பயறு வகைகளின் முளைகளும் திருமணச் சடங்குகளில் பண்டையத் தமிழர்களால் பயன்படுத்தப்பட்டன.

கோவலன் கண்ணகித் திருமண நிகழ்ச்சியில் பெண்கள் தானிய முளைகளைக் கொண்ட குடங்களை ஏந்தி நின்றனர். இதனை “விரிந்த பாலிகை முளைக்குட நிரையினர்” என்று சிலப்பதிகாரம் குறிப்பிடும் *(விழாவறை காதை 44)*.

12ஆம் நூற்றாண்டைச் சார்ந்த சேக்கிழார் எழுதிய திருத்தொண்டர் புராணத்திலும் திருமணச் சடங்கில் முளைப் பாரி இடம்பெற்றிருந்தது குறித்துச் செய்தி கூறப்படுகின்றது. திருஞானசம்பந்தரின் திருமணத்திற்கு நன்னாள் பார்த்தவுடன் பாலிகைகளில் முளையை விதைத்தமை,

அருள் புரிந்த நன்னாளில்
அணிமுளைப் பாலிகை விதைத்தார் (3067)

என்றும், திருமணம் நிகழ்வதற்கு ஏழு நாள்களுக்கு

பொன்மணிப் பாலிகை மீது
புனித முளை பூரித்தார் (3070)

என்றும் சேக்கிழார் குறிப்பிடுகின்றார். மணவறையில் சம்பந்தரை வரவேற்கும் பொருட்டு ஏந்தி நின்ற மங்கலப் பொருட்களில் ஒன்றாக முளைப்பாலிகை இடம்பெற்றிருந்தது.

13ஆம் நூற்றாண்டைச் சேர்ந்த கோப்பெருஞ்சிங்கன் (1243 – 1273) என்னும் பல்லவனின் காலத்தைய கல்வெட்டொன்று (ஆண்டு தெரியவில்லை), தலைவி ஒருத்தியின் திருமணத் தீர்மானத்தைத் தலைவனிடம் தோழி கூறுவதுபோல் செய்யுள் வடிவில் அமைந்துள்ளது. அதில்

சுந்தரத் தோரணம் நாட்டி
துகிற்கொடி சூட்டி முத்துப்
பந்தர்ப் பாலிகை தீபம் பரப்புமின் . . .

என்று வரும் பகுதி, மணப்பந்தலில் இடம்பெறும் பொருள்களில் ஒன்றாகப் பாலிகை (தானியமுளைகள் வளர்ந்துள்ள கலன்) இடம்பெற்றுள்ளமையைக் குறிப்பிடுகிறது (பாலசுப்பிரமணியன் 1965 : 156).

தானியமுளைகள் வளர்க்கப்பட்ட முளைப்பாலிகை இன்றும் திருமண விழாக்களில் பயன்படுத்தப்படுகிறது. நெல்லை மாவட்டத்திலுள்ள சைவ வேளாளர்கள் திருமணங்களில் திருமணத்திற்கு இரண்டு நாள்களுக்கு முன்னர், கொண்டைக் கடலை, சிறுபயறு, தட்டாம் பயறு, உளுந்து, மொச்சை ஆகிய பயறு வகைகளையும் நெல்லையும் ஒரு பாத்திரத்தில் ஊறவைக் கிறார்கள். திருமணத்தன்று ஒரு வட்டமான தாம்பாளத்தின் மீது தூர் இல்லாத (அடிப்பகுதி) ஐந்து அல்லது ஏழு சுட்டமண் கிண்ணங்கள், மண் போட்டுவைக்கப்படுகின்றன. (குயவர்களால் விற்கப்படும்) இக்கிண்ணங்கள் ‘முளைப்பாரிக் கிண்ணங்கள்’ எனப்படுகின்றன. மணமகனின் தாய்மாமனும் மணமகளின் தாய்மாமனும் பாத்திரத்தில் உள்ள ஊறிய முளைகளை எடுத்துத் தனித்தனியாக முளைப்பாரிக் கிண்ணங்களில் தெளிப்பார்கள். இந்நிகழ்ச்சி ‘முளைத்தெளிப்பு’ என்று கூறப்படுகிறது. பின்னர்

இதனைப் பத்திரமாக ஓர் இடத்தில் வைத்து நீர் தெளித்து வருவார்கள். திருமணம் நிகழ்ந்து மூன்று, ஐந்து அல்லது ஏழு நாள்களில் இத்தாம்பாளத்தை நெருங்கிய உறவுப் பெண்களுடன் மணமகள் எடுத்துச் சென்று முளைத்து வளர்ந்துள்ள தானியமுளைகளை ஆறு, குளம் அல்லது கிணற்றில் மண்ணுடன் போட்டுவிட்டு, முளைப்பாரிக் கிண்ணத்தையும் தாம்பாளத்தையும் எடுத்துக்கொண்டு வீடு திரும்புகிறாள். இந்நிகழ்ச்சி 'முளை கரைச்சல்' (கரைத்தல்) எனப்படுகிறது.[8]

இதுபோலவே, தூத்துக்குடி மாவட்டத்திலுள்ள நற்குடி வேளாளர் சாதியினரின் திருமணத்திலும் முளைப்பாரி முக்கிய இடம்பெறுகிறது. இதனை வளர்க்கும் பொறுப்பு நாவிதருடையது.[9] நகரத்தார் திருமணங்களிலும் முளைத்தெளிப்புச் சடங்கு முக்கிய இடம்பெறுகிறது.[10]

முளைப்பாரியின் தொன்மை

தானியங்கள் மற்றும் பயறு வகைகளின் வித்துகளைச் சிறு பாண்டங்களிலும் பெட்டிகளிலும் ஊன்றி வளர்க்கும் இப்பழக்கம் மிகவும் தொன்மையானது என்பதற்குப் பல்வேறு இலக்கியச் சான்றுகளும் புராணச் சான்றுகளும் உலகெங்கும் காணக் கிடக்கின்றன. பதினெண்கீழ்க்கணக்கு நூல்களுள் ஒன்றாகிய திணைமாலை நூற்றைம்பது என்ற நூலில் நெய்தல் நிலத்தில் அடப்பங்கொடிகள் படர்ந்துள்ள காட்சி,

அடும்பெலாஞ் ....
பாலிகை பூக்கும் பயின்று (51)

என்று கூறப்பட்டுள்ளது. முளைப்பாலிகையினைப் போன்று அடப்பங்கொடிகள் ஒன்றாகக்கூடி மலர்ந்து காணப்படுவதாக இந்நூலாசிரியர் கூறுவதிலிருந்து முளைப்பாரி வளர்ப்பு பண்டைத் தமிழகத்தில் மிகவும் பரவலாக இருந்ததை அறியலாம்.[11] இந்திர விழாவின்போது, புகார் நகரை அழகுபடுத்தப் பயன்படுத்திய பொருட்களில் 'பூரண கும்பமும் பொலம் பாலிகைகளும்' இடம்பெற்றதாக மணிமேகலை (1:44) குறிப்பிடுகிறது. 'முளைக்குடந் தூபநற்றீபம் வைம்மின்' எனத் திருவாசகத்திலும் (திருப்பொற் சுண்ணம் 1) மங்கலச்சின்னமாக முளைப்பாலிகை குறிப்பிடப் படுகிறது.

இச்செய்திகள் தவிர முன்னர் குறிப்பிட்ட சிலப்பதிகாரம், பெரிய புராணம் ஆகிய இலக்கியங்களில் முளைப்பாலிகை குறித்துக் காணப்படும் குறிப்புகளும் கோப்பெருஞ்சிங்கன் காலக் கல்வெட்டுச் செய்தியும் முளைப்பாலிகை வளர்ப்பு தமிழ்நாட்டில் மிகவும் பழமையானது என்பதனை உணர்த்து கின்றன.

பண்டைய கிரேக்கத்தில்

நம் நாட்டு முளைப்பாரியினைப் போன்ற ஒரு சடங்கு முறை பண்டைய கிரேக்கத்தில் நிகழ்ந்துள்ளது. அடோனி என்ற தெய்வத்தின் நினைவாகக் கொண்டாடப்பட்ட அடோனி விழாவில் இது இடம்பெற்றிருந்தது.

ஈஸ்தர் என்ற பெண் தெய்வத்தின் காதலனாகப் பாபிலோனியப் புராணங்களில் சித்தரிக்கப்படும் தம்மூஸ் என்ற தெய்வம், கிரேக்கப் புராணங்களில் அடோனிஸ் என்று குறிப்பிடப்படுகிறது. அடோனி என்ற அழகிய இளைஞன் அப்ரோடைட் என்ற தேவதையால் காதலிக்கப்பட்டான். ஒரு நாள் மலைப்பகுதியில் வேட்டையாடிக்கொண்டிருக்கும் போது காட்டுப்பன்றியால் அடோனிஸ் கொல்லப்பட்டான். இதனால் மட்டற்ற துயரமடைந்த அப்ரோடைட் தேவதையின் துயரத்தைப் போக்கும் பொருட்டு ஆண்டில் ஒரு பகுதியினைப் பூவுலகத்திலும் மறுபாதியைப் பாதாள உலகத்திலும் அடோனிஸ் வாழும்படி கடவுளர்கள் ஒழுங்கு செய்தார்கள். அடோனிஸின் இறப்பும் மறு உயிர்ப்பும், பயிர் வகைகள் ஒரு பருவத்தில் அழிந்து மறு பருவத்தில் மீண்டும் துளிர்ப்பதின் குறியீடாக மேற்காசியா, மத்தியதரைக் கடல் பகுதி, பிரிட்டிஷ் ஐசல்ஸ் பகுதிகளில் கருதப்பட்டது (Bhattacharyya 1977 : 15 – 16).

அடோனிஸின் இறப்பும் மறு உயிர்ப்பும் முறையே துக்க நாளாகவும் மகிழ்ச்சி நாளாகவும் இந்நாடுகளில் கொண்டாடப் பட்டன. இதில் பெண்களே முக்கியப் பங்கு வகிப்பார்கள். இக்கொண்டாட்டங்களில் ஓர் அங்கமாக 'அடோனி தோட்டங் கள்' உருவாக்கப்பட்டன.

அடோனி தோட்டங்கள்

கூடை அல்லது பானையில் மண் நிரப்பி அதில் கோதுமை, பார்லி, லெட்டுஸ், பூண்டு மற்றும் பல்வேறு மலர்ச் செடிகள் ஆகியவற்றின் விதைகள் தூவப்பட்டு எட்டு நாள்கள்வரை கதிரவன் ஒளியில் அவை வளர்க்கப்பட்டன. இதில் பெண்கள் முக்கியப் பங்கு வகித்தார்கள். எட்டாவது நாள் இறுதியில் இறந்த அடோனிஸின் உருவத்துடன் இவை எடுத்துச் செல்லப் பட்டு அதனுடன் கடல் அல்லது நீரூற்றுகளில் மூழ்கடிக்கப் பட்டன (Frazer 1976 c : 236).

கள ஆய்வின் மூலம் திரட்டப்பட்ட முதன்மை ஆதாரங்கள் வாயிலாக, தமிழகத்தின் தென் மாவட்டங்களில் கோவில் கொடையினையொட்டி நிகழும் முளைப்பாரிச் சடங்கு, கோவில் களில் நிகழும் முளைக்கொட்டுத் திருநாள், கிறிஸ்தவர்களிடையே

நிகழும் முளைப்பாரி வளர்ப்பு, திருமணச் சடங்குகளில் முளைப்பாரி வகிக்குமிடம் ஆகியன விவரிக்கப்பட்டன. இனி முளைப்பாரியின் தோற்றம், அதன் அடிப்படை நோக்கம் ஆகியன குறித்து ஆராய்வோம்.

இவ்வாய்வின் முதற்படியாக மந்திரம் என்பது குறித்துச் சில விளக்கங்களைத் தெரிந்துகொள்வது அவசியம். ஏனெனில், முளைப்பாரியில் மந்திரத்தின் கூறுகளே மேலோங்கியுள்ளன.

மந்திரம்

மானிடவியலாரின் நோக்கின்படி, இயற்கையின் இயக்க விதிகளைப் புரிந்துகொள்ள இயலாத ஆதிமனிதன், இயற்கையைக் கட்டுப்படுத்தவும் அதனிடமிருந்து சில பயன்களைப் பெற்றுக் கொள்ளவும் உருவாக்கிய ஒன்றே மந்திரமாகும். இம்மந்திரம் என்பது குறித்துத் தாம்சன் (1980 : 11) பின்வரும் விளக்கத்தை யளிப்பார்:

புராதன மந்திரமானது கற்பனையொன்றினை உருவாக்கு வதன் மூலம் யதார்த்தத்தைக் கட்டுப்படுத்தலாம் என்ற கருத்தோட்டத்தை அடிப்படையாகக் கொண்டுள்ளது. இது உண்மையான தொழில்நுட்பத்தின் பற்றாக்குறை யினை ஈடுகட்டுவதற்காகத் தோன்றிய கற்பனையான தொழில்நுட்பமாகும்.

முளைப்பாரிச் சடங்கும் கற்பனையொன்றினை உருவாக்கு வதன் மூலம் யதார்த்தத்தைக் கட்டுப்படுத்தலாம் என்ற கருத் தினை அடிப்படையாகக் கொண்டுள்ளது. இது முதலில் 'முளைக் கும்மி' என்ற பாவனை நடனத்தின் வாயிலாக வெளிப்படுகின்றது.

பாவனை நடனம்

தொடக்கத்தில் மந்திரமானது பாவனைச் செயல்களாக இருந்தது என்றும் இப்பாவனைச் செயல்களின் வெளிப்பாடாகப் பாவனை நடனங்கள் தோன்றின என்றும் தாம்சன் குறிப்பிடுவார் (1981 : 68). இத்தகைய பாவனை நடனத்திற்கு எடுத்துக்காட்டாக 'வசுதாரா விரதம்' என்னும் பெயரில் வங்காளத்துக் குடியான வர்கள் நடத்தும் மழைச்சடங்கு ஒன்றினைக் குறிப்பிடலாம்.

வங்கத்துக் குடியானவர்கள் வறட்சியான கோடைப் பருவத்தில் வசுதாரா விரதம் என்னும் சடங்கை நிகழ்த்து கிறார்கள். இந்த விரதத்தில் பாடும் பாடலில் மழைத் துளிகள் வீழ்வதும் காய்ந்த நிலம் நீரில் மூழ்குவதும் அதில் சிறார் நீந்தி மகிழ்வதும் சித்தரிக்கப்படுகிறது. அத்துடன் மழையை உண்டுபண்ணுவதுபோல் நடிக்கவும் செய்கிறார்கள். நீர் நிரம்பிய ஜாடி ஒன்றினை ஒரு

மரத்தில் கட்டிவிட்டு அதில் துளைகள் இடுவார்கள். மரத்தில் கட்டப்படும் ஜாடியானது மேகமாகவும் அதிலிருந்து சொட்டும் நீர் மழையாகவும் அமைகிறது.

"விரும்பும் யதார்த்தத்தைக் கற்பனையாக நிகழ்த்திக் காட்டு கிறார்கள்" என்று இச்செயலைக் குறிப்பிடும் தேவி பிரசாத், இச்சடங்கில் பாடப்படும் பாடல் குறித்தும் ஒரு நல்ல விளக்கத் தைத் தருகிறார்.

நீண்ட கோடைக்காலமானது குடியானவர்களின் வாழ்வைச் சோதிக்கிறது. நிலம், நீரில் மூழ்குவதாகவும் குழந்தைகள் மகிழ்ச்சியுடன் அதில் நீந்துவதாகவும் அவர்கள் பாடுவதானது, கண்கூடான யதார்த்தமாக (*Material Reality*) இல்லாவிட்டாலும் உண்மையில் உளவியல் யதார்த்தமாக (*Psychological Reality*) அமைகின்றது. எவ்வாறென்றால் இப்பாடல் குடியானவர்களுக்கு உறுதியளித்து, அவர்களுக்கு எதிராக இருக்கும் இயற்கையின் முன்பு செயலற்று நிற்கும் உணர்வை வெற்றிகொள்ள வழிகாட்டு கிறது. இவ்வாறு, மந்திரமானது ஒரு கற்பனையான தொழில் நுட்பமாக இருந்தாலும் உண்மையான தொழில் நுட்பத்திற்கு உதவிபுரிவதாக உள்ளது.

வசுதாரா விரதம் குறித்துத் தேவி பிரசாத் சட்டோ பாத்தியாயா (1959 : 114) தரும் இவ்விளக்கம் முளைப்பாரிச் சடங்கின் தொடக்க நிகழ்ச்சிக்குப் பொருத்தமாகவுள்ளது. முளைப்பாரிச் சடங்கின் தொடக்க நாளன்று அதில் பங்குபெறும் பெண்கள் நீராடிவிட்டு ஈரச்சேலையுடன் வந்தே முளைக்கும்மி யடிக்கிறார்கள். அப்பொழுது அவர்கள் பாடும் பாடல் வருமாறு:[12]

ஊசிபோல் மின்னல் மின்னி
உறிகள் போல காலூண்ணி
பாசிபோல படர்ந்த மேகம்
பலபலன்னு விழுந்திடுவே
இடி இடிய மழைபெஞ்சு
இருகரையும் பெருகிவர
பெருகிவந்த சிறந்தனிறே
பெண்களெல்லாம் நீராடி
நீராடி நிறங் குளிர்ந்து
நீலவா்ணப் பட்டுணா்த்தி
பட்ட* உணர்த்துடுத்தி
பதறக் கும்மியடிங்களம்மா!
சீல** உணர்த்துடுத்தி
சிதறக் கும்மி அடிங்களம்மா!

---

* பட்டு

** சீலை

இது, மேற்கூறிய வசுதாரா விரதப் பாடலின் உள்ளடக்கத்தை ஒத்துள்ளது. மழையில் நனைந்ததுபோல ஈரச்சேலையுடன் நின்றுகொண்டு, மழை பெய்ததாகவும் ஆற்றில் வெள்ளம் வந்த தாகவும் அதில் நீராடிவிட்டு வந்து நிற்பதாகவும் ஒரு கற்பனை இங்கு உருவாக்கப்படுகிறது. இக்கருத்தமைந்த பாடலைப் பாடியவாறு அனைவரும் வளைக்கரங்கள் தாமொலிக்கக் கைகொட்டுவது இடியோசைபோல அமைகிறது. இந்த வகையில் முளைப்பாரியின் தொடக்கமானது மழை வேண்டும் பாவனை நடனமாக அமைகிறது.

பயிர்த்தொழிலுடன் தொடர்புடைய பாவனை நடனம், பயிர் வளர்ப்போரிடம்

> யதார்த்தத்தின் மீதான அகநிலை மனோபாவத்தை மாற்று கிறது. அதன்மூலம் மறைமுகமாக யதார்த்தத்தையே மாற்றுகிறது

என்று தாம்சன் (*1981 : 70 – 71*) குறிப்பிடுவார்.

தாம்சனின் இவ்விளக்கத்தை மனத்தில் கொண்டு முளைப் பாரி நிகழும் பருவ காலத்தை நாம் ஆராய வேண்டும். பயிர் செய்வதற்கு மழையை எதிர்நோக்கும் காலத்திலேயே முளைப் பாரி நிகழ்கிறது. பங்குனி, சித்திரை மாதங்கள் தமிழ்நாட்டில் கோடைக்காலமாகும். தமிழகத்தின் தென் மாவட்டங்களில் புன்செய் நிலப்பகுதிகளில் தை அல்லது பங்குனி மாதத்தில் பயிர்கள் அறுவடையான பிறகு தரிசாகக் கிடக்கும் நிலத்தைச் சித்திரை மாதத்தில் உழுதுபோடுவது வழக்கம். ‘சித்தரை உழவு பத்தரைத் தங்கம்’ என்ற பழமொழி இவ்வுழவின் சிறப்பை யுணர்த்தும். இப்பருவத்தில் பெய்யும் கோடைமழை உழவுக்கு மிகவும் உறுதுணையாக அமைகிறது.

இதே பகுதிகளில் ஆடி அல்லது புரட்டாசி, ஐப்பசி மாதங்களில் விதைப்பு நிகழும். ‘ஆடிப்பட்டம் தேடி விதை’ என்பது பழமொழி. ஐப்பசி, கார்த்திகை தமிழ்நாட்டின் தென் மாவட்டங்களில் மழைக் காலமாகும். இம்மழையை நம்பியே, புன்செய் நில வேளாண்மையும் ஏரி குளங்களின் நீரை எதிர் நோக்கி நிகழும் நன்செய் நில வேளாண்மையும் நிகழ்கின்றன.

எனவேதான் வறட்சிக் காலமான பங்குனி, சித்திரை, ஆடி மாதங்களிலும் மழைக்காலமான புரட்டாசி, ஐப்பசி மாதங்களிலும் மழையை வேண்டும் முளைப்பாரி நிகழ்கிறது. மழையை எதிர்நோக்கியுள்ள உழவர்களின் உள்ளத்தில் உளவியல் யதார்த்தமாக முளைப்பாரிச் சடங்கில் இடம்பெறும் ‘முளைக் கும்மி’ அமைகிறது. இதன் காரணமாக ஒரு நம்பிக்கையுணர்வு ஏற்பட்டு மகிழ்ச்சியுடன் பயிர்த் தொழிலில் உழவர்கள் ஈடுபடு கிறார்கள்.

...பாவனை நடனங்கள் உழைப்பினின்று துண்டிக்கப்பட்டு, இனக்குழு மரபுகளை நினைவுகூர்கின்ற வகையில் அமைந்த, பொழுதுபோக்குச் செயலாக மாறிவிட்டன. இதுவே பாடலும் ஆடலும் இணைந்த ஒரு குழுப்பாடலாக உருமாறியது என்று தாம்சன் (1981:72) கூறுவார். இதுபோலவே முளைப்பாரியில் இடியோசையைப் பாவனையாக உருவாக்க எழுந்த கைகொட்டு தல், உளவியல் யதார்த்தத்தைத் தோற்றுவிக்கும் முளைக்கும்மிப் பாடல் என்பன உழைப்புப் போக்கினின்று துண்டிக்கப்பட்டுக் கும்மியென்ற பொழுதுபோக்குக் கலையாக மாறின. பொருளா தார நடவடிக்கையின் ஒரு பகுதியான பாவனை நடனத்தில் இடம்பெற்ற முளைக்கும்மியும், காலப்போக்கில் நாட்டார் சமயத்தின் பாதிப்புக்காளாகி அம்மன்களைக் குறித்த வர்ணனை களும் புராணச் செய்திகளும் அடங்கிய கும்மிப்பாட்டாக மாறிவிட்டது.

செழிப்புச் சடங்கு

பாவனை நடனத்தின் மூலம் மழை வேண்டுவது மட்டு மன்றி தானியங்களின் செழிப்பையும் மானுடச் செழிப்பையும் தூண்டும் செழிப்புச் சடங்காகவும் முளைப்பாரி அமைந்துள்ளது. முன்னர் குறிப்பிட்ட 'அடோனி சடங்குகள் குறித்து விளக்கும் பிரேசர், அதில் அமைந்துள்ள மந்திரம் குறித்துப் பின்வரும் விளக்கத்தை அளிப்பார் (1976c : 237):

அடோனி சடங்குகளெல்லாம் தொடக்கக் காலத்தில் தாவரங்கள் ஒரு பருவத்தில் அழிந்து பின் தோன்றுவதற்கும் வளர்வதற்கும் ஒரு தூண்டுகோல் மந்திரங்களாகப் பயன்படுத்தப் பட்டன. இம்மாதிரியான விளைவை ஏற்படுத்தக்கூடிய கோட் பாடு ஒத்த மந்திரம் அல்லது பாவனை மந்திரமாகும். தாங்கள் விரும்பும் விளைவைப் போலச் செய்தால் உண்மையிலேயே அந்த விளைவு ஏற்படுமென்று பாமர மக்கள் நம்பினார்கள். இதன்படி, தண்ணீரைத் தெளிப்பதன் மூலம் மழையை உண்டாக்க லாம், நெருப்பை வளர்ப்பதன் மூலம் சூரிய ஒளியை உண்டாக்க லாம், இதுபோலவே பயிர் வளர்ப்பதைப் போலச் செய்தால் நல்ல அறுவடையைப் பெறலாம் என்று நம்பினார்கள். கோதுமை யும் பார்லியும் அடோனி தோட்டத்தில் வேகமாக வளர்வது, அத்தானியங்கள் அவர்களுடைய தோட்டங்களில் விரைவான வளர்ச்சி பெற உதவுகின்றன. அடோனி தோட்டத்தையும் அவனுடைய வடிவத்தையும் நீரில் போடுவன செழிப்புக்குக் காரணமான மழையை உறுதி செய்வதற்கான மந்திரமாகும்.

பிரேசரின் இவ்விளக்கத்தில் காணப்படுவதுபோல் முளைப் பாரியிலும் ஒத்த மந்திரம் அல்லது பாவனை மந்திரம் இடம்

பெற்றுள்ளது. ஆட்டுரமும் மாட்டுரமும் இடப்பட்ட சிறு பானை களிலும் கூடை களிலும் பல்வேறு தானியங்களைத் தூவி, முறை யாக நீர் தெளித்து வளர்ப்பதால் தானியமுளைகள் உயர்ந்து வளருகின்றன. ஓரடி ஒன்றரையடிவரை இவை வளருகின்றன. இவ்வளர்ச்சி பயிர்த் தொழிலுடன் தொடர்புடைய பாவனை மந்திரமாக அமைந்து, யதார்த்தத்தில் பயிர் வளர்ப்பில் ஈடுபடு வோருக்கு நம்பிக்கையையும் உற்சாகத்தையுமளிக்கிறது.

முளைப்பாரியின் இறுதி நாளன்று வளர்ந்த முளைகளை நீரில் போடுவதும் பிரேசர் கூறுவதுபோல மழை மந்திரமாக அமைகின்றது. சில கிராமங்களில் முளைப்பாரியைக் கிணற்றில் போடு முன்னர் ஒரு கைப்பிடியளவு வளர்ந்த முளைகளை எடுத்துச் சென்று பயிருள்ள வயல்களிலும் வீடுகளில் வளர்க்கும் காய்கறிச் செடிகளின் பாத்திகளிலும் போடுவது செழிப்பை மாற்றுவிக்கும் நோக்குடனேயே நிகழ்கிறது. இதனைத் தொத்து மந்திரம் எனலாம். ஏனெனில், செழித்து வளர்ந்த முளைப்பாரி மற்ற பயிர்களுடன் இணைக்கப்படும்போது, முளைப்பாரியின் செழிப்பு அப்பயிர்களுக்கும் மாற்றியமைக்கப்படுகிறது என்று நம்புகிறார்கள்.

முளைப்பாரி எவ்வளவு செழிப்பாக வளருகிறதோ அந்த அளவுக்குச் செழிப்பாக அந்த ஆண்டில் பயிர் விளையுமென்ற நம்பிக்கையும் முளைப்பாரிச் சடங்கினையொட்டி நிலவுகிறது. ஆந்திர மாநிலத்திலும் இந்நம்பிக்கையினை ஓரளவு ஒத்த ஒரு சடங்கு கிராமத் தேவதைகளின் கோயில்களில் நிகழ்கிறது. தெலுங்கு வருடப் பிறப்பையொட்டி நிகழும் கோயில் திருவிழா வின் இறுதி நாளன்று இது பின்வரும் முறையில் நிகழ்கிறது:

ஓர் எருமைக்கடாவின் தலை 'மடிகா' என்ற துப்புரவுத் தொழிலாளியால் வெட்டப்படுகிறது. பின், ஒரு பாத்திரத் தில் அதன் இரத்தத்தைப் பிடித்துவைத்து, அதற்குள் நவதானியங்களையும் பருப்பு வகைகளையும் போடுகின் றனர். பின்னர், அப்பாத்திரத்தைக் கோவிலிலுள்ள சிலை யின் முன்பு வைத்துக் கோவிலை மூன்று நாளைக்கு மூடிவிடுகின்றனர். நான்காவது நாள் கோவில் திறக்கப் படுகிறது. இரத்தத்தில் தோய்ந்த தானியங்களையும் பருப்பு வகைகளையும் கவனமாகக் கழுவுகின்றனர். பின்னர் கோவிலுக்குப் பின்புறமுள்ள இடத்தில் தானியங்களையும் பருப்பு வகைகளையும் தனித்தனியே பிரித்தெடுத்து எந்தெந்தத் தானியங்கள் நன்றாக முளையிட்டிருக்கின்றன என்று பார்க்கின்றனர். இதன் முடிவைக் காண எல்லாக் குடியானவர்களும் ஆர்வமாகக் கூடுகின்றனர். எந்தத் தானியம் முளைத்திருக்கிறதோ, அதுவே அந்த ஆண்டில்

விதைப்பதற்கேற்ற கடவுளால் குறிப்பிடப்பட்ட தானியம். இவ்வாறு எந்தத் தானியத்தை விதைப்பது என்று முடிவு செய்யும் இம்முறை கோதாவரி, மசூலிப்பட்டிண மாவட்டங்களில் பரவலாகக் காணப்படுகிறது. *(White head 1983 : 64 – 65)*

முளைப்பாரிச் சடங்கின் இரண்டாம் நாளிலிருந்து ஏழாம் நாள் முடிய, நாள்தோறும் நீர் நிரம்பிய கும்பம் அல்லது செம்பினைத் திறந்தவெளியில் வைத்து அதனைச் சுற்றிக் கும்மி யடிக்கும் வழக்கம் சில கிராமங்களில் நிலவுகிறதென்று முன்னர் கண்டோம். நீர் நிரம்பிய கும்பமானது நீர் வளத்தின் அடிப்படை யான மழையின் குறியீடாகவும் அமைகிறது. வடமொழியில் பூரண கதா என்று குறிப்பிடப்படும் நீர் நிரம்பிய கும்பம் கருப்பையின் குறியீடாகத் தாந்திரீகத்தில் கருதப்படுகிறது. செழிப்புச் சடங்கான முளைப்பாரியிலும் இக்குறியீடு பொருந்து வதாயுள்ளது. கருப்பையின் குறியீடான பூரண கும்பத்தைச் சுற்றி அடிக்கும் முளைக்கும்மியில் தானியமுளையின் படிப்படி யான வளர்ச்சி வருணிக்கப்படுகிறது. இவ்வருணனை கருப்பை யின் குறியீடான கும்பத்தைச் சுற்றியடிக்கும் கும்மியில் இடம் பெறுவதானது மானுடச் செழிப்பையும் தாவரச் செழிப்பையும் இணைக்கும் மந்திரமாகும்.

தாவரச் செழிப்பின் வாயிலாக மானுடச் செழிப்பைப் பெருகச் செய்யும் மந்திரமும் முளைப்பாரியில் காணப்படுகிறது. முளைப்பாரி வளர்ப்பில் ஈடுபட்ட பெண்கள் அடையும் பயன்கள்

கன்னி வந்து நீர் தெளிச்சா
கல்யாணம் கூடுமம்மா
இருசி* வந்து நீர் தெளிச்சா
இந்திரனைப் பெத்தெடுப்பாள்
மலடி வந்து நீர் தெளிச்சா
மைந்தனைப் பெத்தெடுப்பாள்

என முளைக்கும்மியில் குறிப்பிடப்படுகின்றது.[13] வேளாண்மை மற்றும் மங்கலச் சடங்குகளில் மகப்பேறற்ற பெண் கலந்துகொள் வதை மக்கள் விரும்புவதில்லை. மகப்பேறற்ற (செழிப்பற்ற) பெண், விலங்கு மற்றும் தாவர வகைகளின் செழிப்பையும் போக்கிவிடுவாள் என்பதே பொதுவான நம்பிக்கையாகும். இந்நம்பிக்கையினைச் சில நாட்டார் பாடல்களும் உணர்த்து கின்றன.[14] ஆனால் முளைப்பாரியில் ம கப்பேறற்ற பெண்கள் பங்கு கொள்வதற்கு விலக்கு எதுவுமில்லை. மகப்பேறடையலாம் என்ற நம்பிக்கையே பல கிராமங்களில் நிலவுகிறது.[15]

---

* பூப்படையும் தன்மையில்லாப் பெண்.

சில கிராமங்களில் கிணற்றில் முளைப்பாரியைப் போடு முன்னர் அதில் ஒரு சிறிது எடுத்து, கூடியுள்ள பெண்களுக்கு வழங்குவதும் அதை அவர்கள் தலையில் சூடுவதும் நிகழ்கிறது. இந்நிகழ்ச்சியிலும் தாவரச் செழிப்பும் மானுடச் செழிப்பும் இணைக்கப்படுவதைக் காண்கிறோம். செழித்து வளர்ந்துள்ள தானியமுளையைப் போல, அதனை அணியும் மகளிரும் மகப்பேறடைதல், கணவனையடைதல் ஆகிய பேறுகளையடை வார்கள் என்பதே இதன் குறியீடாகும். திருமணங்களில் 'முளை தெளித்தல்', 'மொளதொளிப்பு' என்ற பெயரில் நிகழும் சடங்கும் தாவரச் செழிப்பையும் மானுடச் செழிப்பையும் இணைக்கும் கருத்தோட்டத்தின் அடிப்படையில் எழுந்துள்ளது.

தாய்த்தெய்வ வழிபாடு

பாவனை நடனமாகவும் செழிப்புச் சடங்காகவும் அமைந் துள்ள முளைப்பாரியில் தாய்த்தெய்வ வழிபாட்டின் செல்வாக் கும் மேலோங்கியுள்ளது. புராதன வேளாண்மையைத் தோற்றுவித்தவர்களும் அதில் முக்கியப் பங்கு வகித்தவர்களும் பெண்கள்தாம் என்பது மானிடவியல் அறிஞர்களின் கருத்தாகும். தொடக்கக் கால வேளாண்மையில் பெண்கள் வகித்த முக்கியப் பங்கின் காரணமாகவே உலகெங்கிலும் பல வேளாண்மைச் சடங்குகளில் பெண்கள் முக்கியப் பங்குவகிக்கிறார்கள் *(Chattopadyaya 1959 : 277)*. கிரேக்கர்கள், தானியத் தெய்வங்களைப் பெண் தெய்வங்களாகவே உருவாக்கியுள்ளார்கள். பயிருக்கு ஏற்றபடி தானியத் தெய்வங்கள், ரை தாய், மொச்சைத் தாய் எனப் பெண்பாலாகவே பல நாடுகளிலும் அழைக்கப்படுகின்றன. ஐரோப்பாவில் மக்காச் சோளத் தாய் என்றும், பெருவியர்களால் கொயினகாத் தாய், கொக்கோ தாய், உருளைக்கிழங்குத் தாய் என்றும் தாவரத் தெய்வங்கள் பெண்ணாகவே அழைக்கப்படு கின்றன *(Frazer 1976d : 132,191)*. ஜப்பானில் அரிசித் தாய் எனத் தானியத் தெய்வம் அழைக்கப்படுகிறது *(Hori 1980 : 77)*.

உலகெங்கிலும் தானியத் தெய்வங்களைப் பெண்ணாக உருவகிக்கும் இப்போக்கு முளைப்பாரியிலும் காணப்படுகிறது. பண்டையத் தமிழ் இலக்கியங்களில் தானிய முளை வளர்ந்துள்ள கலன்கள் முளைப்பாலிகை, பாலிகை என்று குறிப்பிடப்பட் டுள்ளதைத் 'திருமணச் சடங்குகளில் முளைப்பாரி', 'முளைப்பாரி யின் தொன்மை' என்ற தலைப்புகளில் கண்டோம். பாலிகை என்பது பெண்ணையும் குறிக்கும் சொல்லாகும். எனவே 'முளைப்பாலிகை' என்பது முளைப்பெண் என்ற பொருளையும் தருகிறது. 'முளைப்பாரி' என்ற சொல்லிலும் பாரி என்பது நிலத்தையும் பெண்ணையும் குறிக்கிறது. பிங்கல நிகண்டில் மணமகளையும் (நூற்பா 919) மனைவியையும் (நூற்பா 3819)

குறிக்கும் சொற்களில் ஒன்றாகப் 'பாரி' என்ற சொல் இடம் பெற்றுள்ளது (திராவிட மொழிக் குடும்பத்தைச் சேர்ந்த மலையாள மொழியிலும் பாரி என்பது மனைவியைக் குறிக்கும் சொல்லாக இன்றும் வழங்கிவருகிறது). பெண்ணைக் குறிக்கும் 'பாலி', 'பாரி' என்ற இச்சொற்கள் தானிய முளையினைப் பெண்ணாக உருவகித்துள்ளதை உணர்த்துகின்றன. 'முளையம்மன்', 'முளைமாரி' என்று முளைப்பாரியைக் குறிக்கும் சொற்களும் பெண்பாலாகவே யுள்ளன. முளைக்கும்மிப்பாடல்களிலும் தானியவித்துகளை முளைப்பானைகளில் தெளிக்கும் நிகழ்ச்சி,

ஆட்டெரு மாட்டெருவு
அம்மாளுக்குத்தான் படைத்து

என்றும், முளையின் வளர்ச்சியை வர்ணிக்கும்போது 'துலங்கிடு வாள்', 'வளர்ந்திடுவாள்', 'போலிருப்பாள்' எனப் பெண்பால் விகுதியில் குறிப்பதையும் நினைவில் கொள்ளவேண்டும். இன்றும் கிராம தேவதைகளின் கோவில் விழாக்களுடனேயே முளைப்பாரி தொடர்புபடுத்தப்பட்டுள்ளது. அம்மன்கள் என்றழைக்கப்படும் பெண் தெய்வங்களுக்குகந்த நாளாகக் கருதப்படும் செவ்வாய்க் கிழமையன்றுதான் முளைப்பாரி தொடங்குகிறது. இதன் தொடக்கத்திலிருந்து இறுதிவரை பெண்களே முக்கியப் பங்கு வகிக்கிறார்கள். இச்செய்திகள் தாய்த்தெய்வ வழிபாட்டின் செல்வாக்கு முளைப்பாரியில் மேலோங்கியிருப்பதையுணர்த்து கின்றன.

கூட்டு முயற்சி

புராதனச் சடங்குகளின் முக்கிய இயல்பு பலரின் கூட்டு முயற்சியில் அது நிகழ்த்தப்படுவதுதான். வங்கத்தில், விரதங்கள் என்றழைக்கப்படும் சடங்குகள் குறித்துக் குறிப்பிடும்போது,

> விரதங்களின் (சடங்குகள்) ஓர் இயல்பு ஒரே விருப்பத்திற் காகப் பலர் பங்கேற்றுக் கூட்டாகச் செய்வதாகும். ஒரு தனிமனிதனின் விருப்பமும் அதை அடையச் செய்யப்படும் செயல்களும் விரதமாக முடியாது. ஒரே நோக்கத்தை ஈடேற்ற மனிதர் பலரும் ஒத்துழைக்கும்போதே அது விரதமாகிறது

என்று சட்டோபாத்தியாயா *(1959 : 113)* குறிப்பிடுவார். மேலும், இது தொடர்பாக வங்காளத்தின் விரதங்கள் குறித்து ஆராய்ந்த அமினீந்திரநாத் தாகூரின் கருத்தொன்றினையும் மேற்கோளாகக் காட்டுவார் *(1959 : 114)*:

> ஒரு தனிமனிதனால் ஒரு நடனத்தை அரங்கேற்ற முடியும். ஆனால் நாடகத்தை அரங்கேற்ற முடியாது. இதுபோலவே

ஒரு தனிமனிதனால் பிரார்த்தனை செய்யவும் வேண்டுதல் செய்யவும் முடியும். ஆனால் ஒரு விரதத்தைச் (சடங்கு) செய்ய முடியாது. பிரார்த்தனையும் வேண்டுதலும் விருப்பத்தை நிறைவேற்றவே உருவாக்கப்பட்டுள்ளன. ஆயினும் பிரார்த்தனையானது தனிமனிதனால் மேற் கொள்ளப்பட்டு, விருப்பத்தை அடைய மன்றாடுவதில் முடிகிறது. விரதமோ அடிப்படையில் கூட்டுத் தன்மை வாய்ந்ததாகவும் உண்மையில் விருப்பத்தை அடைவதிலும் முடிகிறது.

முளைப்பாரியிலும் தொடக்கத்திலிருந்து இறுதிவரை கிராமத் தினர் அனைவரும் கூட்டாகச் செயல்படுவதைக் காண்கிறோம்.

முளைப்பாரி வளர்ப்பில் ஈடுபடும் பெண்கள் தங்கள் வீடுகளிலிருந்து தானிய விதைகளைக் கொண்டு வந்தாலும், அவைகளை முளைப்பானைகளில் ஊன்றுவது, நாளும் கும்மி யடிப்பது, முளைப்பானைகளைக் கோவிலுக்கு எடுத்துச் செல்வது, வளர்ந்த முளைகளை நீரில் போடுவது ஆகிய சடங்குகளில் அனைவரும் கூட்டாகச் செயல்படுகிறார்கள். மண்பானை அல்லது குடம் மற்றும் தானியம் கொடுத்து முளைப்பாரி வளர்ப்பில் பங்குபெறாத மகளிரும் முளைக் கும்மியிலும் முளைப்பாரியை ஊர்வலமாக எடுத்துச் செல்வதி லும், அதனை நீர்நிலையில் போடுவதிலும் பங்குகொள்கிறார்கள். வளர்ந்த முளையில் ஒரு சிறிது எடுத்துச் சென்று வயலில் போட விரும்புபவர்களுக்கும் வேறுபாடின்றி வளர்ந்த தானிய முளைகளைக் கொடுக்கிறார்கள். அட்டவணைச் சாதியினரைத் தவிர மற்ற சாதியினர் அனைவரும் கூட்டாகக் கலந்து இச்செயல் களைச் செய்யும் கிராமங்களும் உள்ளன. முளைப்பானை தயாரிக்கத் தேவையான வைக்கோல், ஆட்டுரம், மாட்டுரம் ஆகியனவற்றை ‘முளைப்பாரி போட’ என்று கேட்கும்போது யாரும் அதைக் கொடுக்க மறுப்பதில்லை.

கிராம தேவதைகளின் கோவில்களில் நிகழும் முளைக் கொட்டுத் திருநாளுக்கு, தானியம் மற்றும் பயறு வித்துகளும் கிராம மக்களிடமிருந்து பெற்றுக்கொள்ளப்படுகின்றன.

நெல்லை மாவட்டக் கோவில்களில் நிகழும் கொடை உற்சவத்தை, வேண்டுதலின் காரணமாகவோ செல்வச் செழிப்பின் காரணமாகவோ சிலர் தனியாக நிகழ்த்துவார்கள். வழக்கமாகக் கொடை நிகழும் நாளைத் தவிர்த்து வேறு நாள்களில் இது நிகழும். இதற்காகும் செலவினை நிகழ்த்துபவரே ஏற்றுக்கொள்வார். இதனைத் தனிக்கொடை கொடுத்தல் என்பார்கள். ஆனால் முளைப்பாரி இப்படித் தனியொருவரால் நிகழ்த்தப்படுவது கிடையாது.

புராதனச் சடங்குகள் படிப்படியாகச் சமயத்துடன் இணைந்ததன் விளைவாகத் தோன்றியதே முளைக்கொட்டுத் திருநாளாகும். கோவிலில் நிகழும் இம்முளைப்பாரி வளர்ப்பில் பூசாரியும் தெய்வமும் முளைப்பாரியைவிட முக்கியத்துவம் பெறுகின்றனர். ஆயினும் வளர்ந்த தானிய முளைகளும் கூட்டு முயற்சியும் அடியோடு புறக்கணிக்கப்படவில்லை. முளைக் கொட்டுத் திருநாளின் இறுதியன்று முதலில் முளைப்பானைக்குப் பூசை நிகழ்ந்த பின்னரே அம்மனுக்கு நிகழ்கிறது. ஊர்வலத்தின் போது முளைப்பாரி, அம்மனுக்கு முன்னதாக எடுத்துச் செல்லப் படுகிறது. ஊரவரின் கூட்டு முயற்சியும் முளைப்பாரியை நீரில் போடும் பாவனை மந்திரமும் அதன் இறுதி நாளில் முளைப் பாரியைப் போலவே இடம்பெற்றுள்ளன.

பொதுநோக்கினின்று விலகியதன் காரணமாகத் திருமணச் சடங்குகளில் இடம்பெறும் முளைப்பாரி அதன் தனிச் சிறப்பை இழந்து திருமணச் சடங்கில் ஓர் அங்கம் என்ற அளவில் குறுகி நிற்கிறது.

புராதனச் சடங்கு

இதுவரை முளைப்பாரி குறித்து நாம் ஆராய்ந்த செய்தி களின் அடிப்படையில் 1. முளைப்பாரியானது மந்திரத்துடன் தொடர்புடைய பாவனை நடனம்; 2. தானியச் செழிப்பும் அதற்கு மிகவும் அவசியமான மழையும் வேண்டி மந்திரச் சடங்காக நடத்தப்படுகிறது. மானுடச் செழிப்பு வேண்டலும் இத்துடன் இணைந்துகொள்கிறது; 3. தாய்த்தெய்வ வழிபாட்டின் செல்வாக்கும் மக்களின் கூட்டு முயற்சியும் இதில் மேலோங்கி யுள்ளன என்ற கருத்துகள் புலனாகின்றன. முளைக்கொட்டுத் திருநாள், கிறிஸ்தவர்களிடையே நிகழும் முளை வளர்க்கும் பழக்கம், மங்கல, அமங்கலச் சடங்குகளில் இடம்பெற்றுள்ள 'முளைத் தொளிப்பு' ஆகியனவெல்லாம் முளைப்பாரிச் சடங்கி லிருந்துதான் கிளைத்துள்ளன என்பதும் புலனாகிறது. முளைப்பாரி கோவிலுடன் இணைக்கப்பட்டதும்கூட அதன் மந்திரத் தன்மைக்கு மாறாகப் பிற்காலத்தில் நிகழ்ந்ததென்பதும் வெளிப்படையான உண்மையாகும். ஆயினும் முளைப்பாரியில் புராதனச் சடங்கின் குணாம்சங்கள் இன்றும் மேலோங்கியுள்ளன. ஒரு குறிப்பிட்ட பொருளைச் சுற்றி வட்டவடிவில் நிகழும் நடனங்கள் இனச்சடங்கின் (Communal Ritual) தொடக்க நிலையைச் சார்ந்துள்ளன என்று குறிப்பிடுவார்கள் (Leach 1972 : 959). முளைப்பாரிக் கும்மியிலும் தொடக்க நாளன்று தானியவித்துகள் ஊன்றப்பட்ட முளைப்பானைகளையும் இறுதி நாளன்று வளர்ந்த தானிய முளைகளையும் இடைப்பட்ட நாள்களில் நீர் நிரம்பிய

கும்பத்தையும் நடுவில் வைத்துச் சுற்றிவரக் கும்மியடிக்கின்றனர். இது இனச்சடங்கின் தொடக்க நிலையை நினைவூட்டுவதாய் அமைகிறது.

புராதனச் சடங்கின் நான்கு முக்கியக் குணாம்சங்களாக பிரேசர் (*1976d : 169*) குறிப்பிடும் கருத்துகளுடன் முளைப்பாரியினை ஒப்பிட்டுப் பார்க்கும்போது, முளைப்பாரி ஒரு புராதனச் சடங்கு என்பது மிகத் தெளிவாக உறுதிப்படுகிறது.

புராதனச் சடங்குகள் சமயங்களுடன் இணைக்கப்படும் பொழுது அதன் அடிப்படைக் குணாம்சங்கள் சிதையும் வாய்ப்புள்ளது. இதற்கு எடுத்துக்காட்டாகத் தைந்நீராடலைக் குறிப்பிடலாம்.

சங்க நூல்களில் அம்பாவாடல் எனப்படும் தைந்நீராடல் உண்மையில் மழைச்சடங்காகும். இச்சடங்கே இன்று மார்கழி நோன்பாகச் சைவ, வைணவ சமயங்களில் இடம்பெற்றுள்ளது. இதனையே இராகவையங்கார் (*1964 : 199*)

இம்மைப்பயன் கருதிக் கன்னியரால் ஆதியில் நடத்தப் பெற்றுவந்த மார்கழி நோன்பானது, மறுமை கருதி அடியார்களால் ஈசுவர பரமாகப் பாடப்பெறும் பெருமையை அடைந்தது. ஆனால் இந்நோன்பின் பழஞ் செய்திகள் மறக்கப்பட்டும் கன்னிப் பெண்களால் இது கைக்கொண்டு நடத்தப்படாமலும் போயின என்று குறிப்பிடுவார். தைந்நீராடல் அதன் அடிப்படைக் குணாம்சத்தை இழந்ததுபோல, முளைப்பாரி புராதனச் சடங்கின் குணாம்சங்களை இழந்துவிடவில்லை. ஏனெனில் தைந்நீராடல் மேலோர் (*Elite*) சமய நெறியுடன் இணையவில்லை. அதன் இறுதி நாள் நிகழ்ச்சிகள் மட்டுமே நாட்டார் சமயத்தின் முக்கிய அங்கமான கிராமத் தேவதைகளின் கோவில் விழாக்களுடன் இணைந்துள்ளன. மற்றபடி அது, பெண்களின் கூட்டு முயற்சியால் பாவனை நடனமாகவும் செழிப்புச் சடங்காகவும் நிகழ்த்தப்படுகிறது. முன்பு குறிப்பிட்டதுபோல் புராதனச் சடங்கின் குணாம்சங்கள் அதில் இன்றும் காணப்படுகின்றன.

ஆயினும், அறிவியல் வளர்ச்சியின் விளைவாகப் புராதனச் சடங்குகள் மறையும் சாத்தியத்தை நாம் மறுப்பதற்கில்லை. மேலும், இத்தகைய சடங்குகள் மறைவது கண்டு நாம் வருந்திப் புலம்புவதும் அவை மறையாது பாதுகாக்க முயல்வதும் சமூக வளர்ச்சிப் போக்கிற்கு நேர்மாறான செயலாக அமையும். அதே நேரத்தில் கலைத்தன்மை கொண்ட புராதனச் சடங்குகள், அதன் மந்திர மற்றும் சமயக் கூறுகளை மட்டுமிழந்து பங்கு கொள்வோருக்கும் பார்வையாளர்களுக்கும் மகிழ்ச்சியூட்டும் கலை நிகழ்ச்சியாகத் தொடர்ந்து நிலவும் வாய்ப்புமுண்டு.

புராதனச் சடங்கின் குணாம்சங்கள்	முளைப்பாரி
1. ஒரு குறிப்பிட்ட பிரிவினர் தான் இந்தச் சடங்குகளைச் செய்ய வேண்டும் என்ற நியதி இல்லை. அதாவது, இதற்கென்று பூசாரிகள் கிடையாது. சூழ்நிலைக்குத் தக்கவாறு யார் வேண்டு மானாலும் இந்தச் சடங்கு களைச் செய்யலாம்.	முளைப்பாரியை இன்ன சாதியினர்தான் நிகழ்த்த வேண்டும் என்ற நியதி இல்லை. கோவில் பூசாரிகள் தான் இதனை நடத்த வேண்டும் என்ற கட்டாயமு மில்லை. கிராமப் பெண்களில் ஒருவர் இதனை வளர்க்கும் பொறுப்பை மேற்கொள்ளு கிறார். இதன் தொடக்கத்தி லிருந்து இறுதிவரை அனை வரும் கூட்டாகப் பங்கேற் கிறார்கள்.
2. இந்தச் சடங்குகளை நிகழ்த்துவதற்கென்று சிறப்பாக எந்த இடமும் வரையறுக்கப்படவில்லை. சொல்லப்போனால் இதற் கென்று கோவில்கள் எதுவும் கிடையாது. சந்தர்ப்பத்திற்கு ஏற்றவாறு எந்த இடத்தில் வேண்டு மானாலும் இதனை நிகழ்த்தலாம்.	முளைப்பாரி, கோயில்களில் தான் வளர்க்கப்பட வேண்டு மென்பதில்லை. கிராமத்தில் யாருடைய வீட்டிலும் ஒரு தனியறையில் இதனை வளர்க்கலாம்.
3. இந்தச் சடங்குகளில் ஆவிகள் (*Sprirts*) மட்டுமே ஏற்றுக்கொள்ளப்படும். கடவுளர்கள் ஏற்றுக் கொள்ளப்படுவதில்லை (அ) ஆவிகளுக்கும் கடவுளர் களுக்கும் வேறுபாடு உண்டு. ஆவிகள் இயற்கைச் சக்தி யின் ஏதாவது ஒரு குறிப் பிட்ட வரையறுக்கப்பட்ட எல்லைக்குள்தான் இயங்க	தொடக்கத்தில் ஆவியுலகக் கோட்பாட்டின் (*Animism*) அடிப்படையில் பாண்டங் களில் வளர்க்கப்படும் தானிய முளைகள் ஆவிகளாகக் கருதப் பட்டு, பின்னர் அம்மனாக உருவாக்கப்பட்டுள்ளன. ஆயினும், இம்மாற்றம் வளர்ந்த தானிய முளைகளை இரண் டாம் நிலைக்குத் தள்ளவில்லை. முளைப்பாரியே இங்குச்

முடியும். ஆவிகளின் பெயர்கள் பொதுப்பெயராகவே இருக்கின்றன. சிறப்புப் பெயர்கள் கிடையாது. இவற்றின் தோற்றம், வாழ்க்கை, வீரதீரச் செயல்கள், குணாதிசயங்கள் ஆகியவை பற்றிய அங்கீகரிக்கப்பட்ட மரபு ஏதுமில்லை.	சிறப்பிடம் பெறுகிறது (அ) தானியச் செழிப்பையும் மழை வளத்தை யும் ஏற்படுத்துதல் என்ற எல்லைக்குள்ளேயே முளைப்பாரி அமைகிறது. முளைப்பாரி, முளையம்மன், முளைமாரி என்ற பொதுப் பெயர்களிலேயே அழைக்கப் படுகின்றது. சிறப்புப்பெயர் எதுவும் இதற்குக் கிடையாது. பிறப்பு, வளர்ப்பு, வீரச் செயல்கள் என்று புராணம் கிடையாது. (குறிப்பிட்ட கிராமத் தேவதைகளின் கோவில்களுடன் முளைப் பாரிச் சடங்கு பின்னரே தொடர்புபடுத்தப்பட்டுள்ளது).
4. இந்தச் சடங்குகளில் வேண்டுதலை விட மந்திரமே முக்கியத்துவம் பெறுகிறது. வேறு வகையாகச் சொன்னால் பலி கொடுத்தல், வேண்டுதல், புகழ்தல் ஆகியவற்றின் வாயிலாகக் கடவுளர்களின் அருளைப் பெற்று, விரும்பிய நோக்கங்கள் கைகூடுவதில்லை. சடங்கின் நோக்கமாகிய பயனுக்கும் சடங்குக்கும் உள்ள ஒற்றுமை அல்லது புறவய ஒருமைப்பாட்டின் மூலம் நேரடியாக இயற்கையின் மீது தாக்கத்தை ஏற்படுத்துமென்று அவர்கள் நம்புகின்ற சடங்குகள் மூலமாக விரும்பிய நோக்கங்கள் நிறைவேறுகின்றன.	கட்டுரையில் விரிவாகக் குறிப்பிட்டதுபோல் மந்திரச் சடங்குகளே இதில் மேலோங்கியுள்ளன. மழைச்செழிப்பு, தானியச் செழிப்பு, மானிடச் செழிப்பு ஆகியவற்றைப் பெறுவதே இம்மந்திரச் சடங்குகளின் நோக்கமாக அமைந்துள்ளன (முளைப்பாரிச் சடங்கில் இடம்பெறும் முளைக் கும்மியிலும் கன்னியர் கணவனைப் பெறுதல், குழந்தைப்பேறற்றவள் குழந்தைப் பெறுதல் ஆகியன முளைப்பாரியினை வளர்ப்பவர்கள் அடையும் பயனாகக் கூறப்படுகின்றனவேயொழிய இவற்றைத் தந்தருள வேண்டும் என்று தெய்வங்களிடம் மன்றாடி வேண்டுதல் காணப் படவில்லை).

மகளிரின் கும்மிப்பாடலும் கும்மியடிப்பும் வண்ணத்தாள் களாலும் மலர்களாலும் சுற்றப்பட்டுக் கண்ணுக்கு விருந்தாகக் காட்சியளிக்கும் வளர்ந்த தானிய முளைகளும் இடம்பெறும் முளைப்பாரி, இக்கலைத்தன்மையின் காரணமாகக் கிராமங்களில் தொடர்ந்து நிலவும் அப்பொழுது அது மந்திரச் சடங்கு, சமயச் சடங்கு என்ற வட்டங்களை விட்டு விலகி மக்களுக்கு மகிழ் வூட்டும் ஆடலும் பாடலுமிணைந்த ஒரு 'நாட்டார் குழு நடனம்' ஆகக் காட்சியளிக்கும்.

[தூய சவேரியார் கல்லூரி (பாளையங்கோட்டை) தமிழ் ஆய்வு மையத்தின் 'வியாழ வட்டம்' இலக்கிய அமைப்பில் படிக்கப்பட்டது.]

குறிப்புகள்

1. தகவலாளர் : (1) குருவம்மாள், கவுண்டர் சாதி, வேளாண்மைத் தொழில், வயது 50, எழுதப் படிக்கத் தெரியாது. (2) குருவம்மாள், கவுண்டர் சாதி, சத்துணவுக் கூடத்தில் சமையல் வேலை, வயது 40, எழுதப் படிக்கத் தெரியாது. கள ஆய்வு நாள் 23 – 09 – 84. செயற்கைச் சூழலில் பாடல் பதிவுசெய்யப்பட்டது.

2. 1985ஆம் ஆண்டில் நிகழ்ந்த முளைக்கொட்டுத் திருநாளை நேரடியாகக் கண்டும், கோவில் பூசாரியைப் பேட்டி கண்டும் செய்திகள் சேகரிக்கப்பட்டுள்ளன.

3. 25 – 12 – 84 கிறிஸ்துமஸ் அன்று நிகழ்த்திய கள ஆய்வில் சேகரித்தது.

4. 06 – 01 – 85 அன்று பாலன் குடிலைக் கலைக்கும்போது நிகழ்த்திய கள ஆய்வில் சேகரித்தது.

5. 06 – 01 – 85 அன்று நிகழ்த்திய கள ஆய்வில் பதிவுசெய்த பாடல் : செயற்கைச் சூழலில் பதிவுசெய்தது.

6. 25 – 12 – 1977இல் நிகழ்த்திய கள ஆய்வு. இயற்கைச் சூழலில் பதிவுசெய்தது. பாடியவர்கள் நாடார் சாதியைச் சேர்ந்த கத்தோலிக்கர்கள்.

7. பாடியவர் காசிலெட்சுமி அம்மாள், வயது 45, நாடார் சாதி, எழுதப் படிக்கத் தெரியும். செயற்கைச் சூழலில் பதிவுசெய்தது. சேகரித்தவர்: கணபதிசுப்பிரமணியன்; கள ஆய்வு நாள்: 21 – 02 – 1984.

8. கடந்த பத்தாண்டுகளாகப் பல திருமண வீடுகளில் அவதானித்தது. அத்துடன் அவ்வப்போது சில முதியவர் களிடம் கேட்டறிந்தது.

9. தகவல்: கணபதிசுப்பிரமணியன்; நற்குடிவேளாளர் சாதி.

10. தகவல்: சோமநாராயணன்; நகரத்தார் சாதி.

11. 'அடும்பு' என்ற இக்கொடி Ipomeeabiloba என்று தாவர வியலாளர்களால் அழைக்கப்படுகிறது. நெய்தல் நிலத்தில் காணப்படும் இது தரையில் படரும் கொடி வகையைச் சேர்ந்தது. இதன் கொடி முழுவதும் கணுக்கணுவாக மலர்கள் மலர்ந்திருக்கும். மலரின் காம்புகள் நீண்டு காணப்படும். இது நீண்டு வளர்ந்துள்ள முளைப்பாரியினை நினைவூட்டுவதாக அமையும். விளக்கம்: பேராசிரியர் பி.எஸ். நாராயணன், தாவரவியல் துறைத்தலைவர், வ.உ.சி. கல்லூரி, தூத்துக்குடி – 8.

12. குறிப்பு ஒன்றில் கூறப்பட்ட தகவலாளர்கள். எட்டயபுரம் அருகிலுள்ள நீராவிப்பட்டி என்னும் ஊரில் இதுபோன்ற பாடல் வழங்குவதாகத் தோழர் காசிவிசுவநாதன் தெரிவித்தார்.

13. முகவை மாவட்டம் முத்துராமலிங்கபுரத்தில் வழங்கும் பாடல் (இராசேந்திரன்:17). இது தவிர, கட்டுரையின் தொடக்கத்தில் எடுத்தாண்ட முளைக்கும்மியிலும் பிற் சேர்க்கையில் இடம் பெற்றுள்ள கும்மிப்பாடல்களிலும் இக்கருத்து இடம்பெற்றுள்ளதைக் காணலாம்.

14. மாடுபோற வழிமேல நான் – கண்மணியே
மணிபோல வைக்கோல் போட்டு வைத்தேன்
மலடிகைத் தருமமென்று – கண்மணியே
மாடு வைக்கோல் தின்னலையே!
ஆனிமாசம் வாங்கிவிட்ட – கண்மணியே
அழகான பசுவும் மலடு
குப்பையிலே மேய்ந்து வரும் – கண்மணியே
கோழிகூடத்தான் மலடு.

(கி.வா. ஜகந்நாதன், பதிப்பாசிரியர், மலையருவி, 1975, ப.254)

நான்தான் மலடானேன் நாட்டிலுள்ளோர்தான் நகைக்க
கையாலே வளத்தெடுத்த கரும்பூச்சியுந்தான் மலடு
ஈனாக் கிடாரியான எருமையுந்தான் மலடு
காராம் பசுவும் கன்று கிடாரியுமேதான் மலடு
முற்றத்திலே நிற்குமந்த முள்முருங்கைதான் மலடு
நாயுமேதான் மலடு...

(நா. வானமாமலை, தொகுப்பாசிரியர், தமிழ்நாட்டுப் பாமரர் பாடல்கள், 1960, ப.22).

15. காமநாயக்கன்பட்டியில் கத்தோலிக்கச் சமயத்தைச் சார்ந்த ஓர் அம்மையார் நீண்டகாலம் மகப்பேறின்றி இருந்ததாகவும் பின்னர் தொடர்ச்சியாக மூன்று ஆண்டுகள் கிறிஸ்துமஸ்ஸையொட்டி முளைப்பாரி வளர்த்து அவ்வூர் பரலோக மாதா ஆலயத்தில் கொண்டு சேர்த்த பின்னர் குழந்தைப்பேறடைந்ததாகவும் தகவலாளர் ஒருவர் கூறினார். ஆத்தூர், சங்கரபாண்டியபுரம், புதூர் ஆகிய இடங்களிலும் குழந்தைப்பேறு வேண்டி முளைப்பாரி வளர்ப்பில் ஈடுபடும் வழக்கம் உள்ளதாகத் தெரிய வருகிறது.

3

ஆடிப்பொம்மை

தமிழ் மாதங்களில் ஒன்றான 'ஆடி' பல்வேறு சடங்குகளும் விழாக்களும் நடைபெறும் மாதமாகும். ஆடிப்பெருக்கு, ஆடிப்பூரம் என்பன பலரும் அறிந்த ஒன்றாகும். நெல்லை மாவட்டத்தின் முக்கியக் கோவில் களில் ஒன்றான கோமதி அம்மன் கோவிலில் (சங்கரன் கோவில்) 'ஆடித்தபசு' என்ற பெயரில் நிகழும் திருவிழா இம்மாவட்டத்தின் முக்கியத் திருவிழாக்களில் ஒன்றாகும். பல கிராமத் தெய்வங்களின் கொடை விழாக்களும் ஆடி மாதம் நடைபெறும்.

இத்தகைய விழாக்கள் தவிர, ஆடி மாதம் தொடர் பான சில நம்பிக்கைகளும் மக்களிடையே நிலவுகின்றன. இம்மாதத்தை 'சூன்யமாதம்' என்று குறிப்பிட்டு புதுமனை புகுதல், திருமணம் நிகழ்த்துதல் போன்ற மங்கல நிகழ்ச்சி களை நடத்துவதில்லை. புதுமணமக்களை ஆடி மாதம் பிரித்துவைக்கும் பழக்கமும் சில சாதியினரிடமுண்டு. 'ஆடிக்கழைக்காத மாமியாரைத் தேடிப்பிடித்தடி' என்பது இது தொடர்பான பழமொழியாகும். உணவு தானியங் களின் விலையேற்றம் இம்மாதத்தில் நிகழும். கிணறுகளில் ஆடி மாதம் வீசும் வறட்சியான காற்றின் விளைவாக நீர் குறையும் இதனால் 'ஆடிக்கோடை' என்று இக் காலத்தைக் குறிப்பிடுவர்.

இவ்வாறு பல்வேறு விழாக்கள், சடங்குகள், நம்பிக்கை கள் ஆகியவற்றுடன் தொடர்புடைய ஆடி மாதத்தில் நிகழும் ஒரு நாட்டார் சடங்கு 'ஆடிப்பொம்மை' கொளுத்து வதாகும். கொறளி, குறளிப்பொம்மை, குறளியம்மா, சீலப்பொம்மை (சேலைப்பொம்மை), பம்பை என்ற பெயர் களும் ஆடிப்பொம்மைக்கு உண்டு.

இச்சடங்கு நிகழும் முறையையும் அதன் தொடக்கக் கால நோக்கத்தையும் ஆராய்வதே இக்கட்டுரையின்

நோக்கமாகும். தூத்துக்குடி மாவட்டத்தின் கரிசல் நிலப் பகுதிகளிலுள்ள பின்வரும் கிராமங்களில் நிகழ்த்திய கள ஆய்வினை அடிப்படையாகக் கொண்டு இக்கட்டுரை எழுதப்பட்டுள்ளது:

எட்டையபுரம் (கோவில்பட்டி வட்டம்)

சிந்தலக்கட்டை (ஓட்டப்பிடாரம் வட்டம்)

ஓட்டப்பிடாரம் (ஓட்டப்பிடாரம் வட்டம்)

கட்டமல்லூரணி (ஓட்டப்பிடாரம் வட்டம்)

சந்திரகிரி (ஓட்டப்பிடாரம் வட்டம்)

வீரப்பட்டி (எட்டயபுரம் வட்டம்)

இளவேலங்கால் (ஓட்டப்பிடாரம் வட்டம்)

கசவன்குன்று (கோவில்பட்டி வட்டம்)

ஆடிப்பொம்மை

சோளம், கம்பு போன்ற தானியத் தட்டைகளை ஒடித்து அவற்றை மஞ்சளில் நனைத்த துணியில் வைத்து நன்றாகச் சுருட்டுவார்கள். பின்னர் V போல அதனை வளைத்து V எழுத்தின் அடிப்பகுதி போன்ற பகுதியை இறுகக்கட்டுவார்கள்.

இதன் விளைவாகப் புடைத்தெழுந்த பகுதி ஆடிப்பொம்மை யின் தலையாகும். தலையின் பின் பகுதியில் கறுப்பு நூலைக் கட்டிக் கூந்தலாக்குவார்கள். பின்னர் V எழுத்தின் இருமுனைகள் போன்ற பகுதிகளையும் நெருக்கக்கட்டி ஒரே குச்சிபோன்று அமைப்பார்கள். அடுத்து தானியத் தட்டையினை முன்னர் செய்ததுபோல் மஞ்சள் துணியில் சுருட்டி அதனைப் பொம்மை யின் தலைப்பகுதிக்குக் கீழ் இருபுறமும் கட்டிக் கையினை உருவாக்குவர். “கையைக் கட்டி காலக் கட்டி வளர்த்தேனே பொம்மை” என்ற பாடல் வரி ஆடிப்பொம்மை உருவாகும் முறையைக் குறிப்பிடுகிறது.

மஞ்சள் துணியைச் சேலையாகக் கட்டி, மஞ்சள் துணி சுற்றப்பட்ட தட்டைக்குச்சி வெளியில் தெரியாதவாறு, விருப்பத்திற்கேற்றவாறு பாச மாலை, வளையல், சட்டைகள், பாவாடை ஆகியனவற்றையும் அதற்கு அணிவிப்பார்கள். இதுவே ஆடிப்பொம்மையின் தோற்றமாகும்.

ஆடிப்பொம்மைச் சடங்குகள்

எட்டையபுரத்தில் ஆடிப்பொம்மையை, சீலப்பொம்மை (சேலைப் பொம்மை), குறளியம்மா என்ற பெயரில் அழைக்

ஆடிப் பொம்மை
(கசவன் குன்று)

கிறார்கள். இந்தப் பொம்மையை அவரவர் வீட்டில் செய்து பின்னர் குறிப்பிட்ட ஒருவரது வீட்டிற்குத் தனித்தனியே எடுத்து வருவார்கள். அப்பொழுது எவ்விதச் சடங்கும் நிகழ்வதில்லை. பின்னர் அதற்கென்றே கட்டப்பட்ட சிறு ஓலைக்குடிலில் அனைத்துப் பொம்மைகளையும் குவித்துவைப்பார்கள். இப் பொம்மைகளை அந்நியர் பார்ப்பதற்கு எந்தவிதத் தடையு மில்லை. மேலும், குறளிப்பொம்மைகள் இருக்கும் வீட்டில் உள்ளவர்கள் எவ்வித விரதங்களையும் விலக்குகளையும் மேற் கொள்ளுவதுமில்லை.

ஆறு நாட்கள்வரை அப்பொம்மைகள் இவ்வாறு வைக்கப் பட்டிருக்கும். நாள்தோறும் மாலை நேரத்தில், முறுக்கு, சீடை, அதிரசம் என ஒரு தின்பண்டம் கொண்டுவந்து குறளிப் பொம்மைக்குப் படைத்துவிட்டு, பெண்களும் சிறுமியரும் அதனை உண்பர். ஒவ்வொரு நாளும் குறளிப்பொம்மையின் முன்னர் மகளிர் கும்மியடிப்பர். குறளிப் பொம்மைகளின் குடிலுக்கு முன்னர் கும்மியடிக்க இடமில்லையென்றால் வீட்டின் முற்றத்தில் கும்மியடிப்பு நிகழும். முளைப்பாரி வளர்ப்பினை யொட்டி நிகழும் கும்மியடிப்பில் பாடப்பெறும் கும்மிப்பாடல் களும் அம்மன்களைக் குறித்த கும்மிப்பாடல்களும் இங்கு பாடப்பெறும்.

ஏழாவது நாள் மாலையில் ஆடிப்பொம்மைகளையெல்லாம் பூவால் அலங்கரித்து ஊரின் வடக்கெல்லையிலுள்ள புன்செய் நிலத்திற்குச் சாவுமேளம் ஒலிக்க எடுத்துச்செல்லுவர். அங்கு சுள்ளிகளையும் சருகுளையும் குவித்து அதன்மீது, பொம்மைகளை அடுக்கி, தீயிட்டுக் கொளுத்துவர். அவ்வமயம் பெண்களும் சிறுமியரும் கூடி ஆடிப்பொம்மையின் மறைவிற்காக

வாயக் கட்டி வயித்தக் கட்டி
வளர்த்தனடி பொம்மை – இப்ப நீ
வாய்க்காலுத் தண்ணியில
போறயடி பொம்மை

காலக் கட்டி கையக் கட்டி
வளர்த்தனடி பொம்மை – இப்ப நீ
காலாங்கரைத் தண்ணியில
போறயடி பொம்மை

என்று ஒப்பாரி பாடுவார்கள். வெம்மை தணிந்த பிறகு எரிந்த பொம்மைகளின் சாம்பலைத் திரட்டியள்ளி ஊர்த் தெப்பத்தில் போட்டுவிட்டு வீடு திரும்புவார்கள். தெப்பத்தில் நீரில்லை யென்றால் கிணற்றில் சாம்பல் போடப்படும். ஆடிப்பொம்மை களைக் கொளுத்திய இடத்தில் களிமண்ணால் சிறுவர்கள் சிறு மண்மேடையை அமைப்பார்கள்.

இரண்டாவது நாளன்று மஞ்சள் தூள் கலந்த பால், இம்மண் மேடையின்மீது தெளிக்கப்படும். இது 'பூந்தண்ணி தெளித்தல்' எனப்படும். மூன்றாவது நாள் மாலையில் துள்ளு மாவும் நான்காவது நாள் மாலையில் பூம்பருப்புச் சுண்டலும் (கடலைப் பருப்புச் சுண்டல்), ஐந்தாவது நாள் மாலையில் கொளுக்கட்டையும் மண்மேடையின் முன்னால் படையலாகப் படைக்கப்படும். ஆறாவது நாள் (ஆடி மாதத்தின் இறுதி நாள்) மங்கல மேளம் ஒலிக்கச் சென்று மாவிளக்கு ஏற்றிவைக்கப்படும். இது மோட்ச தீபம் எனப்படுகிறது. அன்று மேள வாத்தியக் காரர்களுக்கு உணவு படைப்பதுமுண்டு.

நோக்கம்

குறளிப்பேயினை மனநிறைவடையச் செய்வதற்காகவே இச்சடங்கு நிகழ்வதாகத் தகவலாளர் கூறினார். அதனைக் கொளுத்தி அழித்து மங்கல நிகழ்ச்சிகள் நிகழும் ஆவணி மாதம் நல்லபடியாக இருக்கும்படி வேண்டுவதாகவும் அவர் குறிப்பிட்டார்.

1. குறளிப்பேயினை வீட்டில் எப்படி வைத்திருக்கிறீர்கள்? 2. குறளிப்பேய்க்கு உணவு படைப்பது ஏன்? 3. அதன் பிரிவுக்கு வருந்திப் புலம்புவது ஏன்? 4. இறந்த மனிதர்களுக்குச் செய்யும் இறுதிக் கடன்களைக் குறைவின்றிச் செய்வது ஏன் என்பன போன்ற வினாக்களுக்குத் தகவலாளர்களால் தெளிவாக விடையளிக்க முடியவில்லை.

பிற கிராமங்களில்

சிந்தலக்கட்டை கிராமத்தில் ஆடிப்பொம்மை என்றே பொம்மை அழைக்கப்படுகிறது. குறிப்பிட்ட ஒருவரது வீட்டில் இதனை வைப்பதில்லை: தனித்தனியாக அவரவர் வீட்டில் ஆடிப்பொம்மை இருக்கும். பொம்மையைக் கொளுத்தும் நாளுக்கு முதல்நாள் இரவில் வீடுவீடாகச் சென்று எண்ணெய் சேகரித்து வருவார்கள். கொளுத்தும் நாளன்று காலையில் அதனைக் கொளுத்தும் புன்செய் நிலத்தில் சிறுவர்கள் களிமண்ணால் ஒன்று அல்லது ஒன்றரையடி உயரத்தில் வீடு ஒன்றினைக் கட்டுவார்கள். இதற்குக் கூரை எதுவும் கிடையாது.

ஆடிப்பொம்மையையும் சமைத்த உணவையும் சுமந்தவாறே சிறுமியர் பொம்மையைக் கொளுத்துமிடத்திற்குச் செல்வர். அன்று கோழிக்கறி முக்கிய உணவாக அமையும். கோழியின் காலை, உணவில் குத்திவைத்து எடுத்துச் செல்லுவது ஒரு முக்கிய அம்சமாகும். சிறுமியர் ஊர் எல்லையைத் தாண்டும் போது சிறுவர்கள், குறிப்பாக அத்தை – மாமன் மகன்கள்

சிறுமியரை வழிமறித்து உணவைப் பறித்துண்பர். இச்செயலைக் குற்றமாகக் கருதமாட்டார்கள். இவர்களிடமிருந்து தப்பி சிறுமியர் ஆடிப்பொம்மையுடனும் எஞ்சிய உணவுடனும் ஆடிப்பொம்மைக் குக் கட்டப்பட்ட வீட்டிற்குச் செல்லுவார்கள்.

அங்கு அனைத்து ஆடிப்பொம்மைகளையும் சிறுவர்கள் கட்டிய வீட்டினுள் குவிப்பர். முதல் நாள் சேகரித்த எண்ணெ யினை அவற்றின்மீது ஊற்றி நெருப்பிட்டுக் கொளுத்துவர். பின்னர்,

சிக்கெடுத்து சிணுக்கெடுத்து வளர்த்தனடி பொம்மை – நீ
சித்தாத்துத் தண்ணியில போறியடி பொம்மை
வாயக்கட்டி வவுத்தகட்டி வளர்த்தனடி பொம்மை – நீ
வாய்க்காலுத் தண்ணியில போறியடி பொம்மை
காலங்கரைத் தண்ணியிலே – நீ
காத்தாப் போறியடி பொம்மை

என்று ஒப்பாரி பாடுவர். இறுதியாக, உண்டுவிட்டு, சாம்பலைச் சேகரித்து வந்து ஊர்க்கிணற்றில் போடுவர்.

ஒட்டப்பிடாரம் கிராமத்தின் ஒரு பகுதியான முப்புலி வெட்டி என்ற பகுதியிலும் 'ஆடிப்பொம்மை கொளுத்துதல்' நிகழ்கிறது. தற்பொழுது பத்து அல்லது பன்னிரண்டு வயதுக் குட்பட்ட சிறுவர் சிறுமியரால் இது நிகழ்த்தப்படுகிறது. ஆனால் முப்பது நாற்பதாண்டுகளுக்கு முன்னர் இளம் பெண்களே இதில் முக்கியமாகக் கலந்துகொண்டுள்ளனர். தற்பொழுது இதில் பங்கேற்காவிட்டாலும் இதன் பழமைத் தன்மையினை நன்கறிந்த இரு மூதாட்டியரைச் சந்தித்துப் பல அரிய செய்திகளை அறிந்துகொள்ளும் வாய்ப்புக் கிடைத்தது. முப்பது நாற்பதாண்டு களுக்கு முன்னர் ஆடிப்பொம்மைகள் தொடர்பான சடங்குகள் இங்கு நிகழ்ந்த முறையினை அவர்கள் விரிவாகக் கூறினார்கள்.

ஆடிப்பொம்மையை 'பொம்மை' என்றே இவர்கள் குறிப் பிட்டனர். ஆடி இறுதிக்கு மூன்று நாள் முன்பு ஆடிப்பொம்மை யைத் தயாரிப்பார்கள். இதன் தயாரிப்பும் முன்னர் குறிப்பிட்டது போலவேயிருந்துள்ளது. இதுபோலவே வீடு கட்டல், கோழிக்கால் குத்தி, சோறும் கோழிக்கறியும் கொண்டுபோதல் ஆகியன நிகழ்ந்துள்ளன.

பொம்மையை எரிக்குமன்று (ஆடி இறுதி) ஊர்ச் சலவைத் தொழிலாளியின் மனைவி சேலைகள் சிலவற்றையெடுத்து வருவாள். இது 'மாற்று' கொண்டு வருதல் எனப்படும். இதனைச் சுருட்டி, பெண்ணொருத்தியின் வயிற்றில் வைத்துக் கட்டி கருவுற்ற பெண்போல் ஒப்பனை செய்வார்கள். இப்பெண் பிள்ளைத்தாச்சியெனப்படுவாள். பிள்ளைத்தாச்சி மஞ்சள்

மந்திரமும் சடங்குகளும்

வண்ணத்திலேயே சேலையணிந்திருப்பாள். சிறுவர்கள் கட்டிய களிமண் வீட்டில் பொம்மைகளைப் போட்டுக் கொளுத்தியதும் பெண்கள் அனைவரும் பிள்ளைத்தாச்சியைக் கட்டிக்கொண்டு அழுதரற்றுவார்கள். அப்பொழுது, நிகழும்

பம்மை கட்டி பரட்டை கட்டி
வளர்த்தேனடி பொம்மை–உன்னை
வாய்க்காங்கரைத் தண்ணியிலே
விட்டேனடி பொம்மை
சீலகட்டி சிரட்டை கட்டி
வளர்த்தேனடி பொம்மை – உன்னை
சித்தாத்துத் தண்ணியிலே
விட்டேனடி பொம்மை

என்ற ஒப்பாரிப் பாடலைப் பாடுவார்கள். பின்னர் தாயரடிப்பு (மாரடித்தல்) நிகழும். இறுதியாக உணவை உண்டுவிட்டு, பொம்மையைக் கொளுத்திய சாம்பலை அள்ளிவந்து கிணற்றில் போடுவர்.

கட்டமல்லூரணி என்ற கிராமத்திலும் ஆடிப்பொம்மை கொளுத்துதல் நிகழ்கிறது. இங்கும் ஆடிப்பொம்மை தயாரித்தல், அதனைக் கொளுத்துதல், சாம்பலை நீரில் போடுதல், முறை மாப்பிள்ளை உறவுடையவர்கள் பெண்களிடம் உணவைப் பறித்தல் ஆகிய செயல்கள் நிகழ்கின்றன.

ஆடிவேட்டை

அத்துடன், ஆடிப்பொம்மை கொளுத்துதலுடன் தொடர்புடைய ‘ஆடிவேட்டை’ என்ற சடங்கும் இங்கு நிகழ்கிறது. பெரும்பாலும் சிறுவர்கள் இதில் பங்குகொள்கின்றனர். சுமார் ஐந்து அல்லது ஆறடி நீளமுள்ள குச்சி ஒன்றினை எடுத்து அதில் மஞ்சள், கரி ஆகியவற்றால் வளையம் தீட்டுவர். மஞ்சள், அடுத்து கரி, அடுத்து மஞ்சள், பின்னர் கரி என இவ்வளையங்கள் அடுத்தடுத்து அமைந்திருக்கும். இவ்வாறு அலங்கரிக்கப்பட்ட கம்புகளையெடுத்துக் கொண்டு ஆடி மாதத்தின் இறுதி நாளன்று,

ஆனி போச்சு
ஆடி போச்சு
ஆவணியோ ஆவணி

என்று கூவியவாறே செல்லும் வழக்கம் பத்தாண்டுகளுக்கு முன்புவரை நடைமுறையிலிருந்ததாம். தற்பொழுது ஆடி வேட்டை, ஆடிவேட்டை என்று கூவியவாறே மஞ்சளாலும் கரியாலும் வளையம் தீட்டப்பட்ட கம்புகளை எடுத்துக்கொண்டு சிறுவர்கள் செல்கின்றனர். இக்கம்புகளால் ஓணான், சில்லான் ஆகியவற்றைக் கொன்று அவற்றின் இரத்தத்தில் கம்பின்

நுனியைத் தோய்த்தெடுப்பர். இவ்வேட்டை முடிந்ததும் ஊரின் நுழைவாயிலாக அமைந்துள்ள சாலையின் ஓரத்திலுள்ள கிணற்றில் அக்குச்சிகளை எறிந்துவிடுவர்.

முப்பதாண்டுகளுக்கு முன்னர்வரை ஆடிவேட்டைக்குரிய கம்பு மிகவும் கவனமாகத் தயாரிக்கப்பட்டு வந்ததாம். கருவேலங் குச்சியில் கைவிரல் சுற்றளவுக்கு இடைவெளி விட்டுவிட்டுப் பட்டையை உரித்தெடுப்பர். பின்னர் இக்குச்சியினை நெருப்பில் வாட்டியெடுப்பர். இதன் விளைவாக, பட்டை உரிக்கப்பட்ட பகுதிகள் மட்டும் கருப்பாகக் காட்சியளிக்கும். இதன் பின்னர் எஞ்சிய பட்டைகளையும் உரித்துவிடுவர். இப்பொழுது கருமையும் வெளிறிய வெள்ளையும் அடுத்தடுத்துக் குச்சியின் நுனியினை மஞ்சளில் தோய்த்து ஆடிவேட்டைக்குப் புறப்படுவர். ஊரிலுள்ள பகடை* ஆடிவேட்டைக்கென்று கோழிக்குஞ்சைத் தருவது வழக்க மாகும். அக்கோழிக்குஞ்சைக் கரிசல் வெளியில் ஓடவிட்டு அதனைத் துரத்திச் சென்று ஆடிக்கம்புகளால் அடித்துக் கொல்லு வார்கள். கோழிக்குஞ்சின் இரத்தம் ஆடிக்கம்பில் படவேண்டு மென்பது நியதியாகும். பின்னர் கண்ணில் பட்ட ஓணான், சில்லான் ஆகியவற்றைக் கொன்றுவிட்டுத் திரும்புவர். ஆடி வேட்டை முடிந்ததும் இக்கம்பின் நீளத்தைக் குறைத்து மாடுகளை விரட்ட உதவும் தார்க்கோலாகப் பயன்படுத்துவர்.

காலை நேரத்தில் ஆடிப்பொம்மை கரிசல் நிலத்தில் கொளுத்தப்படும். கோழிக்கால் குத்திய சோற்றுடன் பெண்கள் அன்று மாலையில் பொம்மை கொளுத்திய இடத்துக்குச் செல்வர். ஆடி வேட்டைக்குச் சென்று திரும்பும் இளைஞர்களும் சிறுவர் களும் தங்கள் முறைப்பெண்களை வழிமறித்து உணவினைப் பறிப்பர்.

பிற கிராமங்களில் நிகழ்த்திய கள ஆய்விலும் மேற்கூறிய நிகழ்ச்சிகளைக் குறித்தே அறிய முடிந்தது. இவற்றிலிருந்து மாறுபாடான செய்திகள் எதுவும் கிட்டவில்லை. எனவே அவை இங்குக் குறிப்பிடாது விடப்படுகின்றன.

சில பொதுவான இயல்புகள்

ஆடிப்பொம்மை குறித்துக் கள ஆய்வில் கண்ட செய்தி களின் அடிப்படையில் அதன் பொதுவான இயல்புகளாகப் பின்வருவன அமைகின்றன:

1. ஆடி மாதத்தின் இறுதி நாளன்று ஆடிப்பொம்மை கொளுத்தப்படுகிறது.

பகடை: சக்கிலியர்.

2. சோளம், கம்பு ஆகிய தானியக் கட்டைகளால் செய்யப் படுகிறது.

3. மஞ்சள் தோய்த்த துணியே ஆடிப்பொம்மையின் ஆடையாகப் பயன்படுத்தப்படுகிறது.

4. பொம்மை, பெண் வடிவிலேயே உருவாக்கப்படுகிறது.

5. பொம்மையைக் கொளுத்துமிடம் இப்பகுதிகளிலுள்ள கரிசல் நிலமாகவுள்ளது.

6. பொம்மையின் சாம்பல், நீர்நிலையில் போடப்படுகிறது.

7. பாவனைச் செயலான புலம்பலில் வாய்க்கால், ஆறு, காலாங்கரைத் தண்ணீர் ஆகியவற்றில் பொம்மை போவதாகக் குறிப்பிடப்படுகிறது.

8. பொம்மை உருவாக்கல், கொளுத்துதல், ஒப்பாரி போன்ற நிகழ்ச்சிகளில் மகளிரே பங்கேற்கிறார்கள்.

9. பொம்மைக்கு வீடு கட்டுதலிலும் வழிமறித்து உணவைப் பறித்தலிலும் சிறுவர்களும் இளைஞர்களும் ஈடுபடு கிறார்கள்.

10. ஆடிக்குப் பின் மழை வேண்டியே இது நிகழ்கிறது (எட்டையபுரத்தில் மட்டும் பீடையைப் போக்க குறளி அல்லது குறளியம்மாவைக் கொளுத்துவதாகக் குறிப்பிட் டார்கள்).

11. மகிழ்ச்சியும் பிரியும் போலித் துயரமும் இச்சடங்கில் காணப்படுகின்றன.

12. சில பகுதிகளில் 'ஆடிவேட்டை' என்ற பெயரில் எலி, ஓணான், சில்லான் ஆகிய சிறு பிராணிகளை வேட்டை யாடுவது ஆடிப்பொம்மை கொளுத்துமன்று நிகழ்கிறது.

இச்செய்திகளை அடிப்படையாகக் கொண்டே ஆடிப் பொம்மையினைக் கொளுத்துவதன் நோக்கம், இச்சடங்கின் தோற்றம் ஆகியனவற்றை ஆராய வேண்டும். அதற்கு முன்னர் இதனையொத்த சடங்குகள் நமது நாட்டின் பிற பகுதிகளிலும் பிற நாடுகளிலும் இடம்பெற்றுள்ளதை அல்லது இடம்பெற்றிருந் ததை அறிந்துகொள்வது நமது ஆய்வுக்கு உறுதுணையாக அமையும்.

ஆடிப்பொம்மையை ஒத்த சடங்குகள்

பொம்மைகளை நீர்த்துறையில் வைத்து நிகழ்த்தும் சடங்குகள் தமிழகத்தில் நீண்டகாலமாக நிலவிவந்துள்ளன.

வண்டற்பாவை உண்டுறைத் தரீஇத்
திருநுதன் மகளிர் குரவை அயரும்*

என்று அகநானூறு (269:19 – 20) குறிப்பிடுவதனை இதற்குச் சான்றாகக் கொள்ளலாம்.

இராமநாதபுரம் மாவட்டத்தின் செட்டிநாட்டுப் பகுதியில் 'இராவண்டை போடுதல்' என்ற சடங்கு மாசி மாதம் நிகழ்கிறது. அச்சடங்கின் ஓரங்கமாக, களிமண்ணால் சிறுவீடு ஒன்றினைக் கட்டி அதனுள் கிழவன், கிழவி, ராவாத்தாள், கன்னிமார் எழுவர் எனப் பல உருவங்களை மண்ணால் செய்துவைப்பர். அம்மி, பானை, சுளகு, அடுப்பு என வீட்டுச் சாமான்கள் பலவும் களிமண்ணால் செய்துவைக்கப்படுகின்றன (தமிழண்ணல் 1975 : 9, 108).

மட்டங்கள் கூடி
மம்மட்டி தோளிலிட்டு
சின்னங்கள் கூடிச்
சேர்த்துமண் கொண்டு வந்து
குழந்தையெல்லாம் கூடி
கொட்டான் எடுத்துக்
குழைச்சுமண் கொண்டுவந்து
கிழவன் கிழவியர்க்குக்
கிளிபோல் வீடு கட்டி

என்று இராவண்டைக் கும்மிப்பாடல், வீடு கட்டுவதைக் குறிப்பிடும்.

மாசி மாதம் அமாவாசை முடிந்த பின் மூன்றாம் பிறை அல்லது ஐந்தாம் பிறையிலிருந்து முழுநிலா தோன்றும் நாள்வரை இவ்வீட்டின் முன் பலகாரங்கள் படைத்து, கும்மியடித்துக்கொண் டாடுவர். முழு நிலா நாளுக்கு மறுநாளன்று, காலையில் களிமண் உருவங்களனைத்தையும் எடுத்துச் சென்று குளத்தி லிட்டுத் திரும்புவர் (தமிழண்ணல் 1975 : 6 – 9).

வடஇந்தியாவின் சில பகுதிகளில் 'கணேச சதுர்த்தி விரதம்' என்ற பெயரில் கொண்டாடப்படும் சடங்கு ஒன்றும் ஓரளவுக்கு ஆடிப்பொம்மையை ஒத்துள்ளது. முற்றிலும் பெண்களால் நடத்தப்படும் இச்சடங்கில் தாவரங்கள் கட்டாகக் கட்டப்பட்டு மஞ்சளால் வரையப்பட்ட கோலத்தின்மீது வைக்கப்படுகின்றன. இவை கௌரி என்ற பெண் தெய்வமாக உருவகிக்கப்படுகின்றாள். மறுநாள் கௌரியின் உருவம் ஆறு அல்லது குளத்தில் எறியப் படுகிறது.

---

* வண்டல் பாவையை நீர் உண்ணும் துறையில் கொணர்ந்து வைத்து அழகிய நெற்றியினையுடைய பெண்கள் குரவைக் கூத்தாடுவர்.

கௌரியின் உருவம் எறியப்பட்ட நீர்நிலையிலிருந்து மண் எடுத்துவந்து அதனை வீட்டிலும் தோட்டத்திலும் தூவுகிறார்கள் (Chattopadhyaya 1959 : 232 – 233).

ஜார் ருஷ்யாவிலும் கோஸ்ட்டுபோன்கோ (Kostrubonko), கோஸ்ட்டுமா (Kostromo), குபாலோ (Kubalo), லாடா (Lada), யாரிலோ (Yarilo) என்ற பெயரில் அமைந்த உருவங்களின் இறப்பும் மறுஉயிர்ப்பும், வசந்த காலத்திலும் நடுவேனிற் காலத்திலும் கொண்டாடப்பட்டன.

சிறுமி ஒருத்தி கோஸ்ட்டுபோன்கோவாக உருவகிக்கப் படுவாள். இறந்துபோனவளைப் போல அவள் தரையில் கிடப்பாள். அவளைச் சுற்றி வட்ட வடிவில் நின்றுகொண்டு,

நமது கோஸ்ட்டுபோன்கோவா செத்துப்போனாள்
செத்துப்போனாள்
நமது கண்மணி செத்துப்போனாள்
செத்துப்போனாள்

என்று பாடுவார்கள். அந்தச் சிறுமி திடீரென்று எழுந்து நின்றதும் மகிழ்ச்சியுடன்

நமது கோஸ்ட்டுபோன்கோவுக்கு உயிர் வந்துவிட்டது!
உயிர் வந்துவிட்டது!
நமது கண்மணிக்கு உயிர் வந்துவிட்டது!
உயிர் வந்துவிட்டது.

என்று பாடுவர்.

குபாலோ என்ற பொம்மையின் உருவம் வைக்கோலால் செய்யப்பட்டு, பெண்களின் ஆடைகள் அணிவிக்கப்படும். மறுநாள் அதன் அணிகலன்களைக் கழற்றிவிட்டு நீரில் எறிந்து விடுவர்.

புனிதபீட்டர் திருநாளன்றோ அதனையடுத்த ஞாயிறன்றோ கோஸ்ட்மா, லாடா, யாரிலோ என்ற பெயரில் அமைந்த பொம்மைகளைக் கொளுத்தும் அல்லது புதைக்கும் சடங்கு நிகழும். இப்பொம்மைகள் வைக்கோலால் செய்யப்பட்டுப் பெண்களின் ஆடைகள் அவற்றிற்கு அணிவிக்கப்படுகின்றன. இவற்றிற்கு நிகழும் போலி இறுதிச் சடங்கில் பெண்கள் ஒப்பாரி பாடுவதுமுண்டு. சில இடங்களில் இவ்வுருவங்களை நீர் நிலையில் எறிவதும் அதனைத் துண்டுதுண்டாகக் கிழித்தெறிவதும் நிகழும் (Frazer 1976b : 261 – 265).

இச்சடங்குகளின் நோக்கம்

இவ்வாறு தாவரத் தெய்வத்தை ஏன் கொளுத்திச் சாகடிக்க வேண்டும் என்ற கேள்விக்கு, பிரேசர் (1976g : 22 – 23) தரும் விளக்கம் வருமாறு:

1. ஒளியும் வெப்பமும் தாவர வளர்ச்சிக்கு மிகவும் தேவை.
2. தாவரங்களின் பிரதிநிதியாக, தாவரத் தெய்வத்தின் உருவத்தைக் கொளுத்துவது ஒத்த மந்திரம் ஆகும். இதன் மூலம் தாவரங்களுக்கு ஒளியும் வெப்பமும் கிடைக்கு மென்று நம்புகிறார்கள்.
3. தாவரத் தெய்வத்தை நீரில் போடுவது மழை மந்திர மாகும்.

பிரேசரின் இவ்விளக்கத்தையும் களஆய்வின் வாயிலாக அறிந்துகொண்ட ஆடிப்பொம்மையின் பொதுவான இயல்பு களையும் நினைவில் கொண்டு ஆடிப்பொம்மையைக் கொளுத்து வதன் உண்மையான நோக்கம் குறித்து ஆராய்வோம்.

ஆடிப்பொம்மையைக் கொளுத்துதலின் நோக்கம்

தானியத் தட்டையை உடலாகக் கொண்டும் தானியக் கதிரின் நிறமான மஞ்சள் நிறத்தில் ஆடை உடுத்தியும் ஆடிப் பொம்மை உருவாக்கப்படுகிறது. இதனைக் கொளுத்துமிடம் தானியங்கள் விளையும் கரிசல் நிலமாக அமைகிறது. ஆடிப் பொம்மை தானியத் தெய்வமாகத் தொடக்கத்தில் உருவகிக்கப் பட்டுள்ளதை இச்செய்திகள் உணர்த்துகின்றன.

பெண்ணாக உருவகிக்கப்படும் ஆடிப்பொம்மை தொடர் பான சடங்கு முழுவதிலும் பெண்களே முக்கியப் பங்குவகிக் கின்றனர். செழிப்பின் சின்னமாகப் பெண்கள் கருதப்பட்டதன் எச்சமாக இது அமைந்துள்ளது.

கரிசல் வேளாண்மைக்கு உரிய பருவத்தில் பெய்யும் மழை மிகவும் அவசியமாகும். வானம் பார்த்த பூமியான கரிசல் நிலத்தில் ஆடிக்குப் பின்னர் விதைப்பு நடைபெறுகிறது. இப் பருவத்தில் பெய்யும் மழையை நம்பியே இப்பகுதியில் பயிர் களின் செழிப்பு அமைகிறது. தாவரத் தெய்வத்தின் குறியீடாக அமையும் ஆடிப்பொம்மையைக் கொளுத்தி அதன் சாம்பலை நீரில் போடுவது மழை மந்திரமாகும்.[1]

மேலும் ஆடிப்பொம்மை கொளுத்தும் சடங்குடன் தொடர் புடைய பாடல்களில் வைகை, வைப்பாறு, சிற்றாறு ஆகிய ஆறுகளின் நீரில் ஆடிப்பொம்மை செல்வதாகக் குறிப்பிடுவதும் ஒருவகையில் மழை மந்திரமே. காலாங்கரை என்பது கரிசல் நிலத்தில் மழை நீர் செல்லும் ஓடையாகும். மழையே பெய்யாத ஆடி மாதத்தில் காலாங்கரையில் வெள்ளம் வந்ததாகவும் அவ்வெள்ளத்தில் ஆடிப்பொம்மை செல்வதாகவும் பாடல்கள் குறிப்பிடுகின்றன. இது மழை வேண்டுமென்ற உழவர்களின் விருப்பத்தை வெளிப்படுத்தும் உளவியல் யதார்த்தமாகும்.

கரிசல் வேளாண்மைக்கு மழை எவ்வளவு இன்றியமை யாததோ அந்த அளவுக்கு வெயிலும் அவசியம். கதிரவனொளி தொடர்ந்து நன்றாகக் கிடைக்காவிடில் பயிர்களின் வளர்ச்சி குன்றுதலும் பூச்சிகளின் தாக்குதலும் மிகும். ஐப்பசி, கார்த்திகை மழைக்காலங்களிலும் மார்கழி, தை பனிக்காலத்திலும் கதிரவ னின் ஒளி மிகவும் அவசியமாகிறது. எனவே ஆடிப்பொம்மையைக் கொளுத்துவது தாவர வளர்ச்சிக்குத் தேவையான கதிரவனொளி யினை உறுதிப்படுத்தும் ஒத்த மந்திரமாகிறது.

ஆடிவேட்டையில் வேளாண்மையின் எதிரிகளான எலி, ஓணான் ஆகிய பிராணிகளே கொல்லப்படுகின்றன. இது பயிர்களின் தொடக்கக்கால வளர்ச்சிக்கு உறுதுணையாக அமைகிறது. எனவே ஆடிவேட்டை, பயிர்ப் பாதுகாப்புச் செயலாக அமைகிறது.

மனிதனுக்கு நன்மை புரியும் தெய்வங்களைக் கொளுத்துவது குறித்த தயக்கம் தோன்றியதன் விளைவாக தானியத் தெய்வங் களுக்குப் பதிலாக யூராஸ் போன்ற தீய அம்சம் கொண்ட புராணப் பாத்திரங்களைக் கொளுத்தும் வழக்கம் ஐரோப்பாவில் தோன்றியது என்று பிரேசர் (1976 : 22 – 23) கூறுகிறார். எட்டைய புரத்தில் ஆடிப்பொம்மையைத் தாவரத் தெய்வமாக அல்லாமல் தீமை செய்யும் குறளி அல்லது குறளியம்மா என்றழைப்பதும் இது போன்றதே. மற்ற இடங்களிலும் ஆடிப்பொம்மையினை, தானியத் தெய்வம் என்று கருதுவதில்லை. ஆனால் ஆடிப் பொம்மை, தானியத் தெய்வமாக உருவாக்கப்படுவதை நாம் கண்டோம். மங்களகரமான தானியத் தெய்வத்தை (தானியலட்சுமி) கொளுத்துவதில் ஏற்பட்ட தயக்கத்தால் ஆடிப்பொம்மையினைத் தானியத் தெய்வமாகக் கருதுவதை விட்டுவிட்டார்கள் என்பது தெளிவு.

புணர்ச்சியும் பயிர்ச்செழிப்பும்

ஆடிப்பொம்மை கொளுத்தும் சடங்குடன், பழமையான மந்திரச் சடங்கு ஒன்றின் எச்சம் இணைந்து கிடக்கிறது. தாவரச் செழிப்பையும் மானிடச் செழிப்பையும் புராதன மனிதர்கள் ஒன்றாக இணைத்துப் பார்த்தார்கள். இதன் விளை வாக, பயிர் விளையும் நிலத்தில் பெண்ணுடன் புணர்வதன் வாயிலாகப் பயிரின் செழிப்பை அதிகரிக்கலாம் என்ற நம்பிக்கை அவர்களிடம் நிலவியது.

முதற்கட்டுரையில் (மந்திரம்) 'மானிடப்புணர்ச்சியும் பயிர்ச் செழிப்பும்' என்ற தலைப்பில் கூறப்பட்ட செய்திகளை இங்கு நினைவுபடுத்திக்கொள்வது நல்லது. ஆடிப்பொம்மை கொளுத்தும் சடங்குடன், விளைநிலத்தில் புணரும் நிகழ்ச்சியும் முன்னர்

நடந்துள்ளதோ என்ற ஐயத்தை ஆடிப்பொம்மை தொடர்பான பின்வரும் நிகழ்ச்சிகள் தோற்றுவிக்கின்றன:

1. முறை மாப்பிள்ளை உறவுக்காரர்கள், பெண்களை மறித்து உணவைப் பறிப்பது.

2. முறை மாப்பிள்ளை உறவுக்காரர்கள், பெண்களின் கூந்தலை அவிழ்த்துவிடுவது.

மேலும் கிட்டத்தட்ட இருபது ஆண்டுகட்கு முன்னர்வரை ஆடிப்பொம்மை கொளுத்தும் நாளன்று பாடும் பாடல்களில் இணைவிழைச்சுக் கருத்துகள் வெளிப்படையாக இருந்ததாகச் சிந்தலக்கட்டை, கரையான்பட்டி, வேலாயுதபுரம், கசவன் குன்று ஆகிய கிராமங்களில் சில தகவலாளர்கள் குறிப்பிட்டார்கள். ஆனால் அப்பாடல்கள் தங்களுக்கு நினைவில்லையென்று மழுப்பிவிட்டார்கள். இச்செய்தியும் மேற்கூறிய ஐயத்திற்குத் துணை நிற்கிறது.

வேதங்களிலும், வேளாண்மை மந்திரங்கள் அமைந்த பகுதிகளில் பாலுறவுச் செயல்கள் வெளிப்படையாகக் கூறப்படுவதைத் தேவிபிரசாத் சட்டோபாத்தியாயா (1959 : 318 – 319) ஆதாரபூர்வமாக எடுத்துக்காட்டியுள்ளார். இயற்கை உற்பத்திக்கு உறுதுணையாகப் பாலுறவுச் செயல்மட்டுமின்றிப் பாலுறவை வெளிப்படையாகக் குறிப்பிடும் பாடல்கள்கூட உறுதுணை புரிவதாக, புராதன மனிதர்களும் வேதகால மக்களும் நம்பியுள்ளார்கள். வளர்ச்சியடைந்த சமூக அமைப்பில் வாழும் நாம் அசிங்கத்தன்மையுடையது என்று வெறுத்தொதுக்கும் பாடல்களும் சொற்களும், புராதனச் செழிப்புச் சடங்கில் முக்கியப் பங்குவகித்துள்ளன. கொங்குநாட்டுப் பகுதியில் கார்த்திகை சூந்து சுற்றும்போது சிறுவர்களால் பின்வரும் பாடல்கள் பாடப்படுவதாகக் கிருட்டினசாமி (1981:192,194) குறிப்பிடுகிறார்.

அத்தை மகளே அலுங்காமெ வாடி
மாமன் மகளே மறுக்காமெ வாடி
....
சோளக்காட்டுக்குள்ளே நாமு(ம்)
சொகுசாக ஓத்தாலே
சோளமும் விளைந்திடும் சொந்தமும் வளர்ந்திடும்
....
கம்பங்காட்டுக்குள்ளே நாமு(ம்)
கச்சிதமா ஓத்தாலே
கம்பும் வளர்ந்திடும் கட்டாயம் ஒறவும் வளர்ந்திடும்
....

பருத்திக்காட்டுக்குள்ளே நாமு(ம்)
படுத்து ஒத்தாலே
பருத்தி வளர்ந்திடும் பருவமும் நீயாயிடுவே

இதுபோன்று பாலுறவை வெளிப்படையாகக் குறிப்பிடும் பாடல்கள் ஆடிப்பொம்மைச் சடங்கிலும் இடம்பெற்றிருந்தன என்பது கள ஆய்வில் தெரியவந்தது. ஆனால் இது பெண்களால் பாடப்படுவதால் இப்பாடல்களைச் சேகரிக்க இயலவில்லை. இப்பாடல்கள் கிடைப்பின் கரிசல் நிலப்பகுதியின் செழிப்புச் சடங்குகளில் ஒன்றான ஆடிப்பொம்மை குறித்த முழுமையான செய்திகளை நாம் தெரிந்துகொள்ள முடியும்.

மிகுதியை வேண்டுதல்

செழிப்புச் சடங்கான ஆடிப்பொம்மை கொளுத்துதலில் தானியங்களின் மிகுதியை வேண்டுதல் குறியீட்டு முறையில் இடம்பெற்றுள்ளது. ஆடிப்பொம்மையின் பிரிவுக்கு வருந்தும் பாடல்களில் இவ்விருப்பம் வெளிப்படுகிறது. சந்திரகிரி கிராமத்தில் ஆடிப்பொம்மையினைப் பம்பை என்றும் கூறுவர். ஆடிப் பொம்மையைக் கொளுத்திய பின்னர் புலம்பும்போது பின்வரும் பாடல்களைப் பாடுகிறார்கள்:

ஒருபணங்கொண்ட (ல்லவோ) லேவோ – நல்ல
ஒருமுகத் தேரழுதி
தேருமே செம்மையில்லேயே – நல்ல
திருப்பியடி ஆசாரி
ரெண்டுபணம் கொண்ட(ல்லவோ) லேவோ – நல்ல
ரெண்டுமுகத் தேரெழுதி
தேருமே செம்மையில்லேயே – நல்ல
திருப்பியடி ஆசாரி

இதே முறையில் பத்து முடியப் பாடல் பாடப்படும்.[2]

காலக்கட்டி கையைக்கட்டி வளர்த்தனடி பம்பை
காலாங்கரையத் தண்ணியிலே போறியடி பம்பை
மூஞ்சிகட்டி முகரகட்டி வளர்த்தனடி பம்பை – நீ
முட்டங்காலுத் தண்ணியில போறியடி பம்பை

என்ற பாடலைப் படிப்பார்கள். ஒட்டப்பிடாரத்தில்,

ஒரு கிண்ணி சந்தனம்
ஒன்றரைக் கிண்ணி குங்குமம்
இரண்டு கிண்ணி சந்தனம்
இரண்டரைக் கிண்ணி குங்குமம்

என்று தொடங்கி மூன்று கிண்ணி, நான்கு கிண்ணி என வரிசையாகப் பாடி, ‘பத்து கிண்ணி சந்தனம் பத்தரை கிண்ணி குங்குமம்’ எனப் பாடி முடிப்பார்கள்.

வீரப்பட்டிக் கிராமத்தில் பாடப்படும் தெலுங்குப் பாடலிலும் எலுமிச்சம்பழம், ஒன்று இரண்டாகவும் இரண்டு மூன்றாகவும் மூன்று நான்காகவும் அதிகரித்துச் செல்லுவதாகக் குறிப்பிடப் படுகிறது.

இப்பாடல்கள் அனைத்திலும் எண்ணிக்கை அதிகரிப்பு இடம்பெற்றுள்ளது. இது மிகுதியை (செழிப்பை) விரும்புவதன் குறியீடாக அமைகிறது.

முடிவுரை

புராதனச் சடங்கின் குணாம்சங்கள், முளைப்பாரிச் சடங்கில் இடம்பெற்றுள்ளதைப் போல் ஆடிப்பொம்மை தொடர்பான சடங்குகளிலும் இடம்பெற்றுள்ளன. "குறிப்பிட்ட வாழ்க்கை முறை, குறிப்பிட்ட சிந்தனையை உருவாக்குகிறது" என்பதற்கேற்ப, வானம் பார்த்த வறண்ட கரிசல் நிலப்பகுதியின் வேளாண்மை வாழ்க்கை ஆடிப்பொம்மை என்ற செழிப்புச் சடங்கைத் தோற்றுவித்துள்ளது.

குறிப்புகள்

1. முன்னர் குறிப்பிட்ட இராவண்டை போடுதல் சடங்கும் மழைச் செழிப்பு வேண்டியே நிகழ்த்தப்படுகிறது. ஆடிப் பொம்மைச் சடங்கினைப் போலவே இங்கும் கிராமத்தவர் அனைவரும் கூட்டாக இம்முயற்சியில் ஈடுபடுகிறார்கள். கிழவன் – கிழவி உருவங்கள் மண் உருவமாக இருப்பதால் நேரடியாக நீர்நிலையில் இடப்படுகின்றன. இந்நிகழ்ச்சி சங்க காலத்தில் நீர்நிலையில் வண்டற் பாவையினையும் பைஞ்சாய்க்கோரைப் பாவையினையும் நீர்விட்ட நிகழ்ச்சி யினை நினைவுறுத்துகிறது.

   இச்சடங்கில் இடம்பெறும் கிழவனும் கிழவியும் முந்தைய வேளாண்மைப் பருவத்தின் குறியீடுகளாய் அமைகிறார் கள். இவ்வுருவங்களைக் களிமண்ணால் அமைப்பது, பயிருக்குத் தேவையான மண்ணைக் குறிப்பதாகவும் அதனை நீரில் போடுவது பயிர் வளத்துக்கு அவசியமான நீருடன் தொடர்புபடுத்தும் ஒத்த மந்திரமாகவும் அமை கின்றன.

2. கரையான்பட்டி வேலாயுதபுரத்தில் இப்பாடல் பின் வருமாறு பாடப்படுகிறது:

   ஒருபணம் தாங் கொடுத்து
   ஒருமுகத் தேரெழுதி
   தேரு நல்ல செம்மையில்லே
   திருப்பியடி ஆசாங்காரி.

4

மதுக்கொடை

மனித குலத்தின் நுகர்பொருள்களில் 'மது' ஒரு முக்கிய இடத்தை வகிக்கின்றது. மனிதனுக்கு மகிழ்ச்சி யூட்டும் ஆற்றலுடையதாகக் கருதப்படும் மது, வேதகால ஆரியர்களிடையே சிறப்பான இடத்தைப் பெற்றிருந்தது. 'சோமா' என்னும் மதுவைப் பருகுவதன் மூலம் இறப்பை வென்று அமரத்துவத்தை அடையலாமென்று வேதகால மக்கள் கருதினர். 'சுரா', 'பரிசுரட்' என்னும் மதுவகைகள் வாஜ்பாயி என்னும் வேள்வியில் வேதகால மக்களால் பயன்படுத்தப்பட்டன (Bhattacharya 1975 : 53). ரிக் வேதத்தில் சோமம் என்னும் மதுவினைப் பருகும்படி வாயுதேவனை நோக்கி,

> உன்னுடைய துலக்கமான தேரிலே
> சோமத்தைப் பருக வா
> உன்னுடைய பிரகாசமான தேரிலே
> சோமத்தைப் பருக வா

என்றும் (ஜம்புநாதன் 1977 : 623), இந்திரனையும் தேவர் களையும் நோக்கி,

> இந்திரா பிரகஸ்பதிகளே
> உங்கள் பானத்துக்கும் இன்பத்துக்கும்
> இந்த இனிய ஸோமம் பிழியப்பட்டு
> அளிக்கப்படுகிறது
> இந்திரா பிரகஸ்பதிகளே
> ஸோமத்தைப் பருகுபவர்களான நீங்கள்
> சோமரசத்தைப் பருக எங்கள் மனைக்கு
> வாருங்கள்

(ஜம்புநாதன் 1977 : 624) என்றும் அழைப்பதாகக் குறிப்பிடப் பட்டுள்ளது.

வடபுலத்தில் மட்டுமின்றி, பண்டையத் தமிழர்களிடமும் மது குறிப்பிடத்தக்க இடத்தை வகித்தது. தங்களைப் பாடிவரும் புலவர்களுக்கு, மன்னர்களும் குறுநில மன்னர்களும் மதுவார்த்துக் கொடுத்து மகிழ்ந்தனர். அதியமான் என்னும் குறுநில மன்னனின் மறைவு குறித்து வருந்தும் ஔவையார் அவனது சிறப்பியல்பு களில் முதன்மையாக

சிறியகட் பெறினே எமக்கு ஈயும் மன்னே
பெரியகட் பெறினே
யாம்பாடத் தான் மகிழ்ந்து உண்ணும் மன்னே

(புறநா. 235 : 1 – 3)

என்று அவன் புலவர்கட்கு மது வழங்கும் இயல்பினைக் குறிப்பிடுகிறார்.

மன்னர்களை வாழ்த்தும்போதும் 'தண்கமழ் தேறலையும்', 'மணங்கமழ் தேறலையும்' பருகி மகிழ்வுடன் வாழ்க என்றே வாழ்த்தி மகிழ்ந்தனர் பண்டைத் தமிழ்ப் புலவர்கள் (புறநா. 24 : 31 – 32; மதுரைக்காஞ்சி 779 – 80). மதுவின் சுவையில் கொண்ட ஈடுபாட்டின் காரணமாக

கடுங்கள் *(புறநா. 68 : 15)*

இன் கடுங்கள் *(புறநா. 80 : 1; நற். 10 : 5; குறு. 298 : 5; அகநா. 76 : 3)*

தேக்கட் தேறல் *(புறநா. 115 : 3)*

தண்கமழ் நறுந்தேறல் *(கலி. 73 : 4)*

தேட் கடுப் பன்ன நாட்படு தேறல் *(புறநா. 392 : 16)*

அரவு வெகுண்டன்ன தேறல் *(புறநா. 376 : 14)*

என்றெல்லாம் பல்வேறு அடைமொழிகளில், சங்க நூல்களில் 'மது' குறிப்பிடப்பட்டுள்ளது.

வழிபாட்டில் மது

வேதத்திலும் சங்க நூல்களிலும் இத்தகைய சிறப்பிடம் பெற்றிருந்த மது, வழிபாட்டிலும் முக்கிய இடம்பெற்றிருந்தது. சங்க காலத்தில் செல்வாக்குப் பெற்றிருந்த நடுகல் வழிபாட்டில் படையல் பொருளாகக் கள் இடம்பெற்றிருந்ததைப் பின்வரும் சங்க நூல் வரிகள் புலப்படுத்துகின்றன:

நடுகற் பீலி சூட்டி நார் அரி
சிறுகலத் துகுப்பவுங் கொள்வன்கொல்லோ

(புறநா. 232:3 - 4)

இல்லடு கள்ளின் சில்குடிச் சீறூர்ப்
புடைநடு கல்லின் நாட்பலி யூட்டி

(புறநா. 329:1 – 2)

நடுகற் பீலி சூட்டித் துடிப்படுத்துத்
தோப்பிக் கள்ளொடு துரூஉப்பிலி கொடுக்கும்

(அகநா. 35:8 – 9)

வடஆற்காடு மாவட்டத்தைச் சார்ந்த செங்கம் என்னும் ஊரில் காணப்படும் நடுகற்களைப் பற்றிக் குறிப்பிடும்போது, "நடுகற்களில் பெரும்பாலாக வீரன் காலருகே காணப்படும் கெண்டி மதுக்குடத்தின் சாயலாகத் தோன்றுகிறது" என்று நாகசாமி குறிப்பிடுகிறார் *(1972 : 9)*. தருமபுரி மாவட்டத்தில் மிட்டா ரெட்டிரெள்ளி என்னும் கிராமத்தைச் சார்ந்த பொன்னியம்மன் மண்டு என்னுமிடத்தில் காணப்படும் ஒரு நடுகல்லில் ஒரு கையில் மதுக்குடத்துடன் பெண்ணொருத்தியின் உருவம் பொறிக்கப்பட்டுள்ளது *(சாந்தலிங்கம் 1983 : 28)*.

இன்னும் சில கிராமத் தெய்வங்களுக்கு நிகழ்த்தப்படும் திருவிழாக்களில் படையற்பொருட்களில் ஒன்றாக கள், சாராயம் ஆகிய மதுவகைகளும் இடம்பெறுகின்றன.

மதுக்கொடை

படையற்பொருளாக மது இடம்பெறுவதுடன் மட்டுமன்றி, திருவிழாவின் முக்கிய அங்கமாக மது தயாரித்து, அதனை வழிபடும் ஒரு நிகழ்ச்சியாக 'மதுக்கொடை' என்னும் திருவிழா அமைகிறது. நெல்லை, தூத்துக்குடி மற்றும் பழைய இராமநாத புரம் மாவட்டங்களில் ஆண்டுதோறும் குறிப்பிட்ட மாதங்களில் 'கொடை' என்றழைக்கப்படும் திருவிழா கிராமத் தெய்வங்களின் கோவில்களில் நடைபெறும். பெரும்பாலும் பங்குனி, சித்திரை, வைகாசி, ஆனி, ஆடி மாதங்களில் இது நிகழும். இத்தெய்வங் களுக்கு, ஆடு, கோழி பலி கொடுத்தல், மனிதர் மற்றும் விலங்கு களின் உருவங்களைச் சுடுமண்ணால் செய்து நேர்த்திக்கடனாக (காணிக்கைப் பொருளாக) அளித்தல், தீச்சட்டியெடுத்தல், முளைப்பாரியெடுத்தல் என்பன இக்கொடையுடன் தொடர் பான நிகழ்ச்சிகளாகும் (இவற்றுள் ஒன்றிரண்டு நிகழாமலும் இருக்கலாம்). இவற்றுள் மது தயாரித்து, அதனைப் படையல் பொருளாக வழங்குவதும் சில கோவில் கொடைகளின் சிறப்பம்ச மாக அமைகின்றது. எனவே இக்கொடையானது 'மதுக்கொடை' எனப்படுகிறது. இக்கொடையானது பெண் தெய்வங்களுக்கே உரியது.[1]

மதுக்கொடையின் தொடக்கம்

தூத்துக்குடி மாவட்டத்தில் ஒட்டப்பிடாரம் வட்டத்தில அமைந்த ஒரு சிறிய கிராமம் பரிவல்லிக்கோட்டையாகும். இவ்வூரில் நாயக்கர், கம்பளத்து நாயக்கர், கோனார், வாணியச் செட்டியார், நாடார், தேவர், ஆசாரி, பள்ளர் ஆகிய சாதியினர் வாழ்கின்றனர். வேளாண்மையே இவ்வூரின் முக்கியத் தொழிலாகும். இந்து அறநிலையத் துறையுடன் இணைக்கப்படாத அருணாச்சியம்மன் கோவில் ஒன்று பள்ளர் நீங்கலாக ஏனைய சாதியினர் அனைவருக்கும் பொதுவாக அமைந்துள்ளது. ஆண்டு தோறும் சித்திரை மாதம் கடைசிச் செவ்வாய் அன்று இக்கோவிலில் கொடை நிகழும். இதில் இரண்டாண்டுக்கு ஒருமுறை மதுக்கொடை நிகழும்.[2]

கோவில் கொடை நிகழும் செவ்வாய்க்கிழமைக்கு முந்தைய புதன் கிழமையன்று மதுக்கொடைக்கான தயாரிப்புகள் தொடங்கும். அருணாச்சியம்மன் கோவிலருகேயுள்ள கோவிற் பூசாரியின் வீட்டு முற்றத்தில் பந்தலிட்டு நாற்புறமும் தென்னங்கிடுகுகளைக் கட்டி, ஒரு பகுதியில் ஓலைக்கிடுகு ஒன்றினைக் கதவுபோல் அமைத்து அறைபோன்ற அமைப்பினை உருவாக்குவர். இதற்குள்தான் மதுக்கொடைக்கான மதுத் தயாரிப்புத் தொடங்கும். இம்மதுத் தயாரிப்பினை இக்கோவில் பூசாரியான பாப்பு பண்டாரம் என்பவரே நிகழ்த்துகிறார்.

மதுத் தயாரிப்பதற்கு உலோகப் பாத்திரங்களைப் பயன்படுத்துவது கிடையாது. மண் பாத்திரங்களே பயன்படுத்தப்படும். இப்பாத்திரங்கள் கருநிறத்தில் இல்லாமல் செந்நிறத்திலேயே இருக்க வேண்டும். ஆறு பானை, ஒரு குடம் ஆகியவற்றை ஊர் வேளார் (குயவர்) செய்து தருவார். இதற்காகும் விலையினைக் கோவிலிலிருந்தே கொடுப்பர்.

குருவைக்களையான் என்ற நெல்லில் பதினொரு படியினைப் புதிய மண்பானையில் இடுவர்.[3] புதன்கிழமையிலிருந்து காலை, மாலை இரு நேரமும் அதற்கு நீர் தெளித்து வருவர். இந்நிகழ்ச்சியின் தொடக்கம் 'முளை போடுதல்' எனப்படும். அன்றிலிருந்து ஞாயிறு முடிய காலையும் மாலையும் இவ்வாறு நீர் தெளித்து வருவதால் நெல்லானது முளைவிட்டிருக்கும்.

திங்கள் கிழமையன்று (ஆறாவது நாள்) இந்நெல்லினைக் காலையிலிருந்து நண்பகல்வரை வெயிலில் இட்டுக் காயவைப்பர். பின்னர் அதனை உரலில் இட்டு இடித்து மாவாக்குவர். இம்மாவு 'முளைமாவு' எனப்படும்.

மதுத் தயாரிப்பின் இரண்டாம் கட்டம்

கொடை நிகழும் செவ்வாய்க்கிழமைக்கு முந்தைய வெள்ளிக் கிழமையிலிருந்து பால் வாங்கி அதனைத் தயிராக்குவது மதுத் தயாரிப்பின் இரண்டாவது கட்டமாகும். இதன்படி பின்வரும் அளவில் பாலை வாங்கி அதனை நாள்தோறும் புதுப்பானை ஒன்றில் தனித்தனியாகப் பிறை குத்துவர்:

1.	வெள்ளிக்கிழமை	4 படி
2.	சனிக்கிழமை	4 படி
3.	ஞாயிற்றுக்கிழமை	8 படி
4.	திங்கள்கிழமை	3 படி
	ஆகமொத்தம்	19 படி

இப்பானைகளைக் கொடை நிகழும் செவ்வாய்க்கிழமைவரை அப்படியே வைத்திருப்பர்.

மூன்றாம் கட்டம்

மதுத் தயாரிப்பின் மூன்றாவது கட்டமாக 21 படி குருவைக் களையான நெல்லினை உரலில் இட்டுக் குற்றி, பச்சரிசியாக்குவர். அப்பொழுது கிடைக்கும் உமியையும் தவிட்டையும் தனியாக எடுத்து வைத்துக்கொள்வர். பின்னர் அப்பச்சரிசியை, திங்கள் இரவு சோறாக வேகவைத்து அதனைப் பானையுடனே வைத்து விடுவர்.

மதுத் தயாரிப்பு

மதுத் தயாரிப்பின் இறுதிக் கட்டமாக செவ்வாய்க்கிழமை காலை எட்டு மணியளவில், திங்கள் இரவு வேகவைத்த பச்சரிச் சோறு, இடித்த முளைமாவு, நான்கு பானைகளிலிருந்தும் பிறை குத்தி வைக்கப்பட்ட தயிர், நெல்லைப் பச்சரிசியாக்கும் போது கிடைத்த உமி, தவிடு ஆகியவற்றைக் கலந்து நன்றாகப் பிசைவர். இக்கலவையை ஆறு பானைகளிலும் போட்டு அதன் வாய்ப்பகுதியை வடசேரி சிட்டித் துண்டினால் கட்டி விடுவர்.[4] தாழியிலுள்ள நீரைக் கொட்டிவிடு இப்பானைகளை ஒவ்வொன்றாக எடுத்துத் தாழியின் வாய்ப்பகுதிக்கு நேராகக் கவிழ்த்துக்கொண்டு, பானையின் தூர்ப்பகுதியை (அடிப்பகுதி) உடைத்துவிடுவர். பின் உடைந்த பகுதியின் வழியாகக் கையை விட்டு நன்றாகப் பிசைவர். பானையின் வாயில் கட்டப்பட்ட துண்டு சல்லடைபோல் செயல்பாட்டு கலவையின் சாற்றினை

மட்டும் தாழியில் வடியவிடும் (ஏழு நாட்களாகத் தண்ணீர் ஊற்றிவைத்திருப்பதால் தாழியானது மதுவை உறிஞ்சுவதில்லை). துண்டில் தங்கும் சக்கையினைக் குழி தோண்டிப் புதைத்துவிடுவர். இதனைக் கோழி தின்றால் இறந்துவிடும்.[5]

மதுக்கொடையின் முடிவு

கொடை நிகழும் செவ்வாய்க்கிழமையன்று கோவில் தர்மகர்த்தாவும் (அறங்காவலர்) மற்றும் ஊர்ப் பெரியவர்களும் மதுக்குடத்தை எடுத்துச் செல்ல வருவர். பத்துப் படி பிடிக்கும் புதுக்குடத்தில் தாழியில் உள்ள மதுவில் ஒரு பகுதியினை ஊற்றுவர். கோடிவேட்டி, கோடித்துண்டு, பூமாலை அணிந்து கொண்டு, சாமியாடி மதுக்குடத்தைத் தலையில் சுமந்தவாறே பூசாரியின் வீட்டருகேயுள்ள மாரியம்மன் கோவிலை நோக்கிச் செல்லுவர். அப்பொழுது பெண்கள் குரவையிடுவார்கள். மேள தாளங்கள் முழங்கும். 'முளைப்பாரி' என்னும் சடங்கில் பாடும் கும்மிப்பாடலைப் பாடியவாறே பெண்கள் மதுக்குட ஊர்வலத்தின் பின் செல்வர். அடுத்து மாரியம்மன் கோவிலில் இருந்து அருணாச்சியம்மன் கோவிலுக்கு மதுக்குடம் எடுத்துச் செல்லப் படும். இரவில் அம்மன் சப்பரத்தில் ஊரை வலம்வரும்போது, மதுக்குடமும் சப்பரத்தின் பின் ஊர்வலமாக எடுத்துச் செல்லப் படும்.

மது பொங்குதல்

மதுக்குடம் அல்லது மதுப்பானையிலிருந்து மது பொங்கும் நிகழ்ச்சியே கொடையின் முக்கியக் கட்டமாகும். இதனையே மக்கள் மிக்க ஆர்வத்துடனும் பயபக்தியுடனும் எதிர்பார்க்கிறார் கள். அவர்கள் எதிர்பார்ப்பிற்கேற்ப, புதன்கிழமை காலை மூன்றரை மணியளவில் மது நுரைத்துப் பொங்கி, குடத்திலிருந்து வடியும். அப்பொழுது அதற்கு சூடம், சாம்பிராணி காட்டி பூசை நிகழும். தாழியில் எஞ்சியிருக்கும் மதுவும் கோவிலுக்குக் கொண்டு வரப்படும். மதுக்கொடையின் இறுதி நிகழ்ச்சியாகச் சிறிய மண்கலயத்தில் மதுவை முகர்ந்து பக்தர்களுக்கு வழங்குவர். சிவப்பும் வெண்மையும் கலந்த நிறத்தில் மது காட்சியளிக்கும். இதனை, 'செங்கல் மங்கலாய்' இருக்கும் என்றும் 'செகப்பிலும் சேராது வெளுப்பிலும் சேராது' என்றும் தகவலாளர்கள் குறிப்பிட்டார்கள். இனிப்பும் புளிப்பும் கலந்த சுவை என்று இம்மதுவின் சுவையைக் கூறலாம்.

மது தயாரிப்பில் பயன்படுத்தப்பட்ட புதிய மட்பாண்டங் களும் புதுத்துண்டுகளும் மது தயாரித்த பூசாரிக்கு உரியதாகிவிடும்.

இதே மாவட்டத்திலுள்ள ஒனமாக்குளம் என்னும் கிராமத்தில் 'வெயிலுகந்த அம்மன்' என்ற அம்மனுக்கு ஆண்டுதோறும் வைகாசி மாதம் கொடை விழா நிகழும். மாதத்தின் எந்தச் செவ்வாய்க்கிழமையிலும் இது நிகழும். கொடை நிகழும் செவ்வாய்க்கிழமைக்கு முந்தைய செவ்வாய்க்கிழமையன்று மது தயாரிப்புத் தொடங்கும். கோவில் வளாகத்தினுள் பந்தலிட்டு மதுத் தயாரிப்பு நிகழும். இங்கு 'பண்டாரம்' என்ற சாதியைச் சேர்ந்தவரே மதுத் தயாரிப்பில் ஈடுபடுகிறார். மதுத் தயாரிப்புக்காக இரண்டு மண்குடங்களையும் பானைகளையும் வேளார் தருகிறார். இதற்காகும் விலை ஊர் மக்களால் தரப்படுகிறது. பானைகளும் குடங்களும் செந்நிறத்திலேயே இருக்க வேண்டும். குருவைக்களையான நெல்லே இங்கும் முளை கட்டப்படுகிறது. கொடை நிகழும் செவ்வாய்க்கிழமைக்கு முந்தைய வெள்ளிக்கிழமையன்று ஐந்து படி பாலும், சனிக்கிழமையன்று 5 படி பாலும் தனித்தனியாகப் பிறை குத்தப்படுகிறது. மற்றைய நிகழ்ச்சிகள் பரிவல்லிக்கோட்டையில் நிகழ்வது போலவே நிகழ்கின்றன.[6] பரிவல்லிக்கோட்டையில் பூசாரி தெளிவாகக் கூறியதுபோல் இக்கோவிலின் பூசாரி கூற விரும்பவில்லை. இதனைத் தொழில் இரகசியமாகக் கருதுவதால் அவரிடமிருந்து தெளிவாகச் செய்திகளைப் பெற முடியவில்லை. ஆயினும் மதுக்கொடையின் முடிவில் (22 – 5 – 85 புதன் அதிகாலையில்) இம்மதுவைச் சிறிது சுவைத்துப் பார்க்கும் வாய்ப்புக் கிடைத்தது. செந்நிறம் கலந்த இவ்வெண்ணிற மது புளிப்பும் இனிப்புமாக இருந்தது.

திருநெல்வேலி – நாகர்கோவில் சாலையிலுள்ள மூன்றடைப்பு என்னும் ஊருக்கு அருகிலுள்ள கிராமம் பொன்னாக்குடி ஆகும். இங்குள்ள முப்பிடாரியம்மன் கோவிலில் சித்திரை மாதம் கடைசிச் செவ்வாய் அன்று மதுக்கொடை நிகழ்கிறது. கொடை நிகழும் செவ்வாய்க்கிழமைக்கு முந்தைய ஞாயிற்றுக்கிழமையன்று காலையில் கோவிலின் மடப்பள்ளியிலேயே மதுத் தயாரிப்பு நிகழும். இங்கு மதுத் தயாரிப்புக்கான மூலப்பொருட்களாக, கள், பால், பச்சரிச்சி ஆகிய மூன்றும் பயன்படுத்தப்படும். அரிசி கிடைக்காத பஞ்ச காலத்தில் அரிசிக்குப் பதிலாக வெள்ளைச் சோளம் பயன்படுத்தப்பட்டதாம்.

ஞாயிற்றுக்கிழமையன்று காலையில் பச்சரிசியை நீர் விட்டு நன்றாக அரைத்துப் புதிய மல்துணியில் வடிகட்டிப் பிழிந்து புதுப்பானையில் ஊற்றுவார்கள். கள்ளையும் பாலையும் தனித் தனியாகப் பானையில் ஊற்றி, பின்னர் இவை மூன்றையும் ஒன்றாகக் கலப்பார்கள். அதன் பின்னர் புதிய வெள்ளைத்

துணியால் பானையின் வாயைக் கட்டிவிடுவார்கள். மதுப்பானை மீது திருநீறு, சந்தனம், குங்குமம் ஆகியனவற்றைத் தீட்டி மாலை போட்டு அலங்கரிப்பர். இறுதியாக சாம்பிராணி, கற்பூரம் காட்டி வழிபாடு நிகழ்த்துவர்.

திங்கள் காலையிலும் சாம்பிராணி, கற்பூரதீபம் காட்டி வழிபாடு நிகழும். செவ்வாய்க்கிழமை காலையிலும் இதுபோல் வழிபாடு நடத்திய பின்னர், நண்பகலில் மேளதாளத்துடன் கோவில் சாமியாடி ஈர உடையுடன் மதுப்பானையைத் தலையில் சுமந்தவாறு வருவார். அப்பொழுது மகளிர் குரவையிடுவர்.

பின்னர் மதுப்பானை அம்மன் முன் படையலாக வைக்கப் படும். சிறிது நேரத்தில் மது பொங்கி வடியும். மதுவின் நிறம் வெண்மையாகவும் சுவை புளிப்பும் இனிப்புமாகவும் இருக்கும்.

இதனையடுத்து, கோவிலுக்கு முன்பு மதுப்பானையை மூன்று புதுச் செங்கலின் மீது வைப்பார்கள். பெண்கள் குரவை யிட்டு இதற்கென அமைந்த கும்மிப்பாடலைப் பாடிக் கும்மி யடிப்பார்கள். அன்று இரவு அம்மன் சப்பரத்தில் உலா வரும் போது, மதுப்பானையையும் தலையில் சுமர்ந்து பின்தொடர்வர். அம்மன், கோவில் வந்து சேர்ந்தவுடன் மதுப்பானையை முன் பிருந்த இடத்தில் வைத்து மதுவை அனைவருக்கும் வழங்குவர். கோவிலில் மட்டுமின்றி இவ்வூரிலுள்ள வீடுகளிலும்கூட மதுக் கொடையினையொட்டி 'மது' தயாரிக்கப்படும். தயாரிப்பு முறை மேற்கூறிய முறையிலேயே அமையும். இவ்வாறு தயாரித்த மதுவுடன் கூடிய மதுக்குடத்தை அம்மன் வீதியில் உலா வரும்போது முச்சந்தி நாற்சந்திகளில் வைப்பர். அச்சந்தினைக் கடந்து அம்மன் உலாச் சென்றவுடன் மதுக்குடத்தை எடுத்துச் செல்வர்.[7]

கன்னியாகுமரி மாவட்டத்திலுள்ள குலசேகரபுரம் என்னும் கிராமத்திலுள்ள குலசேகர அம்மன் கோவிலில் மதுக்கொடை நிகழ்கிறது.[8] மதுக்கொடையினை இங்கு 'காளியூட்டு' என்றழைக் கிறார்கள்.[9] ஆறு வருடத்திற்கு ஒருமுறை வைகாசி மாதம் காளியூட்டு நடைபெறும். அதன்படி 1985இல் 'காளியூட்டு' நிகழ்ந்துள்ளது. இம்மாவட்டத்திலுள்ள பூதப்பாண்டி என்னும் கிராமத்திலிருந்து ஒரு 'வைராவி'* வந்து மதுத் தயாரித்துள்ளார். இதற்காக அவருக்கு 7 மரக்கால் நெல்லும் 250 ரூபாயும் கொடுத்துள்ளார்கள்.

குலசேகர அம்மனுக்கு, செவ்வாய்க்கிழமையன்று கொடை கால்நாட்டு விழா நடைபெறும். அதனையடுத்து வரும் வெள்ளிக்

---

* பண்டாரம்

கிழமையன்று அவ்வூர் சுடலைமாடன் கோவிலில் கொடை நிகழும். இக்கொடைக்கு முதல் நாளான வியாழக்கிழமையன்று சுடலைமாடன் கோவிலில் வைத்து மதுத் தயாரிப்பு நிகழும். இங்கு மதுத் தயாரிக்கும் முறை குறித்து நெல்லை மாவட்டக் கிராமங்களில் அறிந்ததுபோல் தெளிவாக அறிந்துகொள்ள முடியவில்லை. சில பொதுவான செய்திகளை மட்டுமே அறிந்து கொள்ள முடிந்தது. வியாழக்கிழமையன்று பால் வாங்கிப் புளிக்கவைத்துத் தயிராக்குவார்கள். பச்சை நெல் குத்தி, பருத்திக் கொட்டை நீங்கலாக நவதானியம் சேர்த்து நன்றாக ஆட்டி ஒரு புதுப்பானையில் ஊற்றிப் புளிக்கவைப்பார்கள். இத்துடன் புளித்த தயிரும் சேர்க்கப்படும்.

கொடை நிகழும் செவ்வாய்க்கிழமையன்று மாலையில் ஆறு மணிக்கு, சுடலைமாடன் கோவிலில் இருந்து மேளதாளத் துடன் மதுக்குடத்தைப் பூசாரி எடுத்துவருவார்.

குலசேகரன் அம்மன் சன்னதியில் இருக்கும் பெரிய புதுப் பானை ஒன்றில் முதலில் சாம்பிராணி புகையடைத்து, பின்னர் பானையின் கழுத்துக்குச் சற்றுக் கீழ்வரை மதுவையூற்றுவார்கள். பத்து விநாடியில் மதுவானது பொங்க ஆரம்பித்துவிடும். அப்போது பெண்கள் குலவை போடுவார்கள். குழந்தைகள்,

நங்காய் நங்காய் நமோ நமோ
குலசேகர நங்காய் நமோ நமோ
பங்கயற் செல்வி நமோ நமோ
பரம தயாளி நமோ நமோ
சங்கரன் தேவி நமோ நமோ
சரஸ்வதி பூஜினி நமோ நமோ

என்று கூட்டமாகத் 'தோத்திரம்' கூறுவார்கள். உடனே மதுப் பானை அம்மனுக்கு முன் கொண்டு செல்லப்படும். அதன் பிறகே மது மக்களுக்கு வழங்கப்படும்.

மது பொங்குவதன் காரணம்

மதுக்கொடை நிகழும் முறையினையும் அதனையொட்டி மது தயாரிக்கப்படும் முறையினையும் அறிந்துகொண்ட நாம், இனி அதன் முக்கியக் கட்டமான மது பொங்குவது குறித்த காரணங்களை ஆராய்வோம். இவ்வாய்வின் அடிப்படை அம்சமாக 'பீர்' (*Beer*) என்னும் மதுத் தயாரிப்பு குறித்து அறிந்துகொள்வது அவசியமாகும். ஏனெனில், மதுக்கொடையில் தயாரிக்கப்படும் மதுவானது பீர் என்ற மதுவகையைச் சார்ந்த தாகும். அரிசியை மூலப்பொருளாகக் கொண்டு மதுக்கொடை மது தயாரிக்கப்படுவதால் இதனை அரிசி பீர் எனலாம்.

பொதுவாக பீர் தயாரிப்பானது 1. மாவாக்கல் (*Mashing*), 2. கொதிக்கவைத்தல், 3. நொதிக்கவைத்தல் என்ற மூன்று முக்கிய நிலைகளைக்கொண்டது. பீர் தயாரிப்புக்கு மிகவும் அவசியமான மூலப்பொருள் மாவுச்சத்து ஆகும். இது, தானியம் மற்றும் கிழங்கு வகைகளில் மிகுதியாகக் காணப்படுகிறது (*Britannica, Vol. 4 : 164*).

மாவாக்கல்

பீர் தயாரிக்கப் பயன்படுத்தும் தானியத்தை நீர் தெளித்து முதலில் முளைக்கட்டுவார்கள். தானியங்களில் 'முளைத்தல்' நிகழும்போது 'மால்ட்' என்னும் பொருள் உருவாகிறது. முளை விடாத தானியத்திலுள்ள ஸ்டார்ச்சைவிட மால்ட்டில் உள்ள ஸ்டார்ச் மென்மையாகவும் நன்றாகக் கரையக்கூடியதாகவும் உள்ளதால் முளைக்கட்டுதல் பீர் தயாரிப்பில் அவசியமாகிறது. பின்னர் முளைக்கட்டிய தானியம் உலரவைக்கப்பட்டு மாவாக்கப் படுகிறது (*Britannica, Vol. 14 : 708 – 709*).

மதுக்கொடையிலும் நெல் முளைக்கட்டப்பட்டு, பின்னர் வெயிலில் உலரவைக்கப்பட்டு 'முளைமாவு' தயாரிக்கப்படுகிறது.

சோளம், அரிசி, மரவள்ளிக்கிழங்கு ஆகியவற்றுள் ஒன்று துணைப்பொருளாக பீர் தயாரிப்பில் சேர்க்கப்படுகிறது. வெளிறிய அல்லது மங்கலான வெள்ளை வண்ணம் பீருக்குக் கிடைக்கச் செய்வதே இதன் நோக்கமாகும். மதுக்கொடை மதுவிலும் முளைகட்டாத பச்சரிசி மாவு அல்லது ஊறவைத்து அரைக்கப் பட்ட பயறு வகைகளின் சாறு சேர்க்கப்படுவதன் காரணமாகவே சிகப்பும் வெண்மையும் கலந்த நிறம் ஏற்படுகிறது (*Britannica, Vol. 4 : 164*).

பீர் தயாரிப்பில் வடிகட்டியாகச் செயல்பட உமியும் மாவு டன் சேர்க்கப்படுகிறது. மதுக்கொடை மது தயாரிப்பிலும் பச்சரிசிச் சோற்றுடன் உமியும் தவிடும் சேர்த்துப் பிசைவது இதே நோக்கத்திற்காக எனலாம்.

கொதிக்கவைத்தல்

மாவாக்குதலுக்குப்பின் நிகழும் கொதிக்கவைத்தல், வேறு 'என்சைம்'களின்* செயல்பாட்டைத் தடுப்பதுடன் புரதப் பொருளைத் தயிர் போலாக்குகிறது. அத்துடன் மாவுப்பொருளைச்

---

* உயிரணுக்களினின்றும் உண்டாக்கப்படும் நைட்ரஜன் உள்ள கரிமப் (*organic*) பொருள் என்சைம் எனப்படும். உயிரினத்தை மூலமாகக் கொண்ட இந்த என்சைம்கள் சிறந்த வினையூக்கிகளாகப் பயன்படுகின்றன (கண்ணபிரான் 1975 : 115).

செறிவாக்கி அதிலுள்ள நோய் நுண்மங்களை ஒழித்து *(Sterilizes)* பீரைச் செறிவாக்குகிறது. கசப்புச் சுவையூட்டும் பொருள்களை அதில் சேர்க்கும் வாய்ப்பையும் இது உருவாக்குகிறது *(Britannica, Vol. 4 : 164)*. மதுக்கொடை மது தயாரிப்பிலும் பச்சரிசியைச் சோறாக்கும்போது மேற்கூறிய பயன்கள் விளைகின்றன. ஆனால் மற்றொரு முக்கிய மூலப்பொருளான முளைமாவு கொதிக்க வைக்கப்படுவதில்லை. ஆயினும் ஓரளவு சூடுள்ள சோற்றுடன் அது கலந்து பிசையப்படுகிறது.

நொதித்தல்

பீர் தயாரிப்பின் இறுதிக்கட்டம் நொதித்தலாகும். என்சைம்கள் என்னும் உயிரணுக்களின் உதவியால் கரிமப் பொருட்களை *(Organic material)* சிறிய மூலக்கூறுகளாக உடைப்பது நொதித்தலாகும் (கண்ணபிரான் 1975 : 115). மூலப் பொருளான மாவுடன் *(Wort)* 'ஈஸ்ட்'* என்னும் பூஞ்சான் கலக்கப்படும்போது நொதித்தல் தொடங்குகிறது *(Britannica, Vol. 4 : 164)*. ஈஸ்டுகளின் செல்களிலுள்ள *Zymase, Invertase* போன்ற என்சைம்கள் நொதித்தலை நிகழ்த்துகின்றன *(Britannica, Vol. 23 : 880)*. ஸ்டார்ச் மிகுந்துள்ள மால்ட்டில் கார்போ நைடிரேட் என்னும் நொதிக்கும் தன்மையுடைய சர்க்கரைப் பொருள் குறிப்பிடத்தக்க அளவி லுள்ளது. மேற்கூறிய ஈஸ்ட் உயிரணுக்களின் செல்கள் சர்க்கரைப் பொருளைக் கரிம அமிலமாக *(Simple organic acid)* மாற்றுகின்றன. உயிர் வாயு (ஆக்சிஜன்) கிடைப்பதில் தடை ஏற்படும்போது கரிம அமிலமானது கரியமில வாயுவாகவும் (கார்பன்டை ஆக்சைடு) ஆல்கஹாலாகவும் பிரிகின்றது *(Bashishta 1976 : 210)*. நொதித்தலின்போது கரியமில வாயு வெளிப்படும்போது கரைசல் நுரைத்துப் பொங்குகிறது. இவ்வாறு கரியமில வாயு தோன்றுவது புரியாத நிலையில் நொதித்தலை, கொதித்தலாகவே கருதியதன் விளைவாக *To boil* என்ற பொருளைத் தரும் இலத்தீன் மொழியி லிருந்து நொதித்தலைக் குறிப்பிடும் *Fermentation* என்ற சொல் தோன்றியது[10] *(Vashishta 1976 : 382)*.

மதுக்கொடை மதுவில் சேர்க்கப்படும் புளித்த தயிரில் ஈஸ்ட் உள்ளது. முளைமாவு, வெந்த சோறு ஆகியவற்றுடன் புளித்த தயிரைக் கலந்து பிசைந்து அதனைப் பிழிந்து தாழியில் ஊற்றிவைக்கும்போது நொதித்தல் நிகழ்ந்து மது உருவாகிறது.

---

* பூஞ்சான் *(Fnngi)* குடும்பத்தைச் சேர்ந்த நுண்ணுயிரித் தாவர வகை ஈஸ்ட் ஆகும். நீண்ட வட்ட வடிவில் அமைந்த இதன் குறுக்களவு 1/30000 அங்குலத்துக்கும் குறைவு. உணவுப் பகுதிகள் கிடைக்கும்போது இது பல்கிப்பெருகும் (சுப்பிரமணியன் 1956 : 30 - 31). இதில் ஆயிரக்கணக்கான வகையுண்டு. பீர் தயாரிப்பில் *Sacchaaromyces Cerevisia* என்ற ஈஸ்ட் உயிரின் வகை பயன்படுத்தப்படுகிறது.

நொதித்தலின்போது கரியமில வாயு வெளிப்படுவதன் விளைவாக மது நுரைத்துப் பொங்குகிறது.

இவ்வாறு, மது பொங்குவதற்கான அறிவியல் உண்மையினை அறியாத காரணத்தினாலேயே கிராம மக்கள் அம்மன் அருளினால் மது பொங்குகிறது என்று நம்புகிறார்கள்.

வ.உ.சி. கல்லூரி (தூத்துக்குடி) வேதியியல் துறைப் பேராசிரியர் திரு. ப.இராசகோபாலன் மதுக்கொடை, மதுவின் சுவை குறித்தும், குமரி மாவட்டத்தில் நிகழும் காளியூட்டில் மதுப் பொங்குவது குறித்தும் பின்வரும் விளக்கத்தையளித்தார்:

நொதித்தலின் விளைவாக, மாவுப்பொருள் முதலில் ‘குளூகோஸ்’ ஆகவும், பின்னர் ‘ஆல்கஹால்’ (மது) ஆகவும் மாற்றமடைகிறது. நொதித்தலில் தோன்றும் குளூகோசின் காரணமாகவே மதுக்கொடையில் வழங்கப்படும் மதுவில் ஓரளவு இனிப்புச் சுவை காணப்படுகிறது. குமரி மாவட்டத்திலுள்ள குலசேகரபுரத்தில் காலியான மதுப்பானையில் முதலில் சாம்பிராணிப் புகை அடைப்பதும் மதுவைப் பொங்கவைக்கும் செயலில் ஒரு பகுதிதான். ஏனெனில், சாம்பிராணியில் ‘டிஞ்சர்பெஞ்சாயின்’ என்ற இரசாயனப் பொருள் உள்ளது. சாம்பிராணிப் புகை ஊட்டப்படும்போது இப்பொருளும் பானையில் படியும் வாய்ப்புள்ளது. மது பொங்குதலை ஊக்குவிக்க டிஞ்சர்பெஞ்சாயின் ஓரளவு உதவுகிறது எனலாம்.

பொன்னாக்குடியில் தயாரிக்கப்படும் மதுக்கொடை மதுவில் அரைத்துப் பிழியப்பட்ட பச்சரிசிச் சாறு சேர்க்கப் படுகிறது. இது மாவுப்பொருளாக (ஸ்டார்ச்) அமைகிறது. பச்சரிசிச் சாற்றுடன் கலக்கப்படும் பாலும் கள்ளும் புளிக்கும் போது ஈஸ்ட் உருவாகிறது. இதன் பின்னர் ஈஸ்ட் செல்கள் நொதித்தலை நிகழ்த்துகின்றன. இதன் விளைவாக மது பொங்குகிறது.

தாந்திரீகமும் *(Tantrism)* மதுக்கொடையும்

இந்தியப் பண்பாட்டில் இரண்டு அடிப்படையான போக்குகள் உண்டு. ஒன்று வேத நெறி. மற்றொன்று வேதமல்லாத நெறியாகும். பெரும்பாலும் தாழ்த்தப்பட்ட மட்டும் பிற்படுத்தப் பட்ட சாதியினர் பின்பற்றும் நெறி வேதமல்லாத நெறியாகும். வேதமல்லாத நெறியில் தாந்திரீகம் என்பது முக்கியமான ஒன்றாகும். தொடக்கக்காலத்தில தாந்திரீகமானது நிலச் செழிப்பைப் பெறுவதற்காக நிகழ்த்தப்படும் தாய்த் தெய்வ வழிபாட்டினையும் மந்திரச் சடங்குளையும் கொண்டிருந்தது.

‘பிரகிரிதி’ எனப்படும் பெண்மைக் கோட்பாடும், ‘பஞ்ச மகரம்’ *(Five–Mas)* என்பதும் தாந்திரீகத்தில் சிறப்பிடம் பெறு

கின்றன. மது (*Matya*), மாமிசம் (*Mamsa*), மச்சம் (*Matsya* – மீன்), முத்தரா (*Mutra* – வறுத்த தானியம்), மைதுனம் (பாலுறவு) என்ற ஐந்தும் .பஞ்சமகரம் எனப்படுகின்றன. தாந்திரீகர்களின் நோக்கின்படி மது இல்லாமல் எந்தச் சித்தியும் அடைய முடியாது (*Chattopadhyaya 1959 :311*).

தாந்திரீகத்தில் மதுவும் பெண் தெய்வமும் முக்கியத்துவம் பெறுவது போலவே மதுக்கொடையில் மதுவும் அம்மன்களும் சிறப்பிடம் பெறுகின்றன. கட்டுரையின் தொடக்கத்தில் மதுக் கொடை, அம்மன் கோவில்களுடனேயே தொடர்புபடுத்தப்பட் டுள்ளதைக் குறிப்பிட்டோம். இந்த அடிப்படையில் பார்க்கும் போது தாந்திரீக வழிபாட்டு மரபின் முந்தைய வடிவமாக (*Proto Tantric Cult*) மதுக்கொடை அமைந்துள்ளதைக் காண்கிறோம்.

பிராமணியச் செல்வாக்கின் காரணமாக மதுவிற்குப் பதிலாகப் பால் பயன்படுத்தப்படுகிறது என்று பட்டாச்சாரியா கூறுவார் (1977 : 290). தமிழ்நாட்டில் பால்குடமெடுக்கும் விழா கோவில்களில் நிகழ்வதும் மதுக்குடமெடுத்ததன் எச்சமோ என்று கருதவும் இடமுள்ளது. ஆயினும் இன்னும் விரிவான கள ஆய்வின் அடிப்படையில் மேலும் செய்திகளைச் சேகரித்து ஆராய்வதன் மூலமே இக்கருத்தினை உறுதிசெய்ய முடியும்.

மதுக்கொடையின் நோக்கம்

கிராமத்தில் மழை பெய்து பயிர் செழிக்கவும் நோய் நொடியின்றி இருக்கவும், மதுக்கொடை நிகழ்த்துவதாகத் தகவலாளர்கள் குறிப்பிட்டார்கள். மேலும் மது பொங்கா விட்டால் ஊருக்குச் செழிப்பில்லை என்றும் கருதுகிறார்கள். பொங்குதல் என்பது செழிப்பைக் குறிக்கும் சொல்லாகவும், நெல்லை மாவட்டத்தின் பேச்சுவழக்கில் பயன்படுகிறது. சோதிடத்திலும் ஒருவனுக்குச் செல்வம் செழிக்கும் காலம் பொங்கு காலம் என்றும் பொங்குச் சனி என்றும் குறிப்பிடப் படுகிறது.

சில வீடுகளில் கள்வர் வந்து பொருள்களைக் களவாடிச் சென்ற பிறகு அந்த வீட்டினர் முன்னிலும் செல்வச் செழிப்புடன் திகழ்ந்தால் அக்களவை நிகழ்த்திய கள்வனைப் 'பொங்குக் கள்ளன்' என்றும் கூறுவார்கள். இதுபோலவே இங்கும் 'மது பொங்குதல்' செழிப்பின் குறியீடாக அமைகிறது. 'ஒத்தது ஒத்ததை உருவாக்குகிறது' என்ற பாவனை மந்திரக் கோட்பாட்டை மது பொங்கும் நிகழ்ச்சி அடிப்படையாகக் கொண்டுள்ளது.

"பூரித்தன் மிகுதல் பொங்குதலாகும்" என்று பிங்கல நிகண்டு (நூற்பா 1985) குறிப்பிடுகிறது. எனவே பொங்குதல் என்ற சொல்

மிகுதி என்ற பொருளையும் தருகிறது என்பது புலனாகிறது. இதன் அடிப்படையிலும் மது பொங்குதல் மிகுதலின் குறியீடாக அமைகிறது என்று கூறுவதும் பொருத்தமாகும்.

மதுக்கொடையானது கோடைக் காலமான பங்குனி, சித்திரை, வைகாசி மாதங்களில் நிகழ்கிறது. பானையிலிருந்து மது பொங்குவது மழை பொழிதலின் குறியீடாகவும் அமைகிறது. கோடையின் வறட்சிக்குப் பின்னர் கிராமச் செழிப்பிற்கு மிகவும் அவசியமான மழையை எதிர்நோக்கியே மதுக்கொடை நிகழ்கிறது. ஒரோன் என்னும் இனக்குழுவினர் நெல் நாற்றுக்களை நடுமுன்னர் அரிசிக் கள்ளினைப் பூமியில் படையலாக வைத்து

ஓ பூமித்தாயே! மிகுதியான மழையையும்
பொங்கும் விளைச்சலையும் அடைவோமா!
உனக்குப் படையலாக இதோ பானம் இருக்கிறது

என்று வேண்டுகிறார்கள் (*Crooke* – : *47*). இங்கும் செழிப்பு வேண்டியே மது படைக்கப்படுகிறதைக் காண்கிறோம். மது செழிப்பின் சின்னமென்று சட்டோபாத்தியாயா (*1959 : 312*) குறிப்பிடும் செய்தியும் இங்கு நினைவுகூரத்தக்கது.

இக்கருத்துகளின் அடிப்படையில் நோக்கும்போது 'மதுக்கொடை' ஒரு செழிப்புச் சடங்கு என்பது புலனாகிறது.

குறிப்புகள்

1. நெல்லை மாவட்டத்தைச் சேர்ந்த களக்காடு, தூத்துக்குடி மாவட்டத்தைச் சேர்ந்த இளம் புவனம், பரிவல்லிக் கோட்டை, ஓனமாக்குளம், பொன்னாக்குடி, இளவேலங் கால் ஆகிய கிராமங்களைச் சேர்ந்த தகவலாளர்கள் அம்மன்களுக்கே மதுக்கொடை உரியது என்று குறிப்பிட்டார்கள்.
2. தகவலாளர்: பாப்பு பண்டாரம், வயது 51; கள ஆய்வு நாள் 18 – 05 – 85; உதவியாளர்: எஸ். ஹரிராமன்.
3. நாற்றுப் பாவாமல் புழுதியில் நேரடியாக விதைத்துப் பயிரிடும் நெல்லாகக் குருவக்களையான் பெரும்பாலும் பயன்படுத்தப்படுகிறது. குறுகிய காலப் பயிரான இதன் அரிசி செந்நிறமாகவும் சற்றுப் பருமனாகவும் இருக்கும். அரிசிச் சோற்றில் நீர் ஊற்றி வைத்து மறுநாள் அந்நீரை விரும்பிப் பருகும் பழக்கம் நெல்லை மாவட்டத்தில் உண்டு. இதனை நீத்தண்ணி அல்லது நீராகாரம் என்பர். குருவக்களையான் அரிசிச் சோற்று நீராகாரம் மற்ற அரிசிச் சோற்று நீராகாரத்தைவிடச் சுவையாக இருக்கு மென்று ஒட்டப்பிடாரம், பரிவல்லிக்கோட்டை ஆகிய

கிராமங்களைச் சேர்ந்த தகவலாளர்கள் கூறினார்கள். இச்சுவையின் காரணமாக மதுக்கொடையில் இந்நெல் பயன்படுத்தப்படுகிறதோ என்று எண்ணத் தோன்றுகிறது.

4. நாகர்கோவில் நகரின் ஒரு பகுதி வடசேரி ஆகும். கைநெசவுத் தொழில் குறிப்பிடத்தக்க அளவில் இங்கு நடைபெறுகிறது. இங்கு நெய்யப்படும் துண்டு வடசேரித் துண்டு எனப்படும். துண்டின் இருபுறமும் கரை அமையாமல் நெய்யப்படுவது சிட்டித் துண்டாகும். நெருக்கமாக அமையாது வலைப்பின்னலாக அமைந்த இத்துண்டு வடிகட்டியாகப் பயன்படுத்த ஏற்றதாகவுள்ளது.

5. கையால் அழுத்திப் பிசையும்பொழுது என்சைம் என்ற உயிரணுக்கள் இறந்துபட்டு, அவை மக்குவதால் ஏற்படும் நச்சுத்தன்மையால் இதனை உண்ணும் கோழிகள் இறந்து விடுகின்றன.

   தகவல் : பேராசிரியர் ராசகோபால் (வேதியியல் துறை, வ.உ.சி. கல்லூரி, தூத்துக்குடி – 8).

6. தகவலாளர் : சுப்பையாபுலவர், வயது 62, சிவலிங்கபுரம் (கடம்பூர் வழி); கள ஆய்வு நாள் 18 – 05 – 85.

7. தகவலாளர் : திருமதி ராசாத்தி, வயது 60; கள ஆய்வு நாள் 16 – 05 – 85; பதிவுசெய்த இடம்: தூத்துக்குடி.

8. இச்செய்திகளைச் சேகரித்துத் தந்தவர் : கவிஞர் செந்தீ நடராசன் (தலைவர், தமிழ்நாடு கலை இலக்கியப் பெருமன்றம், குமரி மாவட்டம்).

9. ‘மதுவூட்டு’ என்றும் மதுக்கொடையைக் குமரி மாவட்டத்தில் அழைப்பார்கள். தகவல் : தோழர் பொன்னீலன்.

10. நொதித்தலின் விளைவாக மது பொங்குவதால் மது உள்ள ‘தசும்பு’ (குடம் அல்லது மிடா) சற்று ஆடும் வாய்ப்புண்டு. இதனை ‘துளங்கு தசும்பு’ என்று மலைபடுகடாம் (463) குறிப்பிடும். ‘களிப்பு மிகுதியால் அசையும் மிடா’ என்று நச்சினார்க்கினியர் இதற்கு உரையெழுதுவார். நொதித்தலைப் புரிந்துகொள்ளாத காரணத்தால் இத்தகைய கருத்துகள் தோன்றியுள்ளன.

5

மழையும் நாட்டார் வழக்காறுகளும்

மழையும் மானுடரும்: ஒரு நாட்டின் அடிப்படை வளங்களில் நீர்வளமும் ஒன்றாகும். உலகின் ஆதி நாகரிகங்கள் யாவும் நீர்வளம் நிரம்பியப் பகுதியில்தான் உருவாயின. உயிர்வாழ மிகவும் அடிப்படையான தேவை களுள் ஒன்றான தண்ணீரைக் கிணறு, குளம், ஏரி, ஆறு எனப் பல நீர் நிலைகள் மூலம் மனிதன் பெற்றுக்கொள் கிறான் என்றாலும் இவைகளுக்கெல்லாம் ஆதாரமாக இருப்பது விண்ணிலிருந்து விழும் மழைதான். எனவேதான், இளங்கோவடிகளும் சிலப்பதிகார மங்கல வாழ்த்தில் "மாமழை போற்றதும் மாமழை போற்றதும்" என்று மழையினைப் போற்றுகின்றார். வள்ளுவரும் "வான் நின்று உலகம் வழங்கி வருதலால் தான்அமிழ்தம் என்றுணரற்பாற்று" என்று சாவா மருந்து எனக் கூறப்படும் அமுதத்திற்கு நிகராக மழையினைக் குறிக்கிறார்.

உலகை வாழவைக்கும் மழையை ஆவலுடன் எதிர் நோக்குபவர்கள் உலகிற்கு அச்சாணியாக விளங்கும் உழவர் பெருமக்கள்தாம். அவர்களின் உழைப்பையெல்லாம் பயனுடையதாக்குவது மழைதான். தேவையான அளவு பெய்யும் மழை, பயிர்களைச் செழிக்கச் செய்து அவர்கள் வாழ்வை வளப்படுத்துகிறது. காலத்தில் மழை பெய்யத் தவறினாலோ அளவுக்குமீறிப் பெய்தாலோ அவர்கள் வாழ்வு வளம் குன்றுகிறது. இவ்வாறு உழவர்களின் வாழ்வில் இன்றியமையாத் தேவையான மழையைக் குறித்து அவர்களிடையே நாட்டார் பாடல்களும் நம்பிக்கை களும் சடங்குகளும் தோன்றியுள்ளன.

மழையைக் குறித்துத் தமிழ்நாட்டில் வழங்கும் நாட்டார் பாடல்களையும் சடங்குளையும் நம்பிக்கைகளை யும் தொகுத்துரைப்பதே இக்கட்டுரையின் நோக்கம்.

மழையின்மை : பெய்ய வேண்டிய பருவத்தில் மழை பெய்யத் தவறினால் உழவர்கள் அதனை எதிர்பார்த்து ஏங்கி நிற்பார்கள். அவர்கள் துயரினைச் சில நாட்டார் பாடல்கள் புலப்படுத்துகின்றன.

    நாட்டில் மழையுமில்லை நல்ல விளைவுமில்லை
    தேசஞ் செழிப்புமில்லை செந்நெல் விளைவுமில்லை
    மழையுங் கிடையாது மன்னனது சீமையிலே
    தூறல் கிடையாது சோழனது சீமையிலே
    பயிரும் விளையாது பறவைகள் நாடாது
    தீய்ந்தன பயிர்களெல்லாம் தேசங்கள் அத்தனையும்
    காய்ந்தன மரங்களெல்லாம் கனியும் கிடையாது
    ஏரிக் குளங்களிலே இறைக்க ஜலம் கிட்டாது.
    பூமிதனில் புல்லு பூண்டுங் கிடையாது
    சருகுபோல் உலர்ந்தனரே தனிச் சோழன் பட்டணத்தில்
    அன்னங் கிடையாது அரிய மனிதருக்குச்
    சோறு கிடையாது சோழனது சீமையிலே
    எல்லோரும் பரதேசி ஏழைகளாய்ப் போனார்கள்
    மாடு கிடையாது மனிதருங் கிடையாது
    தங்கநிழல் கிடையாது தரித்திரமே பெரிதாச்சு
    எப்போ மழைபெயும் குப்பம் பயிர்ஏறும்
    குப்பம் பயிர்ஏறும் குடிகள் வந்துசேரும்
    கற்பூரம் விளையும் கால மழைபெய்யும்[1]

    இவ்வாறு மழைக்காக ஏங்கும் மக்கள் மழையை எதிர் பார்த்து ஏமாந்து இறுதியாக வேறு வழியின்றி ஊரைவிட்டுக் குடிபெயருகின்றனர். இந்நிகழ்ச்சியினை,

    மானத்திலே மழையுமில்லை
    மழைபெய்யக் காணவில்லை
    முட்டிகளைத் தூக்குங்கடி
    மல்லையாறு போய்ச்சேர
    மானத்திலே மேகமில்லை
    மழைபொழிய நாளுமில்லை
    கூடவந்து சேர்ந்தியின்னா
    குடிமங்கலம் விடியப்போவோம்[2]

என்ற பாடல் தெரிவிக்கின்றது.

    மழைச் சடங்குகள் : மழையின்றித் துயருறும் பாமர மக்களுக்கு மழையை வேண்டி இறைவனிடம் சரண் புகுவதைத் தவிர வேறு வழி தெரியாது. எனவே கடவுளை வேண்டிப் பூசை செய்கின்றார்கள்; மழையை வேண்டிக் கடவுளை வணங்கும்

---

1. (கி.வ. ஜகநாதன் ; 1955) பக். 44 – 45.
2. செ. அன்னகாமு (1960) பக். 44

வழக்கம் தொன்றுதொட்டுத் தமிழகத்தில் நிலவிவந்துள்ளது. கடவுளுக்கு இதற்காகப் பலிகொடுப்பதுமுண்டு. மழையை வேண்டிக் குறிஞ்சி நிலத்திலுள்ள குறவர்கள் தெய்வத்தை வணங்கிய செய்தியினை,

மலைவான் கொள்கெனவுயர் பலிதூஉய்
மாரி யான்று மழைமேக் குயர்கெனக்
கடவுட்பேணிய குறவர் மாக்கள்

என்று புறநானூறும் (143),

... ... மலைவான் கொள்கெனக்
கடவு ளோங்கும் வரைபேண் மார்வேட்டெழுந்து
கிளையோடு, மகிழுங் குன்ற நாடன்

என்ற நற்றிணையும் (165) தெரிவிக்கின்றன.

மழை வேண்டித் தொடர்ந்து நாராயணனைப் பூசை செய்தும் மழையைக் காணாத கிராம வாசிகள்,

ஒரு நாள் பூசை செஞ்சேன் – நாராயணா ஒரு
ஒளவு மழை பெய்யலியே – நாராயணா
ஒளவு பேயாமே நாராயணா – மொளைச்ச
ஒரு பயிரும் சாஞ்சு போச்சே – நாராயணா
மூணுநாளா பூசசெஞ்சேன் – நாராயணா ஒரு
முத்து மழை பேயலியே – நாராயணா
முத்து செடி காஞ்சுபோச்சே – நாராயணா
அஞ்சு நாளாப் பூசை செஞ்சேன் – நாராயணா ஒரு
ஆடி மழை பெய்யலியே – நாராயணா
ஆடிமழை பெயாமல் – நாராயணா
ஆரியமெல்லாம்* காஞ்சு போச்சே – நாராயணா

என்று பாடுகிறார்கள். மழைக்காக வருணனை[3] வேண்டிக் கிராம மக்கள் பாடும் பாடல்களில் மழையின்மையால் அவர்கள் படும் துன்பங்கள் கூறப்படுகின்றன.

உலகில் பல பகுதிகளிலும் வாழும் ஆதிவாசிகளிடமும் உழவர்களிடமும் மழையை வேண்டிச் செய்யும் சடங்குகள் பல உள்ளன. முதலில், நியூமெக்ஸிகோவிலுள்ள ஜூனி மக்களிடையே வழங்கும், மழை வேண்டிச் செய்யும் சடங்கினைக் காண்போம்.

ஜூனி மக்கள், ஒன்றைப் போல் நடித்துக் காட்டுகிற மாயாஜாலத்தில் அதிக நம்பிக்கைக்கொண்டிருந்தனர். அவர்களுடைய பூசாரிகள் மழைக்காகத் தவம் இருக்கும்

---

3. நா. வானமாமலை – தமிழர் நாட்டுப் பாடல்கள் (1964) பக். 63
* ஆரியம் – ஒரு வகைத் தானியம்

பொழுது சிறிய கற்களைத் தரையிலே உருட்டி இடி முழக்கத்தையும் நீரைத் தெளித்து மழையையும் செய்து காட்டுகிறார்கள். ஒரு பீடத்தின் மீது ஒரு பாத்திரத்தில் நிறைய நீர் ஊற்றித் தங்கள் நீர் ஊற்றுக்கள் நிரம்பியிருக்க வேண்டுமென்றும் அந்நாட்டுச் செடி ஒன்றின் காய்களை அடித்து அதுபோல் விண்ணிலே கருமேகங்கள் சூழ வேண்டும் என்றும் கடவுள்கள் 'தங்கள் நீராவி கலந்த மூச்சை நிறுத்திவிடா வண்ணம்' புகையை ஊதியும் வழிபட்டனர்.[4]

தமிழ்நாட்டில் மழையை வேண்டிச் செய்யும் சடங்குகளாக "மழைக்கஞ்சி காய்ச்சுதல்", "கொடும்பாவி கட்டியிழுத்தல்", "தாராபிஷேகம்" முதலிய சடங்குகள் நடத்தப்படுகின்றன.

மழைக்கஞ்சி : தொடர்ந்து மழை பெய்யாது வாழ்வில் துயர்மிகும் காலங்களில் "மழைக்கஞ்சி காய்ச்சுதல்" என்னும் சடங்கு தமிழகத்தின் கிராமப் பகுதிகளில் நடைபெறுகிறது. குறிப்பாகக் கொங்கு நாட்டுப் பகுதிகளில் இச்சடங்கு பரந்த அளவில் நடைபெறும். "மழைக்கஞ்சி எடுத்தல்" என்று இதனைக் கூறுவர்.

மழையை வேண்டி மழைக்கஞ்சி எடுக்க ஊரிலுள்ள மக்கள் முடிவுசெய்தவுடன் பெண்கள் எல்லோரும் ஒன்று சேர்ந்து கிராமத்திலுள்ள வீடுதோறும் சென்று தானியங்களைப் பிச்சையாக ஏற்பார்கள். குறிப்பிட்ட வகைத் தானியங்கள் என்றில்லாது எல்லா வகைத் தானியங்களையும் பிச்சையாகப் பெற்றுக்கொள்வார்கள். பின்னர் அவற்றையெல்லாம் ஒன்றாகச் சேர்த்து மாவாக அரைத்து உப்பிடாது கஞ்சியாகக் காய்ச்சு வார்கள்.

அந்த உப்பில்லாத கஞ்சியைக் கிராமத்தார் அனைவரும் குடித்து முடித்தவுடன் பெண்கள் தங்கள் குழந்தைகளை எடுத்துக் கொண்டு தேசாந்திரம் போவதாகக் கூறிப் புறப்படுவார்கள். அவ்வாறு புறப்படும்போது மழையின்றித் தாங்கள் படும் துயரங்களைப் பாட்டாகப் பாடுவார்கள்.

      பூமியை நம்பியல்லோ
         ஐயோ வருணதேவா
      புள்ளைகளைப் பெத்துவிட்டோம் –
         ஐயோ வருணதேவா
      பூமி செழிக்கவில்லை –
         ஐயோ வருணதேவா

---

4. ரூத் பெனிடிக்ட் – பண்பாட்டுக் கோலங்கள் (1964) பக். 60

புள்ளை வயிறு வாடறதே
ஐயோ வருணதேவா
வானத்தை நம்பியல்லோ –
ஐயோ வருணதேவா
மக்களையும் பெத்துவிட்டோம் –
ஐயோ வருணதேவா
மானஞ் செழிக்கவில்லை –
ஐயோ வருணதேவா
மக்கள் வயிறு வாடறதே
ஐயோ வருணதேவா
மேழி பிடிக்குங் கை –
முகஞ்சோர்ந்து நிற்கிறதே
கலப்பை பிடிக்கும் கை –
கைசோர்ந்து நிற்கிறதே
வேலித் தழை பறித்து –
விரலெல்லாம் கொப்புளமே
காட்டுத் தழைப் பறித்து –
கையெல்லாம் கொப்புளமே
கல்யாண வாசலிலே –
ஐயோ வருணதேவா
கையலம்பத் தண்ணியில்லை –
ஐயோ வருணதேவா
பிள்ளை பெத்த வாசலிலே –
ஐயோ வருணதேவா
பிள்ளை யலம்பத் தண்ணியில்லை –
ஐயோ வருணதேவா

இவ்வாறு புலம்பிக்கொண்டு பரதேசம் போகும் பெண்களைப் பெருநிலக்கிழார் தடுத்து நிறுத்தி,

சேரைப் பிரிச்சுத்தாரேன்
*சீராட்டுப் போவாதீங்கோ
குத்தாரி பிரிச்சுமக்குக்
கூடைத்தவசம் நான்தாரேன்
சீமை செழித்து விடும்
செல்லமழை பெஞ்சு விடும்
நாடு செழித்து விடும்
நல்லமழை பேஞ்சுவிடும்[5]

என்று கூறுவார்கள். தாங்கள் கூறியபடி அவர்கள் தானியங்கள் தருவார்களோ மாட்டார்களோ பரதேசம் புறப்பட்ட பெண்கள் திரும்பி வந்துவிடுவார்கள்.

---

* சீராட்டு – கோபித்து
5. பெ. தூரன் – காற்றில் வந்த கவிதை (1958) பக். 21 – 24

நெல்லை மாவட்டத்திலுள்ள கோவில்பட்டித் தாலுகா விலும் இதுபோன்ற சடங்கு நிகழும். இந்துக்களிடம் மட்டுமின்றிக் கத்தோலிக்கக் கிறிஸ்தவர்களும் இச்சடங்கினை நடத்துகிறார்கள். இத்தாலுகாவிலுள்ள கீழவைப்பாறு என்னும் கிராமம் கத்தோலிக்கர்களை மிகுதியாகக் கொண்டது. புன்செய் பயிர் செய்யும் இவ்வூர் மக்கள், குறித்த காலத்தில் மழை பெய்யா விட்டால் இரவில் வீடு வீடாகச் சென்று சோற்றைப் பிச்சையாக எடுத்து ஊரிலுள்ள தேவாலயத்தில் அச்சோற்றினை வைத்துச் செபித்துப் பின்னர் பங்கிட்டு உண்பார்கள். இவ்வாறு சோறு கேட்கச் செல்பவர்களில் பெரும்பாலும் சிறுவர்களே மிகுந்திருப் பர். இவர்கள் ஒவ்வொரு வீட்டு வாசலிலும் நின்று,

எங்க காட்டுக்கும் பெய்யும் மழை
எருக்கலங் காட்டுக்கும் பெய்யும் மழை
வண்ணாத்தி வாசலிலே
வளத்தோடும் பெய்யும் மழை
ஊசிபோல மின்னி மின்னி
உலகமெல்லாம் பெய்யும் மழை
காசி போல மின்னி மின்னிக்
கடைத் தெருவெல்லாம் பெய்யும் மழை
வட்டி வளருதிண்ணு
வயக்காடெல்லாம் பெய்யும் மழை
சோழத்துப் பொண்டுகளா
சோத்துக்கு அழுவராங்களாம்
சோறு போடுங்காத்தோ சோறு[6]

என்று பாடுவார்கள்.

நெல்லை மாவட்டத்தில் கோவில்பட்டி ஒட்டப்பிடாரம், விளாத்திகுளம் வட்டங்களில் உள்ள கிராமங்களில் வாழும் தெலுங்கு பேசும் நாயுடு, ரெட்டியார் சாதியினர் 'மழைக்கஞ்சி' எடுக்கும்பொழுது,

வானலேது வருசலேது வானகஞ்சி
புல்லலேது புடகலேது புல்லகஞ்சி

என்ற தெலுங்குப் பாடல் வரிகளைத் திரும்பத் திரும்பப் பாடிச் செல்வார்கள்.

மழையில்லை தூறலில்லை மழைக்கஞ்சி
பசும்புல்லில்லை கிளையில்லை மழைக்கஞ்சி

என்பது இதன் பொருளாகும்.[6A]

---

6. பாடியவர்: சூசைமரியாள் – வழங்குமிடம் கீழவைப்பாறு (நெல்லை மாவட்டம்) உதவியவர்: வண. சேசு அருளப்பன்.
6A. கூறியவர்: திரு. கி.நி. பெருமாள், ஓனமாகுளம் (நெல்லை மாவட்டம்)

கொடும்பாவி : மேலே குறிப்பிட்ட "மழைக்கஞ்சி காய்ச்சுதல்" அல்லது மழைக்கஞ்சி எடுத்தல் என்னும் சடங்கினைவிட மிகவும் பரவலாக உள்ள சடங்கு கொடும்பாவி கட்டி இழுத்தல் என்னும் சடங்காகும்.

வைக்கோலால் ஒரு மனித உருவம் செய்து, அதற்குப் பழந்துணிகளை ஆடையாக அணிவித்துப் பிணத்தைப் படுக்க வைப்பதுபோல் படுக்கவைத்துச் சிறு மரச் சட்டங்களோடு பிணைத்துக் கட்டிவிடுவார்கள். அவ்வாறு இழுத்து வரும்பொழுது வயது முதிர்ந்த பெண்களோ அல்லது இளைஞர்களோ நெஞ்சில் அடித்துக்கொண்டு (மாரடித்து) ஒப்பாரிப் பாடல்கள் பாடி வருவார்கள். அத்துடன் மழைபெய்ய வேண்டுமென்ற தங்கள் வேண்டுகோளையும் பாடலாகப் பாடுவார்கள். இறுதியில் அதனை ஊர்ப்பொது இடத்திலோ அல்லது சுடுகாட்டிலோ வைத்துக் கொளுத்திவிடுவார்கள். இறந்தவர்களுக்குச் செய்யும் கடன்களைப் போலியாக யாராவது ஒருவர் அதற்குச் செய்வார். சிலர் மொட்டை அடித்துக் கொள்வதுமுண்டு.

மழை பெய்யாமல் இருப்பதற்குக் காரணம் பூமியில் அறம் குன்றி அநீதி மிகுந்துவிட்டதுதான் என்று கிராம மக்கள் நம்புகிறார்கள். அநீதியின் உருவமாக வைக்கோல் பொம்மையைப் பாவித்துக் 'கொடும்பாவி' என்று அதற்குப் பெயரிட்டு அதனைக் கொளுத்தி விடுவதால் மழைக் கடவுளான வருணன் மனமிரங்கி மழை பெய்விப்பான் என்பது அவர்களுடைய நம்பிக்கை. கொங்குநாட்டில் கொடும்பாவி கட்டி இழுக்கும்போது பாடும் பாடல் ஒன்று வருமாறு :

வான மழை ராசாவே வான மகாதேவா
வான மகாதேவா மழையாய்ப் பொழிய வேணும்
சோனை மழையில்லாமல் சோறுன்னு அழுகிறார்கள்
காசிராஜா பெத்தமக்கள் கஞ்சியின்னு அழுகிறார்கள்
காரைப் பழம்பறிச்சுக் கையிரண்டும் கொப்புளமா
சூரிப் பழம்பறிச்சுத் துன்பமிக வாகுதைய்யோ
வட்டிக்கடன் வாங்கி வயலை அடகு வைத்தோம்
வட்டி பெருகுதய்யோ வயல்சாவி ஆகுதைய்யா
காலம் தெளியவேணும் காரிமழை பெய்யவேணும்
ஊரு தெளியவேணும் உத்தமழை பெய்யவேணும்
கோடைமழை பெய்யவேணும் குடிமக்கள் வாழவேணும்
மாசிமழை பெய்யவேணும் மரங்கள் தழையவேணும்
கொடும்பாவி சாகவேணும் கொள்ளைமழை பெய்யவேணும்
மாபாவி சாகவேணும் மாயமழை பெய்யவேணும்
ஊசிபோல மின்னல்மின்னிப் பவளம்போல் காலிறங்கி
சந்துசந்தா மின்னல்மின்னி சலமூலைத் தண்ணீர்வர

வானமழை ராசாவே வான மகாதேவா
வான மகாதேவா மழையாய் பொழியவேணும்[7]

கொடும்பாவி சண்டாளி(ளா)
ஒரு மழை பெய்யாதோ

எனத் தொடங்கி, அதற்குப்பின்னால் பொதுவாகப் பாடும் ஒப்பாரிப் பாடல்களை இணைத்துவிடுவார்கள்.[8]

தாராபிஷேகம் : மழையை வேண்டிக் கிராம தேவதைகளுக்கும் பிள்ளையார், சிவன் போன்ற தெய்வங்களுக்கும் "தாராபிஷேகம்" என்ற ஒரு பூசையினைச் செய்யும் பழக்கம் பல கிராமங்களில் இன்றும் வழக்கிலுள்ளது.

ஒரு புதிய பானையின் அடிப்பக்கத்தில் ஊசியினால் நுணுக்கமான சில துவாரங்கள் செய்து அதனை உறியில் வைத்துக் கோவிலுள்ள தெய்வத்தின் தலைக்கு மேலே கட்டிவிடுவார்கள். பின்னர், பூசை செய்பவர் அப்பானை நிறைய நீரை ஊற்றுவார். சன்னமான சிறு துவாரங்களின் வழியாக நீரானது தெய்வத்தின்மேல் விழுந்து கொண்டிருக்கும். பானைநீர் குறையக் குறைய அதில் நீரை ஊற்றுவர். இந்நிகழ்ச்சி இடைவிடாது, தொடர்ந்து பதினோரு நாட்களோ அல்லது இருபத்தொரு நாட்களோ நடைபெறும். சில வேளைகளில் நாற்பத்தொரு நாட்கள் நடைபெறும். நீர் இடைவிடாது விழுவதன் காரணமாக இறைவன் உடலும், உள்ளமும் குளிர்ந்து மழை பொழியச் செய்து மக்களைக் குளிர வைப்பார் என்றும் தற்காலத்தில் இந்நிகழ்ச்சிக்கு விளக்கம் கொடுக்கிறார்கள்.[9]

வங்காளத்திலும் இதனைப் போன்று ஒரு சடங்கு மழைக்காக நடக்கின்றது. "வாசுதாரா விரதம்" என்று அதனைக் குறிப்பிடுகின்றார்கள். இச்சடங்கினைப் பற்றிப் பேராசிரியர் தேவி பிரசாத் தமது "லோகாயதா" *(Lokayata)* என்னும் நூலில் பின்வருமாறு குறிப்பிடுகின்றார்.

"வாசுதாரா விரதம் மேற்கொள்ளும் குடியானவர்கள் மழையை வேண்டிப் பல பாடல்கள் பாடுவர். பின்னர் மழையை உண்டு பண்ணுவதுபோல நடிப்பார்கள். நீர் நிறைந்த ஜாடியினை மரத்தில் கட்டித் தொங்கவிட்டுப் பின்னர் அதில் துவாரங்கள் இடுவார்கள்."[10] இவ்வாறு வாசுதாரா விரத நிகழ்ச்சியினைக் குறிப்பிட்டுவிட்டு அதனைக் குறித்து ஒரு விளக்கத்தையும் பேராசிரியர் குறிப்பிடுகின்றார்.

---

7. பெ. தூரன் – Op. cit. 26 – 27 குமரிமாவட்டத்தில்,
8. தகவல் : திரு. நா. இராமச்சந்திரன், அழகியபாண்டியபுரம் (குமரி மாவட்டம்)
9. தகவல் : மாலையா பிள்ளை, ஓட்டப்பிடாரம் (நெல்லை மாவட்டம்)
10. *Debiprasad Chattopadhyaya – Lokayata (1968) P.144*

"மரத்தில் கட்டியுள்ள ஜாடியை மேகமாகவும் அதிலிருந்து நீர் கொட்டுவதை மழை பெய்வதாகவும் அவர்கள் உருவகப்படுத்தி நடிப்பது மழைபெய்ய வேண்டும் என்ற அவர்களின் விருப்பத்தை வெளிப்படுத்துவதற்காகத்தான்" என்பது பேராசிரியர் தேவி பிரசாத்தின் விளக்கமாகும்.[11]

வாசுதாரா விரதத்திற்குப் பேராசிரியர் தேவி பிரசாத் கொடுக்கும் விளக்கம் தமிழ்நாட்டில் நடக்கும் தாராபிஷேகத் திற்கும் பொருந்தும் என்பதில் ஐயமில்லை.

பிற சடங்குகள் : இச்சடங்குகள் தவிர கிராமங்களிலுள்ள சாஸ்தா, ஐயனார் போன்ற சிறு தெய்வங்களுக்கும் பொங்கலிட்டு மழையை வேண்டுவர்.

எல்லைக்கடா வெட்டுதல் : சில நேரங்களில் ஒரு குறிப்பிட்ட கிராமத்தைச் சுற்றிலும் மழை பெய்ய, அக்கிராமத்தில் மட்டும் மழை பெய்யாமல் போகும். அல்லது தேவையான அளவுக்குப் பெய்யாமல் போகும். சுற்றுப்புறக் கிராமங்களில் நல்ல மழை பெய்யும் பொழுது தங்கள் கிராமத்தில் மட்டும் மழை பெய்யாது போவதனை நெல்லை மாவட்டத்தின் கரிசல் நிலப்பகுதி மக்கள் "மழை எல்லைகட்டிப் பெய்கிறது" என்று குறிப்பிடுகிறார்கள். தங்கள் ஊர் எல்லைக்குள் மழை பெய்வதற்காக "எல்லைக் கடா வெட்டுதல்" என்ற சடங்கைச் செய்கிறார்கள். பெரும்பாலும் அக்கிராமத்திலுள்ள கோனார் சாதியினர் ஆட்டுக் கிடாவை இனாமாகக் கொடுக்கிறார்கள். சில கிராமங்களில் இக்கிடாவிற்கு ஆகும் செலவினை ஊர் மக்கள் அனைவரும் பொதுவாக ஏற்றுக்கொள்வர். ஊர் எல்லைக்கு அவ்வாட்டுக் கிடாயினை அழைத்துச் சென்று அதனை வெட்டிப் பலி கொடுப்பார்கள். இப்பலியின் மூலம் மழையானது தங்கள் ஊர் எல்லைக்குள் பெய்யும் என்று நம்புகிறார்கள்.[12]

நிர்வாண நடனம் : கோவை, சேலம், தர்மபுரி மாவட்டங் களில் உள்ள தொலைதூரக் கிராமங்களில் தொடர்ந்து மழை பெய்யாது போகும்போது, ஊரின் ஓரத்திலுள்ள நிலங்களில் தீட்டு நின்ற பெண்களும் கன்னிப் பெண்களும் நிர்வாணமாகத் தங்கள் பிட்டத்தைக் கையால் தட்டிக்கொண்டு கும்மி அடிப்பது போல் வட்டமாகச் சுற்றி வருவார்கள். இந்நிகழ்ச்சியின்போது

---

11. *Ibid P.114*
12. இச்செய்திகள் நள்ளிச்சத்திரம், குமாரபுரம், சாயல்குடி ஆகிய முகவை மாவட்டக் கிராமங்களிலும் நெல்லை மாவட்டத்திலுள்ள ஓட்டப்பிடாரம், தங்கம்மாள்புரம், எட்டயபுரம், கீழமுடிமன், விளாத்திகுளம் ஆகிய கிராமங் களிலும் சேகரிக்கப்பட்டன. உதவியவர்கள் : திருவாளர்கள் மா. அனந்தப்பன், சி. சுப்பிரமணியன், என். சுப்புராம், எஸ்.எஸ். போத்தையா.

பாடலும் பாடப்படுகிறது. இப்பாடலைப் பிறருக்குக் கூற மறுப்பதால் இதனைச் சேகரிக்க முடியவில்லை.[13]

கடவுளருக்குத் தண்டனை : இறைவனை வழிபட்டும் சில சடங்குகள் செய்தும் மழையை வேண்டும் மக்கள் சில நேரங்களில் மழை தராமைக்காகக் கடவுளர்களைத் தண்டிக்கத் துணிவார்கள். இச்செயல் உலகம் முழுவதும் நிகழும் செயலாகும்.

பிள்ளையார் படும் பாடு : நெல்லை மாவட்டத்தில் மழைக் கஞ்சிச் சடங்கு நிகழ்ந்து முடிந்தவுடன் சாணியைக் கரைத்து மேற்கூரையின்றித் திறந்த வெளியில் இருக்கும் பிள்ளையார் சிலையின் மீது ஊற்றிவிடுவார்கள். சில கிராமங்களில் மிளகாய் வற்றலை அரைத்துப் பிள்ளையார் சிலை முழுவதையும் பூசிவிடு வார்கள். மழைபெய்து இயல்பாகக் கரையும்வரை பிள்ளையார் சிலையின் மீது படிந்துள்ள சாணிக் கரைசலும் மிளகாய் வற்றல் பூச்சும் அப்படியே இருக்கும். இந்த அவலநிலையிலிருந்து மீள அவர் மழையைப் பெய்விப்பார் என்று மக்கள் நம்புகிறார்கள்.

சில கிராமங்களில் பிள்ளையார் சிலையைக் கிணற்றுக்குள் போட்டுவிடுவதுமுண்டு. மழை வந்தவுடன் மீண்டும் அதனை எடுத்து உரிய இடத்தில் வைப்பர்.

சிறு கருவறையுடன் கூடிய பிள்ளையார் கோவிலில் கருவறை யின் வாயிலைப் பிள்ளையார் சிலையின் உயரத்திற்குக் களிமண் வைத்து அடைத்துவிடுவார்கள். பின்னர் தண்ணீரை ஊற்றிப் பிள்ளையார் சிலையை மூழ்கடிப்பார்கள். மழை பெய்யும்வரை இதே நிலை நீடிக்கும். நீருக்குள் மூழ்கிக்கிடக்கும் பிள்ளையார் மூச்சுத்திணறி மழையைப் பெய்விப்பார் என்று நம்புகிறார்கள்.[14]

மழைக்காகக் கடவுளைத் தண்டிக்கும் இதுபோன்ற செயல்கள் ஐரோப்பிய நாடுகளிலும் நிகழ்ந்துள்ளதை ஃபிரேசர் *(Frazer)* என்ற மானுடவியல் அறிஞர் குறிப்பிட்டுள்ளார்.

"நவாரே கிராமப்புற மக்கள் மழை வேண்டிப் புனித பீட்டரைப் பிரார்த்திப்பது வழக்கம். பிரார்த்தனை நிறைவேறக் கிராம மக்கள் புனிதர் பீட்டரின் உருவத்தை ஆற்றங்கரைக்கு எடுத்துச் சென்று மும்முறை அவரை வேண்டி, மனம் மாறித் தங்களது வேண்டுதலை நிறைவேற்றக் கோருவர். அவர் பிடிவாத மாக இருந்தால் மதக் குருவின் வேண்டுதலையும் ஏற்காது புனிதரை ஆற்றில் மூழ்கடிப்பர்."[15]

---

13. தகவல் : திரு. பூங்குன்றன், பதிவு அலுவலர், தமிழ்நாடு தொல்பொருள் ஆய்வுத்துறை, கோவை.
14. குறிப்பு 12இல் கூறியுள்ள ஊர்களிலேயே இச்செய்திகளும் சேகரிக்கப்பட்டுள்ளன.
15. *Frazer-The Golden Bough. Part I. Vol. I (1976) P. 307-308.*

"பேலர்மோவில் புனித சூசையப்பரின் உருவத்தை 'மழை வரும் வரையில் வெயிலில் வாட வைப்போம்' என்று அறுதியிட்டு ஒரு தோட்டத்தில் எறிவர். ஏனைய புனிதர்களின் ஸ்வரூபங்களையும் விளையாட்டுப் பிள்ளைகள் செய்வதுபோலச் சுவரினை நோக்கித் திருப்பிவைப்பதுமுண்டு. வேறுசிலர் புனிதர்களின் உருவங்களிலிருந்து அழகிய ஆடைகளைக் களைந்து, அச்சுறுத்தி, அவமானப்படுத்தி அவர்தம் பங்கினிலிருந்து விரட்டியடித்துக் குதிரைகளைக் குளிப்பாட்டும் குட்டைகளில் முழுக்காட்டுவர். கால்ட்னிஸட்டாவில் பிரதான தூதர் புனித மைக்கேலின் தோள்களிலிருந்து தங்க இறகுகளைப் பிடுங்கி வெறும் அட்டையாலான இறகுகளைப் பொருத்துவர்; அவரது சிவப்பு மேலங்கிகளையும் பறித்து ஒட்டுத் துணியினை அணிவிப்பர். லிக்காட்டாவில் இரட்சகர் புனித ஏஞ்சலோ அதிக அளவு சிறுமைக்குள்ளாகிறார்; அவர் நிர்வாணமாக்கப்பட்டு, நிந்திக்கப்பட்டு, சங்கிலியால் பிணைக்கப்படுவீர், நீரில் மூழ்கடிப்போம் அல்லது தூக்கிலிடுவோம் என்று அச்சுறுத்தப்படுகிறார். 'மழை அல்லது தூக்கு' என்று கோப வயப்பட்ட மக்கள் அவரை நோக்கி முஷ்டியை உயர்த்தி ஆர்ப்பரிப்பர்."[16]

சமய தத்துவங்கள் தோன்றி ஒரு கட்டுப்பாடான நிறுவனமாகச் சமய அமைப்பு உருவாவதற்கு முன்பு தங்கள் மன உணர்வுகளுக்கு ஏற்ப மக்கள் கடவுளைப் போற்றியும் திட்டியும் வந்துள்ளார்கள். இம்முறையின் எச்சமாகவே மழைக்காகக் கடவுளைத் தண்டிக்கும் சடங்குகள் நிகழுகின்றன.

ஸ்காட்லாந்தின் மேற்குப் பகுதியிலுள்ள தீவுகளில் ஒன்றான யுஸ்ட் *(Uist)* எனும் கிராமத்தில் உள்ள புனித மேரி ஆலயத்திற்கு எதிரில் கற்சிலுவை ஒன்று உண்டு. அச்சிலுவை தரையில் கிடைமட்டமாக இருக்கும். அங்குள்ள மக்கள் மழையை வேண்டும்போது அச்சிலுவையினை நேராக நிமிர்த்தி வைத்து விடுவார்கள். மழை போதுமென்று நினைத்தால் அதனை முன்போல் கிடைமட்டமாக வைத்துவிடுவார்கள்.[17]

நெல்லை மாவட்டத்தில் சில கிராமப்பகுதிகளில் பிள்ளையார் சிலையைக் கிடைமட்டமாக மழைவேண்டிப் படுக்கவைத்து விடுவதும் மழை பெய்தபிறகு அதனை மீண்டும் நிமிர்த்திவைத்து விடுவதும் வழக்கமாக உள்ளது.[18]

மழையினால் ஏற்படும் மகிழ்ச்சி : கடவுளை வணங்கியும் தண்டித்தும் மழைச்சடங்குகள் நடத்தியும் மழையை எதிர்

---

16. *Ibid. P. 300*
17. *Ibid. P. 308*
18. தகவல் திரு. *S.S.* போத்தையா, தங்கம்மாள்புரம், நெல்லை மாவட்டம்.

நோக்கியிருக்கும் கிராம மக்களுக்கு மழை பெய்ததும் அளவு கடந்த மகிழ்ச்சி ஏற்படுகிறது. மழையினால் ஏற்படும் விளைவு களை எண்ணிப்பாடி மகிழ்கிறார்கள்.

நல்ல மழை பெய்ததனால் நாடு செழித்தனவே
பூமி குளிர்ந்தனவே பொய்கை நிரம்பினவே
ஏரிகள் நிரம்பி எதிர்க்கிறதே மேகவெள்ளம்
மடுவுகள் நிரம்பி வழிகிறதே வெள்ளமெங்கும்
ஏர்கட்டி உழுவாரும் இளநாற்று நடுவாரும்
பயிரிடும் குடிகளெல்லாம் பலப்பட்டுப் போனார்கள்
ஓடுங் குடிகளெல்லாம் ஊரை வந்து சேர்ந்தார்கள்
பரதேசி பரதேசி பஞ்சை பனதியெல்லாம்
சோழராஜன் பட்டணத்திற் சுகப்பட்டு வாழ்ந்தார்கள்
பிச்சைக் காரெல்லாரும் பெருமை அடைந்தார்கள்
சோழ மண்டலங்களெல்லாம் சுகமாய் தழைத்தனவே[19]

மழையினால் ஏற்படும் துயரம் : மழையினால் மகிழ்ச்சி மட்டுமின்றி துயரமும் மக்களுக்கு ஏற்படுகிறது. ஓட்டைக் குடிசையில் வாழும் ஏழை மக்களுக்கு இம்மழை பெருத்த இடையூறாகும். குடிசை வாசி ஒருவன் இத்தகைய நிலையில்

மேகந் திரளுதடி மின்னிருட்டுக் கம்முதடி
தலையே நனையதடி தஞ்சமத்த கூரையிலே![20]

என்று பாடி வெளிப்படுத்துகிறான்.

தினமும் நெல்குற்றி அரிசியாக்கி அதனை விற்று வாழ்பவர் களுக்கும் அன்றாடத் தேவைக்கான அரிசியைப் பெற அன்றன்று நெல்லைக் கூலியாகப் பெற்று வாழும் நிலையில் இருப்பவர் களுக்கும் நாளும் பெய்யும் மழை பெருத்த இடையூறாக அமைந்து விடும். இதனை, **“அத்தக்குத்தி வாசலிலே நித்தம் மழை பெய்தாப்பில”** என்ற பழமொழி உணர்த்துகின்றது.[21]

மதுரை மாவட்டத்தில் வாழும் குறும்பர்கள் என்பவர்கள் ஆட்டுக்கிடை வைத்துப் பிழைப்பவர்கள். “குறும்பாடு” என்ற இவர்கள் வளர்க்கும் ஆட்டு வகையானது கடும் வெயிலைத் தாங்கும்; ஆனால் மழையைத் தாங்காது. கோடையில் இவர்கள் வயல்வெளிகளில் கிடை வைத்திருக்கும்பொழுது திடீரென மழை வந்தால் இவை அதிக எண்ணிக்கையில் சாகும். இவ்வாறு இறந்த ஆடுகளை மலிவான விலைக்கு விற்பதைத் தவிர அவர் களுக்கு வேறு வழி கிடையாது. உயிருடன் முழு ஆட்டை வாங்கி அதனைக் கொன்று உண்ணும் பொருளாதார நிலையில்

---

19. கி.வா. ஜகந்நாதன் – அதே நூல் பக். 48 – 50.
20. செ. அன்னகாமு – அதே நூல் பக். 43 – 44.
21. தகவல் : திரு. வாய்மைநாதன், வாய்மைமேடு, தஞ்சை மாவட்டம்.

இல்லாத பாமர மக்களுக்கு இப்பொழுதுதான் குறைந்த விலையில் முழு ஆடு கிடைக்கும். இதனால் கோடை மழையையும் அதனால் குறும்பர் ஆடு சாவதையும் ஆவலுடன் எதிர் நோக்கி இருப்பார்கள்.

கோடை மழை பெய்யாதோ குறும்பராடு சாகாதோ
துட்டுக்கு எட்டாடு தூக்கிக் கொடுக்காரோ[22]

இப்பாடல் அவர்கள் எதிர்பார்ப்பை வெளிப்படுத்துகிறது.

தஞ்சை மாவட்டத்தின் கீழ்ப்பகுதியில் வளவனாற்றுக்கு மேற்கே 'எக்கல் கடம்ப விளாகம்' என்ற ஊர் உள்ளது. இவ்வூரின் நில அமைப்பின் காரணமாக மழைக்காலத்தில் அளவுக்கதிகமாகச் சேறும் சகதியுமாக இருக்கும். போக்குவரத்து வாய்ப்புகள் வளராத காலத்தில் இவ்வூரினர் ஊரைவிட்டு வெளியே சென்று வர மிகுந்த அவதிப்பட்டனர். இவ்வூருக்குத் தென்பகுதியிலுள்ள ஊர்கள் மணற்சாரியான நில அமைப்பினை உடையவை. இதனால் எக்கல் கடம்ப விளாகம் ஊர் மக்களைப் போல் மழைக்காலத்தில் சேற்றிலும் சகதியிலும் தொல்லைப்படமாட்டார்கள். இவ்வூர்க்காரர்கள் கடன் வாங்கிக்கொண்டு கடன் பத்திரம் (Promisary Note) எழுதிக் கொடுக்கும்போது,

குறித்த காலத்தில் கடனை அடைக்கத் தவறினால், எக்கல் கடம்ப விளாகத்தில் வாழ்பவர் மழைக் காலத்தில் அனுபவிக்கும் நரகத்தை நான் அனுபவிப்பேனாகவும்[23]

என்று எழுதிக் கொடுக்கும் வழக்கம் சென்ற தலைமுறைவரை இருந்துள்ளது.

மழையை நிறுத்தும் சடங்குகள் : நியூ இங்கிலாந்தில் கற்களை நன்றாகச் சிவக்கும்வரை நெருப்பிலிட்டுப் பின்னர் அதனை மழையில் எறிவார்கள். அல்லது சூடான சாம்பலை ஆகாயத்தில் வீசுவார்கள். சுடு கற்களாலும் சாம்பலாலும் எரிந்து போய் விடுவோம் என்று கருதி மழை பெய்யாது நின்றுவிடும் என்பது இவர்களின் நம்பிக்கை.[24]

தமிழ்நாட்டில் நெல்லை மாவட்டத்தில் எரியும் கொள்ளிக் கட்டையை ஆகாயத்தை நோக்கிக் காட்டுகிறார்கள். இதனால் மழை நின்றுவிடும் என்று நம்புகிறார்கள்.[25]

மழைக்காலங்களில் திருமணம் நடத்துபவர்கள் திருமணப் பந்தலின்மீது இரண்டு மூன்று தேங்காய்களைப் போட்டுத்

---

22. செ. அன்னகாமு, அதே நூல் பக். 45.
23. தகவல் : திரு. வாய்மைநாதன், வாய்மைமேடு.
24. Frazer – Op.cit-P. 252-253
25. தகவல் : தி. வள்ளியம்மாள், கொண்டாநகரம் (நெல்லை மாவட்டம்).

திருமணம் முடியும்வரை மழை பெய்யக் கூடாது என்று பிள்ளையாரை வேண்டிக்கொள்வார்கள். திருமணம் முடிந்த வுடன் இத்தேங்காய்களைப் பிள்ளையாருக்கு விடலை போட்டு விடுவார்கள்.[26]

தஞ்சை மாவட்டத்தில் தொடர்ந்து மழை பெய்தால் பெண்கள் துடைப்பத்தை எடுத்து வானத்தை நோக்கிக் காட்டு வார்கள். இந்த அவமானம் தாங்காது மழை நின்றுவிடும் என்பது நம்பிக்கை.[27]

நெல்லை, முகவை மாவட்டங்களிலுள்ள சில கிராமங்களில் "மழையை வழியனுப்புதல்" என்ற சடங்கு நிகழும். அதன்படி ஊர்மக்கள் கொட்டு மேளத்துடன் ஊரிலிருந்து புறப்பட்டு ஊர் எல்லைவரை சென்று திரும்பிவிடுவர்.[28]

மழையைக் குறித்த பழமொழிகள் :

1. அந்திமழை அழுதாலும் விடாது.
2. ஐப்பசிபனி அப்போதே மழை.
3. கார்த்திகைக்குப்பின் மழையும் இல்லை.
   கர்ணனுக்குப்பின் கொடையும் இல்லை.
4. சித்திரை மழை கருவை (பயிரை) அழிக்கும்.
5. தும்மலில் போனாலும் தூற்றலில் போகாதே.
6. தைமழை நெய்மழை
7. மழை பெஞ்சுங் கெடுக்கும், பெய்யாமலுங் கெடுக்கும்.

என்பன மழையைக் குறித்து வழங்கும் பழமொழிகள் ஆகும்.[29]

மழை குறித்த நம்பிக்கைகள் :

1. அந்தியில் ஈசல் மிகுதியாகப் பறந்தால்
2. கோழி புழுதியில் படுத்தால்
3. கிடையிலுள்ள ஆடுகள் ஒன்றோடொன்று நெருக்கிக் கொண்டு நின்றால்

---

26. தகவல் : திரு. எஸ்.எஸ். போத்தையா, தங்கம்மாள்புரம்.
27. தகவல் : திரு. வாய்மைநாதன், வாய்மைமேடு 28. தகவல் : திரு. என். சுப்புராம், நள்ளிகுமாரபுரம்.
28. தகவல் : திரு, என். சுப்புராம், நள்ளிகுமாரபுரம்.
29. நெல்லை மாவட்டம், ஓட்டப்பிடாரம் கிராமப்பகுதியில் வழங்குபவை இவ் வூரைச் சார்ந்த திரு. ம.அனந்தப்பன், சி. சுப்பிரமணியம் ஆகியோரிடம் கேட்டறிந்தவை.

ஆ. சிவசுப்பிரமணியன்

4. தவளைகள் கத்தினால்
5. எறும்புகள் தங்கள் முட்டைகளைக் கவ்விக்கொண்டு மேட்டுப் பகுதிக்குச் சென்றால்
6. மாடுகள் ஓங்காரமிட்டுக்கொண்டு துள்ளினால்
7. தட்டான் (தும்பி) தாழப்பறந்தால்

மழை பெய்யும் என்பவை கிராம மக்களின் நம்பிக்கை களாகும்.[30] மழை, புயல், பூகம்பம் போன்ற இயற்கை நிகழ்ச்சி களை முன்னதாகவே உணரும் ஆற்றல் விலங்குகளிடம் உண்டு. எனவே, கிராம வாசிகள் இவ்விலங்குகளை உற்றுணர்ந்த அனுபவ அறிவின் அடிப்படையில் இந்நம்பிக்கைகளைக்கொண்டிருக் கிறார்கள் என்று கூறலாம்.

மணப்பெண் சிறு வயதில் அரிசி தின்றிருந்தால் அவளது கல்யாணத்தன்று மழை பெய்யும்.

ஆடி கோடையில் நன்றாகக் காற்றடித்தால், காலத்தில் (ஐப்பசி, கார்த்திகை) மழை பெய்யும்.

பாரதக் கதையில் விராட பருவம் படித்தால் மழை பெய்யும். என்பவை மழை குறித்த வேறுசில நம்பிக்கைகளாகும்.[31]

மழையைக் குறிக்கும் சொற்கள் : மழை பெய்யும் தன்மைக் கேற்பப் பல்வேறு சொற்களை மக்கள் பயன்படுத்துகிறார்கள்.[32]

1. தூறல் பன்னீர் — தெளித்தாற்போல்
2. சிணுசிணுத்தல் — குறைந்த அளவில்
3. சாரல் — பெய்தல்
4. கடுத்த மழை — பலத்த மழை.
5. பேய் மழை — மிகக் கடுமையான மழை.
6. அடை மழை — விடாது பெய்யும் மழை.
7. கால மழை — மழைக்காலத்தில் பெய்யும் மழை.
8. கோடை மழை — கோடைக்காலத்தில் (பங்குனி, சித்திரை) பெய்யும் மழை.

---

30. குறிப்பு – 29இல் குறிப்பிட்டபடி.
31. இத்தகவல்களைக் கூறியவர் திருமதி கி. சுப்பம்மாள், ஓட்டப்பிடாரம்.
32. குறிப்பு 29இல் குறிப்பிட்டபடி.

9. ஒரு பதத்துமழை — வயலிலுள்ள பயிர்களுக்கு ஒரு தடவைக்குத் தேவையான அளவு பெய்யும் மழை.

முடிவுரை : மக்களின் வாழ்வோடு இணைந்த மழையைக் குறித்து நாட்டார் வழக்கியலில் காணப்படும் செய்திகளில் ஒரு சிலவே இங்கு தரப்பட்டுள்ளன. விரிவான முறையில் களப்பணி செய்து இன்னும் பல சுவையான செய்திகளைச் சேகரிக்க இடமுண்டு.

இதுவரை பார்த்த மழைச் சடங்குகள் எல்லாம் தனி மனிதனாலன்றி அனைவரின் கூட்டு முயற்சியினால் செய்யப்படு கின்றன.

சமுதாய நன்மை என்ற குறிக்கோளுக்காகப் பல மனிதர்கள் கூட்டாகச் செயல்படும் காட்சியை இச்சடங்குகளில் காண் கிறோம். கடவுள் வழிபாட்டிற்கும் சடங்குகளுக்கும் உள்ள வேறுபாட்டைப் பற்றி திரு. தேவி பிரசாத் சட்டோபாத்யாயா குறிப்பிடும்போது, முன்னது தனி மனிதனாலும் பின்னது கூட்டு முயற்சியினாலும் செய்யப்படுவது என்று குறிப்பிடுவது இங்கு நினைவுகூறத்தக்கது.[33]

மழை குறித்த அறிவியல் கருத்துகள் கிராம மக்களிடம் பரவி மழை பெய்த காலத்தில் அந்நீரை வீணாக்காது சேகரித்து வைக்கும் அணைக்கட்டுகளும், வளமான நதிகளையும் வறண்ட பகுதிகளையும் இணைக்கும் கால்வாய்களும் கணக்கின்றித் தோன்றி மழையை எதிர்நோக்கி ஏங்கும் அச்சநிலை மறையும் போது இத்தகைய சடங்குகளும் நம்பிக்கைகளும் மறைந்துபோகும்.

நன்றியுரை : இக்கட்டுரையை எழுதத் தூண்டிய பேராசிரியர் தே.லூர்து அவர்களுக்கும், பிரேசரின் நூலிலிருந்து சில பகுதிகளை மொழிபெயர்த்துக் கொடுத்த பேராசிரியர் ஆர். சூரியநாராயணன் அவர்களுக்கும், கையெழுத்துப் பிரதியினைப் படியெடுத்துக் கொடுத்த அருமைத் தம்பி நா.இராமச்சந்திரன் அவர்களுக்கும் என் மனமார்ந்த நன்றி.

---

33. *Debiprasad Chattopadhyaya – OP. cit P. 114*

6

தச்சுக்கழித்தல்

தமிழகத்தின் தென்மாவட்டங்களில் புதிய வீடு கட்டி அதில் குடிபுகுவதற்கு முன் நடத்தப்பெறும் ஒரு சடங்கு, தச்சுக்கழித்தலாகும். இதுபோலவே, புதிதாகச் செய்த மாட்டு வண்டிகளுக்கும் கடலில் செல்லும் வள்ளங்கள், தோணிகள் ஆகியவற்றுக்கும், அவற்றைப் பயன்படுத்துவதற்கு முன் 'தச்சுக்கழித்தல்' செய்யப்படுகிறது.

நிகழும் முறை

பொதுவாகத் தச்சுக்கழித்தல் சடங்கு, வீடுகளில் இவ்வாறு நிகழும்:[1] புதுமனை புகுவிழாவிற்கு முதல் நாள் இரவில் பன்னிரண்டு மணியளவில், அவ்வீட்டின் தச்சு வேலைகளைச் செய்த தச்சர்களால் இச்சடங்கு நடத்தப்படுகிறது. இதில் வீட்டின் உரிமையாளர் உட்பட வெளியாட்கள் யாரையும் கலந்துகொள்ள அனுமதிப்பது கிடையாது.[2] இச்சடங்கு நிகழும்பொழுது புதுவீட்டின் வாயிற்கதவுகளையும் சன்னல் கதவுகளையும் அடைத்து விடுவார்கள்.

புதுவீட்டின் உள்ளே நடுப்பகுதியில் மேற்குப்புறமாக வாழை இலைகளைப் பரப்பி, அவற்றில், சாணியால் செய்த பிள்ளையாரும் மஞ்சளால் செய்த பிள்ளையாரும் கிழக்கு முகமாக வைக்கப்படும். சிலர் பச்சரிசி மாவால் பிள்ளையார் செய்துவைப்பதும் உண்டு. குடத்தின் வாய்ப் பகுதியில் மா இலைகளுடனும் தேங்காயுடனும் கூடிய நீர் நிரம்பிய பூரண கும்பம் ஒன்று, நூல் சுற்றப்பட்டுப் பிள்ளையாருடன் இடம்பெறும். இவற்றுக்கு முன் உள்ள இலையில் தேங்காய், பழம், பூ, எண்ணெயில் தோய்க்கப் பட்ட பஞ்சுத்திரி, வெற்றிலை பாக்கு, மூன்று முட்டைகள் ஆகியனவும் காணிக்கையாகப் பணமும் வைக்கப்படும். இக்காணிக்கைப் பொருட்களுக்கு நேர் எதிராகப் புதுச்

செங்கல்களை மூன்று அடுப்புக் கட்டிகளாக அடுக்கி அவ்வடுப் பின் மீது, பானையை வைத்துப் பொங்கலிடுவர். பொங்கலிட்டு முடிந்ததும் பிள்ளையாருக்கும் பூரண கும்பத்துக்கும் சூடன், சாம்பிராணி காட்டி வழிபாடு நடைபெறும்.

இவ்வழிபாடு முடிந்ததும் முன்னதாகவே வாங்கி வைத்திருக்கும் சேவல் ஒன்றின் கழுத்தைத் தலைமைத் தச்சர் தவிட்டு உளியால்* சீவி விடுவார். இவ்வாறு தலை துண்டிக்கப்பட்டு இரத்தம் வடியும் சேவலின் கழுத்துப்பகுதியால் புதுவீட்டின் கதவு, நிலை, சாளரம், உத்திரம், குறுக்குக்கட்டை ஆகியவற்றைத் தொடுவார். இந்நிகழ்ச்சியின்போது சாளரம், உத்திரம், நிலை என ஒவ்வொன்றிற்கும் குறிப்பிட்ட மந்திரத்தைக் கூறும் வழக்க முண்டு. இம்மந்திரம் தமிழிலேயே அமைந்துள்ளது என்று கூறும் தச்சர்கள், இதனை மற்றவரிடம் கூறத் தயங்குகிறார்கள். ஒரே ஒருவர் மட்டும்

ஓம் நசிமசி – நசிமசி

என்று கூறியவாறே சேவலின் இரத்தத்தை மரப்பொருட்கள் மீது தடவுவதாகக் கூறினார்.³

இதன் பின்னர் பொங்கலையும் தலை துண்டிக்கப்பட்ட சேவலையும் எடுத்துக்கொண்டு பூசை செய்த தச்சர் புறப்படுவார். அப்பொழுது புது வீட்டின் உரிமையாளரால் அனுப்பப்பட்ட ஒருவர் தச்சரின் பின்னால் தண்ணீரைத் தெளித்துக் கொண்டே முன் வாயில்வரை வருவார். அதன் பின் சேவலின் இரத்தம் படிந்த மரப் பொருட்களையும் வீட்டையும் தண்ணீரால் கழுவிச் சுத்தம் செய்வார்கள்.

சேவலுடனும் படையல் பொருளுடனும் செல்லும் தச்சர் சிறிதளவு பொங்கல் சாதம், உடைந்த தேங்காய், பழம், எண்ணெயில் நனைத்த பஞ்சுத்திரி ஆகியவற்றுடன் கூடிய புதிய சுளவு** ஒன்றினைச் செல்லும் வழியிலுள்ள முச்சந்தி அல்லது நாற்சந்தியில் வைத்துவிட்டுச் செல்லுவார். சிலர் சுளவுக்குப் பதிலாக வாழை இலையைப் பயன்படுத்துவதுமுண்டு. தச்சுக் கழித்த தச்சர், தாம் செல்லும் வழியில் உள்ள சிறு தெய்வங்களுக்கு முன்பாகவோ முச்சந்தி, நாற்சந்திகளிலோ ஒரு முட்டையைத் தமது தலையைச் சுற்றி எறிந்துவிடுவார். மூன்று முட்டைகளும் மூன்று இடங்களில் இவ்வாறு பயன்படுத்தப்படும்.

மேற்கூறிய செய்திகளிலிருந்து சற்று வேறுபட்ட சில செய்திகளும் கள ஆய்வில் கிடைத்தன. விருதுநகர் மாவட்டம் சாத்தூர்

---

* தவிட்டு உளி – அகலமான உளி
** முறம்

வட்டத்திலுள்ள நள்ளி கிராமத்தில் அவ்வூர்க் கிராமத் தேவதை யான முப்பிடாரி அம்மனும் பிள்ளையாருடன் இடம்பெறுகிறது. சேவலின் கழுத்தை அறுத்துப் பலியிடுவதற்குப் பதிலாக, அதன் கொண்டைப் பூவை மட்டும் உளியால் அறுத்து இரத்தம் வடியும் தலைப் பகுதியால் மரப்பொருட்களைத் தொடுவதும் சில வீடுகளில் நிகழும். அப்பொழுது சர்க்கரைப் பொங்கலை மட்டும் சமைத்து அதனை அங்கேயே உண்டுவிட்டுச் சேவலை எடுத்துக்கொண்டு, திரும்பிப்பாராமல் ஆசாரி சென்றுவிடுவார். அச்சேவலை மறுநாளோ விருப்பமான நாளிலோ அவர் கறி வைத்து உண்பார். சில நேரங்களில் அதனை விற்றுவிடுவதும் உண்டு. ஆனால் கொண்டைப்பூ வெட்டப்பட்டிருப்பதால், தெய்வங்களுக்குப் பலி கொடுக்க இதனை வாங்கமாட்டார்கள். கறி வைக்க மட்டுமே இது பயன்படுத்தப்படும். சிலர் தச்சுக் கழித்தலுக்குப் பயன்பட்ட சேவல் என்று தெரிந்தால் கறி சமைப்பதற்கும்கூட வாங்குவதில்லை.[4]

தூத்துக்குடி நகரில், பிள்ளையாருடன் ஆசாரி சாதியினர் குல தெய்வமான காமாட்சியம்மனும் இடம்பெறும். சேவலின் கழுத்தை அறுக்காமல் அதன் கால் நகத்தை உளியால் கீறி இரத்தம் வடியும் பாதத்தால் மரப் பொருட்களைத் தொடுவார்கள். பின்னர், அங்கு சமைத்த சர்க்கரைப் பொங்கலை உண்டுவிட்டு, சேவலையும் மூன்று முட்டைகளையும் எடுத்துக்கொண்டு திரும்பிப்பாராமல் தச்சர் சென்றுவிடுவார்.[5] சிலர் சாராயத்தை யும் படையல் பொருளாக வைப்பதுண்டு. இச்சந்தர்ப்பங்களில், சேவலை அங்கேயே கறி சமைத்து உண்டுவிட்டு, சாராயத்தையும் பருகிவிட்டுச் செல்லுவது வழக்கம்.[6]

தூத்துக்குடி மாவட்டம் திருச்செந்தூரில், சூர சம்காரம் நிகழ்ந்து சூரன் சேவல் வடிவில் முருகனிடம் தங்கியிருப்பதாக மக்களால் நம்பப்படுகிறது. எனவே, இங்குத் தச்சுக் கழித்தலுக்குச் சேவலைப் பயன்படுத்தாமல் ஆடுதான் பயன்படுத்தப்பட்டு வந்ததாகவும், ஆடு விலை அதிகம் என்பதால் 20, 25 ஆண்டு களாகச் சேவல் பயன்படுத்தப்படுவதாகவும் இங்குள்ள தச்சர்கள் இருவர் கூறினார்கள். மேலும் வெள்ளை நிறமான சேவல் தச்சுக்கழித்தலுக்கு ஆகாது என்று கூறினார்கள்.[7] இந்நகருக்கு அருகிலுள்ள வீரபாண்டியன் பட்டனம், ஆலந்தலை, அமலிநகர் ஆகிய ஊர்களில் கத்தோலிக்கர்களும் காயல்பட்டினம் என்னும் ஊரில் இசுலாமியர்களும் மிகுதியாக வாழ்கிறார்கள். இவ்வூர் களில் வாழும் கத்தோலிக்கர்களிலும் இசுலாமியர்களிலும் பெரும்பாலோர் தச்சுக்கழித்தல் சடங்கினைப் புதிய வீடுகளில் நிகழ்த்தும்படி தச்சர்களிடம் கூறுவது வழக்கம். அவர்கள் விருப்பத்திற்கேற்ப, தச்சுக்கழித்தல் நிகழ்த்தப்படும் என்றும் இவர்கள் குறிப்பிட்டார்கள்.[8]

விருதுநகர் மாவட்டம் சாத்தூர் வட்டத்திலுள்ள சங்கர பாண்டியபுரம் என்ற கிராமத்தில், கூவும் பருவமடைந்த சேவலை, அது எந்த நிறத்தில் இருந்தாலும் பயன்படுத்தலாம் என்று கூறினார்கள். புதுவீட்டின் தலைவாசற்படியை அடுத்து வீட்டிற் குள்ளாக ஒரு குழி தோண்டி அதற்குள், உளியால் வெட்டுண்ட சேவலின் தலையைப் புதைத்துவிடும் வழக்கம் இங்குள்ளது. வெறும் வெள்ளைப் பொங்கல்தான் (சோறு) தச்சுக்கழித்தலின் போது சமைக்க வேண்டுமென்றும் சர்க்கரைப் பொங்கல் சமைப்பது பிற்காலத்தில் ஏற்பட்ட வழக்கம் என்றும் கூறினார்கள். புதுச் சுளவில் எடுத்துச்செல்லும் பஞ்சுத்திரி, தேங்காய், பழம் ஆகிய பொருட்களை ஊர் எல்லையில் உள்ள கிணற்றில் போடும் வழக்கம்தான் இங்கு உள்ளது. முச்சந்தி, நாற்சந்திகளில் இவற்றை வைப்பதில்லை.[9]

தூத்துக்குடி மாவட்டம் ஸ்ரீவைகுண்டம் வட்டம் சிவகளை என்னும் கிராமத்தில், கூவாத சேவலைப் பயன்படுத்தினால் தச்சுக்கழித்த தச்சர் சில நாட்களில் இறந்துபோவார் என்று நம்பிக்கை நிலவுகிறது. வண்ணச்சேவல் தச்சுக்கழித்தலுக்கு ஆகாது என்று வெள்ளைச் சேவலைத்தான் பயன்படுத்துகிறார்கள். இவ்வூரில், ஏழு அல்லது எட்டு மாதம் நிரம்பிய செம்மறியாட்டுக் குட்டியினை 'தோலான் குட்டி' என்று அழைப்பார்கள். சேவலுக் குப் பதிலாகப் பெரும்பாலும் தோலான் குட்டியே இவ்வூரில் தச்சுக்கழிக்கப் பயன்படுத்தப்படுகிறது. தோலான் குட்டியின் வலது காது நுனியினை உளியால் சீவி விடுவார்கள். துண்டிக்கப் பட்ட அக்காது நுனியைக் கூம்பு வடிவில் மடித்து, உளியால் சீவப்பட்ட காதிலிருந்து வடியும் இரத்தத்தைப் பிடிப்பார்கள். பின்னர் அதனைக் கொண்டு மரப்பொருட்களைத் தொடு வார்கள்.[10]

தோணி - வள்ளம்

தூத்துக்குடி நகரில் 150 டன் முதல் 300 டன்வரை சரக்குகளை ஏற்றிச்செல்லும், பாய் மரத்துடன் கூடிய பெரிய தோணிகள் செய்யப்படுகின்றன. இத்தோணிகளைக் கடலில் இறக்குவதற்கு முன்னர் நள்ளிரவில் தச்சுக்கழித்தல் செய்யப்படுகிறது. வீடுகளைப் போலவே, இங்கும் தச்சுக்கழிக்கும்போது தச்சர்களைத் தவிரப் பிறரை அனுமதிப்பதில்லை

தோணியின் முன்பகுதி அணியம் எனப்படும். இப்பகுதியில் பாய்மரம் ஒன்று இருக்கும். தோணியைக் கரையிலிருந்து தூத்துக்குடி பழைய துறைமுகத்தினுள் கொண்டு வந்த பிறகே பாய் மரத்தைத் தோணியில் நிலை நிறுத்துவார்கள். பாய் மரத்தின் பருமனுக்கேற்றபடி துவாரம் ஒன்று தோணியின்

மேல்தளத்திலும் அதன் அடித்தளத்திலும் அமைந்திருக்கும். இதனுள்தான் பாய்மரம் பொருத்தப்படும்.

தோணியில் தச்சுக்கழித்தலின்போது, அணியப் பகுதியிலுள்ள இத்துவாரத்திற்கு நேர் எதிராக இலை விரித்து, புதிய வேட்டி சுற்றப்பட்டுத் தேங்காயும் மாவிலையும் வைக்கப்பட்ட மூன்று அல்லது ஐந்து பூரண கும்பங்களையும் மஞ்சள் பிள்ளையாரையும் தெற்கு முகமாக வைப்பார்கள். பாய்மரம் பொருத்தப்படும் துவாரத்தைத் தகரம் அல்லது இரும்புத் தகட்டால் மறைத்து, அதன் மேல் கற்களை அடுப்புக்கட்டிகளாக வைத்துச் சர்க்கரைப் பொங்கல் சமைப்பார்கள்.

பூரண கும்பங்களுக்கும் பிள்ளையாருக்கும் எதிரில் உள்ள ஓர் இலையில் எண்ணெயில் தோய்க்கப்பட்ட மூன்று அல்லது ஐந்து பஞ்சுத்திரிகளும் வெற்றிலை, பாக்கு, தேங்காய், பழம், காணிக்கைப் பணம் ஆகியனவும் இடம்பெறும். இவற்றுடன், ஒரு புதுச் சட்டியில் பருத்திக்கொட்டை மற்றும் நவதானியங் களும் கலந்துவைக்கப்படும்.

பூரண கும்பங்களுக்கும் பிள்ளையாருக்கும் பூசை முடிந்ததும் கூவும் பருவமடைந்த சேவலின் கால் நகத்தை அகலமான உளியால் கீறி, இரத்தம் வடியும் காலால் முதலில் அணியப் பகுதியிலுள்ள அணியத்துக் கட்டை என்ற பகுதியினைத் தொடு வார்கள். அடுத்து, பாய்மரம் நடுவதற்கான துவாரங்களுக்கு நேராகச் சேவலின் காலைக் காட்டி ஒன்றிரண்டு சொட்டு இரத்தம் அதில் விழும்படி செய்வார்கள். இதன் பிறகு தோணியி லிருந்து இறங்கித் தோணியின் அடிப்பகுதியிலுள்ள ஏரா என்ற உறுப்பினை இரத்தம் வடியும் சேவலின் காலால் தொடுவார்கள்.

இறுதியாக, தச்சுக்கழித்த தச்சர், சேவலை எடுத்துக்கொண்டு முதலில் செல்வார். அவரைத் தொடர்ந்து, படையலாக வைக்கப் பட்ட பஞ்சுத்திரி, முட்டை ஆகியவற்றையும் நவதானியம் வைத்துள்ள புதிய சட்டியினையும் பொங்கல் பானையையும் புதிய பனை நார்ப் பெட்டியில் எடுத்துக்கொண்டு மற்ற தச்சர் கள் செல்வார்கள். அப்போது எதிரில் யாரும் வரக் கூடாது.

பஞ்சுத்திரியும் வெற்றிலை பாக்கும் பருத்திக் கொட்டை மற்றும் நவதானியங்களும் நிரம்பிய புதிய சட்டியினையும் புதிய சுளவு (முறம்) ஒன்றில் வைத்து முச்சந்தியில் வைத்துவிடு வார்கள். முட்டைகளை ஒவ்வொன்றாகத் தலையைச் சுற்றி, செல்லும் வழியிலேயே தச்சுக்கழித்த தச்சர் எறிந்துவிடுவார். நன்றாகக் கால் கழுவிய பின்னரே தச்சர்கள் வீட்டிற்குள் செல்வார்கள்.[11]

மீன் பிடிக்கும் வள்ளங்களுக்குத் தச்சுக்கழிக்கும்போது வள்ளத்தின் உள்ளே பொங்கலிடுவது கிடையாது. வள்ளத்தின் அணியப் பகுதிக்கு (முன்பகுதி) எதிரில், கடற்கரை மணலில், கற்களை அடுப்புப்போல் அமைத்துப் பொங்கலிடுவார்கள். பிள்ளையாரும் பூரண கும்பமும் வள்ளத்தின் உள்ளே அதன் அணியப் பகுதியில் தெற்குமுகமாக வைக்கப்பட்டிருக்கும். மற்ற நிகழ்ச்சிகள் தோணியில் தச்சுக்கழிக்கும்போது நிகழ்வது போலவே நிகழும்.[12]

தூத்துக்குடி நகரில், தோணி மற்றும் வள்ளங்களின் உரிமையாளர்களாகவும் அவற்றில் பணிபுரிபவர்களாகவும் கத்தோலிக்கச் சமயத்தைப் பின்பற்றும் பரதவ சாதியினரே மிகப்பெரும்பான்மையினராக உள்ளனர். ஆயினும் தச்சுக்கழித்தல் நிகழ்த்த தச்சர்களுக்கு அனுமதியளிப்பதுடன், அதற்காகும் செலவுத் தொகையினையும் இவர்கள் அளிக்கிறார்கள். தச்சுக்கழித்த மறுநாள், தோணி அல்லது வள்ளம் கரையிலிருந்து கடலுக்குள் செலுத்தப்படும். அப்பொழுது கத்தோலிக்கச் சமயச் சார்பான ஆசீர்வாதங்களும் பிரார்த்தனைகளும் நிகழ்த்தப்படும். சிலர் பங்குக் குருவை (பாதிரியார்) அழைத்து வருவதும் உண்டு.

வண்டி – செக்கு

மாட்டு வண்டிக்கும் எண்ணெய்ச் செக்குக்கும் எந்த நேரத்திலும் தச்சுக்கழிக்கலாம். வண்டிக்குத் தச்சுக் கழிக்கும் போது, வண்டியின் முன்புறம் இலை விரித்து அதில் சாணியாலும் மஞ்சளாலும் பிள்ளையாரைப் பிடித்து வைகிறார்கள். அவல் மற்றும் பொரிகடலை, படையலாக வைக்கப்படுகிறது. வண்டிக்கு முன்புறமாகப் பொங்கலும் இடுகிறார்கள். இந்நிகழ்ச்சிகளில் வண்டியின் உரிமையாளரும் கலந்துகொள்ள அனுமதிக்கப்படுகிறார். வீடுகளிலும் தோணியிலும் தச்சுக்கழிக்கும்போது பின்பற்றப்படும் இரகசிய முறை இங்கு கிடையாது.

செம்மறியாட்டின் அல்லது வெள்ளாட்டின் வலது காது நுனியை உளியால் சீவி அறுத்துவிட்டு, அதனால் ஏற்பட்ட காயத்திலிருந்து வடியும் இரத்தத்தை வெற்றிலையில் பிடித்து, முதலில் வண்டியின் அச்சிலும் அடுத்து வண்டியின் சக்கரத்திலும் மூன்றாவதாக வண்டியின் தெப்பக்கட்டையிலும்* தேய்ப்பார்கள். இதன் பின்னர் மற்ற பகுதிகளில் இரத்தம் தேய்க்கப்படும். இதில் பயன்படுத்தப்பட்ட ஆடு, வண்டியைச் செய்த தச்சரையே சேரும். தற்பொழுது ஆட்டின் விலை அதிகரித்துவிட்டதால்,

---

* இரண்டு சக்கரங்களையும் இணைக்கும் பகுதி; உத்திரம் போல் வண்டியின் அடிப்பகுதியில் இருக்கும்.

ஆட்டிற்குப் பதிலாகச் சேவலையே பெரும்பாலும் பயன்படுத்து கிறார்கள். சேவலின் கழுத்தை வெட்டுதல், கால்நகத்தைச் சீவுதல் எனத் தச்சரின் விருப்பம்போல் சேவல் பயன்படுத்தப் படும்.[13]

செக்கிற்குத் தச்சுக்கழிக்கும்போது, பெரும்பாலும் ஆடுதான் பலிப் பொருளாகப் பயன்படுத்தப்படும். ஆட்டின் கழுத்தை வெட்டியதும் பீறிவரும் இரத்தத்தைக் கையில் பிடித்து அதனை முதலில் செக்குலக்கையிலும் பின்னர் மற்ற கட்டைகளிலும் தேய்ப்பார்கள். இச்சடங்கு முடிந்த பின்தான் செக்குலக்கை செக்கிற்குள் பொருத்தப்படும். வண்டிக்குத் தச்சுக் கழிக்கும்போது செய்வது போல, ஆட்டின் காதை மட்டும் உளியால் சீவும் வழக்கம் தற்பொழுது சில இடங்களில் நடைபெறுகிறது.[14]

நோக்கம்

இவ்வாறு தச்சுக்கழித்தல் செய்யும் முறையில் சிற்சில மாறுபாடுகள் இருப்பினும், இதன் அடிப்படை நோக்கம், 'ஆவிகளையும் பேய், பிசாசுகளையும் துர்தெய்வங்களையும் மரப்பொருட்களிலிருந்து வெளியேற்றுவதுதான்' என்பது கள ஆய்வில் தெரிய வந்தது.

காட்டுத் தெய்வங்களும் துர்தெய்வங்களும் ஆவிகளும் பேய்களும் வாழும் இடங்களில் மரங்களும் அடங்கும் என்பது ஒரு பொது நம்பிக்கையாகும். எனவே, வெட்டப்பட்ட மரங் களுடன் ஆவிகளும் பேய்களும் மற்றும் துர்தெய்வங்களும் இடம்பெயரும் என்று மக்கள் நம்புகிறார்கள்.[15] இம்மரங்களைக் கொண்டு உருவாக்கப்பட்ட மரப்பொருட்களுடன் இவையும் புது வீட்டில் குடி புகுந்துவிடும் என்று அஞ்சி, அவற்றை வெறியேற்றவே 'தச்சுக்கழித்தல்' சடங்கினை நிகழ்த்துகிறார்கள்.

பதின்மூன்றாம் நூற்றாண்டில் வாழ்ந்த தொல்காப்பிய உரையாசிரியரான பேராசிரியர் 'தச்சுக்கழித்தல்' குறித்து மேலோட்டமாகக் குறிப்பிட்டுள்ளார்.

அகவ லென்ப தாசிரியம்மே

என்ற தொல்காப்பியச் செய்யுளியல் நூற்பாவுக்கு (எண் 81) பேராசிரியர் இவ்வாறு விளக்கமளிப்பார் (பேராசிரியர் 1966 : 238):

> அகவிக் கூறுதலான் அகவலெனக் கூறப்பட்டது. அஃதா வது கூற்றும் மாற்றமுமாகி ஒருவன் கேட்ப அவற்கு ஒன்று செப்பக் கூறாது தாங்கருதியவாறெல்லாம் வரையாது சொல்லுவதோராறும் உண்டு. அதனை வழக்கினுள்ளார் அழைத்தலென்றுஞ் சொல்லுப. அங்ஙனஞ் சொல்லுவார் சொல்லின்கண் எல்லாந்

> தொடர்ந்து கிடந்த ஓசை அகவலெனப்படும். அவை **தச்சுவினைமாக்கள்*** கண்ணும் களம்பாடும் விளைஞர் கண்ணும் கட்டுங் கழங்கு மிட்டு உரைப்பார் கண்ணும் தம்மில் உறழ்ந்துரைப்பார் கண்ணும் பூசலிசைப்பார் கண்ணுங் கேட்கப்படும்.

பேராசிரியரின், இவ்வுரையில் காணப்படும் 'தச்சுவினை மாக்கள்' என்ற சொல் குறித்துக் கலாநிதி கைலாசபதி பின்வரும் கருதுகோளை நம்முன் வைக்கிறார்:

> இதைக் குறிப்பிட்டு எழுதிய உரையாசிரியர் தச்சர்கள் குறித்து மேலும் சில விவரங்களைத் தந்திருக்கலாம் என எண்ணுகின்ற அதே வேளையில், அவரின் பொருட் செறிவுள்ள குறிப்புரையில், புதுமனை புகுமுன்பு பேய் களை விரட்டத் தச்சர்களால் நிகழ்த்தப்படும் தச்சுக்கழித்தல் எனப்படும் சடங்கைப் பற்றிய மறைமுகமான குறிப்பு எதுவும் உள்ளதோ என எண்ணவேண்டியுள்ளது *(K. Kailasapathy 1968 : 67).*

கலாநிதியின் இக்கருதுகோள் ஏற்றுக்கொள்ளக்கூடியதே. ஏனெனில், சங்க நூல்களிலும் 'அகவல்' என்ற சொல் கூவுதல், அழைத்தல் என்ற பொருளைத் தருகிறது. தெய்வங்களை அழைத்துப் பாடி, குறி சொல்லும் கட்டுவிச்சி 'அகவன்மகள்' என்றே சங்க நூல்களில் குறிப்பிடப்படுகிறார்.[16] மேலே குறிப்பிட்ட தொல்காப்பிய நூற்பாவுக்கு உரை எழுதிய நச்சினார்க்கினியரும் "அகவிக் கூறலின் அகவலாயிற்று . . . அதனை வழக்கிலுள்ளார் அழைத்தலென்ப" என்று தமது உரையில் குறிப்பிடுகிறார் (நச்சினார்க்கினியர் 1965 : 82) தச்சர்கள் தச்சுக்கழிக்கும்போது நிலை, உத்திரம், சாளரம் என ஒவ்வொரு மரப்பொருளுக்கும் ஒரு மந்திரத்தைக் கூறும் வழக்கமுண்டு என்று முன்னர் கண்டோம். இம்மந்திரமானது அம்மரப் பொருட்களில் உறைவதாய் அவர்கள் நம்பும் ஆவி அல்லது பேயை அழைக்கும் (அகவும்) நோக்கிலேயே அமையும் என்பது வெளிப்படை.[17] இவ்வாறு மந்திரங்களைக் கூறி (அகவி) பேயை அழைக்கும் (அகவும்) தச்சர்களின் செயலை மனத்தில் கொண்டே அகவல் "தச்சுவினைமாக்கள் கண்ணும் . . . கேட்கப் படும்" என்று பேராசிரியர் தமது உரையில் குறிப்பிட்டுள்ளார் என்பது தெளிவு.

தோராதஜஸ் என்ற இனக்குழு மக்களிடமும் வெட்டப் பட்ட மரங்களிலும் ஆவி வாழும் என்ற நம்பிக்கை உள்ளதாக பிரேசர் குறிப்பிடுவார் (1976 : 39).

---

* அழுத்தம் நூலாசிரியருடையது

வெட்டி வீழ்த்தப்பட்ட ஒரு மரமானது பலகைகளாக அறுக்கப்பட்டு வீடு கட்டப் பயன்பட்ட பின்னரும் வனத்தில் வாழும் ஆவியானது அப்பலகைகளில் மறைந் திருக்கும் வாய்ப்புண்டு. ஆகையால் சில மக்கள் புதிய வீட்டில் குடி புகு முன்னரோ குடி புகுந்த பின்னரோ அதை அமைதிப்படுத்த முனைகிறார்கள். இதன்படி ஒரு புதிய வீடானது கட்டி முடிக்கப்பட்டதும் மத்திய செலிபிசிலுள்ள தோராதஜஸ் என்னும் இனக்குழு மக்கள் ஒரு வெள்ளாட்டையோ பன்றியையோ எருமையையோ கொன்று அதன் இரத்தத்தை மரப் பொருட்கள்மீது தடவுகிறார்கள்.

பிரேசர் இச்செய்தியைக் குறிப்பிட்டுவிட்டு,

இதன் நோக்கமானது வெட்டுண்ட பின்னரும் காட்டு மரங்களில் வாழும் ஆவிகளைத் திருப்தி செய்வதாகும். ஆவிகள் இவ்வாறு நல்ல மனநிலையில் வைக்கப்பட்டு, அவ்வீட்டிலுள்ளவர்களுக்குத் தீமை செய்யாதவாறு தடுக்கப் படுகின்றன.

என்று விளக்கம் தருகிறார் (19767 : 39 – 40). இனி தச்சுக்கழித்தலின் தோற்றம் குறித்து ஆராய்வோம்.

தச்சுக்கழித்தலின் தோற்றம்

வரலாற்றில் ஒரு நிகழ்ச்சி எந்த ஆண்டில் அல்லது எந்த நூற்றாண்டில் தோன்றியது என்று வரையறை செய்து கூறுவதைப் போல் நாட்டார் சமய மற்றும் பண்பாட்டு ஆய்வில், ஒரு சடங்கின் தோற்றத்தைத் துல்லியமாக வரையறை செய்து கூறுதல் இயலாது. மேலும், இத்தகைய கால ஆய்வு மட்டும் பண்பாட்டு ஆய்வில் முழுமையான பயனைத் தராது. ஆனால் குறிப்பிட்ட ஒரு சடங்கின் மையக் கருத்தைப் புரிந்துகொண்டால், அக்கருத்தோட்டத்தின் தோற்றத்தையும் அதன் அடிப்படையில் அச்சடங்கு எவ்வாறு உருவாகியிருக்கும் என்பதையும் நாம் உய்த்துணரலாம்.

தச்சுக்கழித்தலின் அடிப்படை நோக்கமாகக் கள ஆய்வில் உணரப்பட்ட செய்தி "புதிய மரத்தால் செய்யப்பட்ட பொருட் களில் வாழும் காட்டுத் தெய்வங்களையும் மற்றும் பேய்களையும் ஆவிகளையும் விரட்டுவது" என்பதாகும். இதுவே தச்சுக்கழித்த லின் மையக் கருத்தாகும்.

மரங்களில் ஆவிகளும் தெய்வங்களும்

மரங்களிலே தெய்வங்கள் வாழ்வதாகப் பண்டைத் தமிழர்கள் கருதியதை,

நெடுவீழ் இட்ட கடவுள் ஆலத்து*

(நற்றிணை 343 : 4)

...கடவுள் சேர்ந்த பராரை
மன்றப் பெண்ணை**

(நற்றிணை 303:3-4)

தெய்வம் சேர்ந்த பராரை வேம்பில்***

(அகநானூறு 309:4)

என்று சங்க நூல்களில் காணப்படும் குறிப்புகள் நமக்கு உணர்த்து கின்றன.

பதினெண் கீழ்க்கணக்கு நூலாகிய ஆசாரக்கோவை, தனியே போகக் கூடாத சில இடங்களைக் குறிப்பிடுகின்றது (செய்யுள் 56). அவற்றுள் சுடுகாடும் 'ஊரில்லாத இடத்தில் உண்டாகிய முற்றிய மரமும்' அடங்கும். பேய்களைக் குறித்த நம்பிக்கை காரணமாகவே இந்த இடங்களுக்குத் தனியே போகக் கூடாது என்று இந்நூல் அறிவுறுத்துகிறது.

கான் உறை தெய்வமொன்று மாதவியின் தோழியான வயந்தமாலையின் வடிவில் வந்து கோவலனை மயக்க முயன்ற தாகச் சிலப்பதிகாரம் குறிப்பிடும் (காடுகாண்காதை 171 – 173).

இவ்வாறு காடுகளிலும் மரங்களிலும் ஆவிகளும் தெய்வங் களும் உறைவதாக நம்பியதன் அடிப்படையில் சில மந்திரச் சடங்குகள் நம் முன்னோர்களிடம் தோன்றின.

பொருநன் ஒருவன், காட்டில் வாழும் தெய்வம் மனநிறை வடையும்படி சில சடங்குகள் செய்த பின்னரே அக்காட்டைக் கடந்து சென்றான் என்பதனைக் "காடு உறை கடவுள் கடன் கழிப்பிய பின்றை" என்று பொருநராற்றுப்படை (வரி 52) குறிப்பிடும். தெய்வம் உறையும் வேப்ப மரம் ஒன்றிற்குக் கொழுத்த பசுமாட்டினைக் கொன்று பலிகொடுத்து, அதன் இரத்தத்தை அம்மரத்தின் கீழ் தெளித்த பின்னர், அதன் இறைச்சியை அங்கேயே சமைத்து உண்ட செய்தியினை அகநானூறு (309) குறிப்பிடுகிறது.

இலக்கியங்களில் மட்டுமன்றி நாட்டார் கதைப் பாடல் களிலும் இத்தகைய நம்பிக்கைகள் காணப்படுகின்றன. 'உடையார் கதை என்னும் நாட்டார் கதைப் பாடலில் பிள்ளைப் பேற்றிற்

---

* நெடிய விழுதுகளையுடைய கடவுள் உறையும் ஆலமரம்.
** கடவுள் தங்கும் பருத்த அடியையுடைய மன்றப்பனை.
***தெய்வம் தங்கிய பருத்த அடியினையுடைய வேம்பு.

கான அறை (யீத்துப் புறை) கட்டுவதற்காக மாந்தையர் மரம் வெட்டச் செல்கிறார்கள். நன்கு வளர்ந்திருந்த ஆசனி மரம் ஒன்றைக் கண்டு அதனை வெட்ட முனையும்போது,

நானூறு வருசமாக
நானுறைந்து வாள்(ழ்)ந்த மரம்
வீறாக மானிடவர் வெட்டுவாரோ

என்று சொல்லி அதில் வாழும் பூதம், சீறி வருகிறது. அதனிட மிருந்து தப்பியோடிய அவர்கள் பூப்பொருத்தம் பார்த்தபோது,

போக்கு வழி பூதமல்ல
பொருந்துமிந்த மலைதனிலே
பண்டுயிந்த பூதமது
பலநாளும் இம்மரத்தில்
உண்டல்லவோ இம்மரத்தில்
உறைந்து நின்று வாழ்தல் காண்
தாளாமல் பலி கொடுத்தால்
சறுக்காமல் வெட்டிடலாம்
ஆயிரம் மேல் பீடமிட்டு
அதின்மேலே பூப்படைகள்
ஆயிரம்மேல் பொங்கல்பானை
ஆவிப் பானை காட்டவேணும்
ஆயிரம்மேல் பொங்கல்பானை
ஆவிப் பானை காட்டவேணும்
ஆயிரம்மேல் திமில்க்கிடாயும் வெட்டி
பலி கொடுக்க வேணும்
ஆயிரம்மேல் கூவுஞ்சாவல்
அறுத்து பலி கொடுக்க வேணும்[18]
ஆயிரம்மேல் தேங்காயும்
அடித்துடைத்து வைக்க வேணும்
ஆயிரம்மேல வாழைக்குலை கொண்டு
நிறவேற்ற வேணும்

என்று தெரிய வருகிறது. இதன்படி, யாவும் குறைவறச் செய்து முடித்தபின்னர் பூதம் நரபலி கேட்கிறது. உடனே மாந்தையர் களில் ஒருவன் சித்துளியால் தன் சிறு விரலைத் தறித்து மற்றோர் உளியைப் பூதத்தின் மீது எறிந்தான். இது கண்ட பூதம்,

வம்பன் இவன்தன்னைப் போலே
வையகத்தின் கண்டதில்லை
தன் விரலை தறித்தவன் தான் தானும்
நம்மைவிடுவானோ

என்றஞ்சி 'அந்த மரந்தன்னைவிட்டு அசல் மரத்தில்' தாவியது. இதன் பின்னர் அம்மரத்தை வெட்டி வீழ்த்தினர் (தி. நடராசன் 1980 : 39 – 42).

வெள்ளைக்காரன் ஒருவன் குமரி மாவட்டத்திலுள்ள காக்காச்சிமலை என்னும் பகுதியில், கப்பலின் கொடி மரத்திற்காக உயரமான மரம் ஒன்றினை வெட்டச் சொன்னான். அவன் குறிப்பிட்ட மரம் செங்கிடாய்க்காரன் என்னும் சிறு தெய்வம் உறையும் மரமாகும். எனவே, அம்மரத்தில் வாழும் செங்கிடாய்க் காரன் கொடிமரத்துடன் கப்பலுக்கு வந்துவிட்டான். பல நாடுகளுக்குக் கப்பல் சென்றுவிட்டுக் கன்னியாகுமரிக்கு அருகிலுள்ள தவிட்டுத்துறை என்னும் பகுதிக்கு வரும்போது, செங்கிடாய்க்காரன் செம்பருந்து வடிவெடுத்துக் கொடி மரத்தை அசைத்தான். இறுதியில், கப்பலை 'மடமடென்னத் தாழ்த்திவிட்டான்.' இதன் விளைவாக வெள்ளைக்காரனும் மற்றும் கப்பற்பணியாளர்களும் கடலில் மூழ்கி மாண்டார்கள். இது 1925ஆம் ஆண்டில் சுவடியில் எழுதப்பட்ட 'வெள்ளைக்காரன் கதை' என்னும் நாட்டார் கதைப்பாடல் குறிப்பிடும் செய்தி யாகும் (ஏ.என். பெருமாள் 1983).

நாகர்கோவிலிலிருந்து கன்னியாகுமரி செல்லும் முக்கியச் சாலையில் சுசீந்தரம் என்ற தலம் அமைந்துள்ளது. இவ்வூரின் மையச் சாலையில் சுடலைமாடன் கோவில் ஒன்றுள்ளது. இக்கோவில் உருவானது குறித்துக் பின்வரும் கதை ஊர் மக்களிடையே வழங்கி வருகிறது:

இவ்வூரில் உள்ள முக்கியக் கோவிலான தாணுமாலையப் பெருமான் கோவில் கொடி மரத்துக்காக மரம் வெட்டி வந்தபோது அதோடு சுடலைமாடன் என்ற தெய்வமும் வந்து விட்டதாம். பின்னர், அக்கொடிமரத்திலிருந்து அத்தெய்வத்தை வெளியேற்றி, பீடம் அமைத்து நிலைகொள்ளச் செய்தார்களாம். இதனால் இச்சுடலையைக் கொடிமரத்துச் சுடலை என்று அழைக்கின்றனர்.

திருநெல்வேலி மாவட்டம் களக்காடு அருகிலுள்ள சிங்கி குளம் என்ற கிராமத்தில் கார்கார்த்த வேளாளர் சமூகத்தைச் சேர்ந்த கட்டளை வேலாயுதம் பிள்ளை என்பவரது குடும்பத் துடன் தொடர்புடைய இசக்கியம்மன் குறித்துப் பின்வரும் கதை வழக்கில் உள்ளது:

கட்டளை வேலாயுதம் பிள்ளை வீட்டிலுள்ள இசக்கியம்மன் முப்பந்தரத்து இசக்கியாகும். இவரது முன்னோர்கள் வீடு கட்ட உத்திரம் வாங்க முப்பந்தரம் சென்றனர். முப்பந்தரத்தி லிருந்து வாங்கி வந்த உத்திரம் இவர் வீட்டில் உள்ளது. அவ் உத்திரத்தோடு முப்பந்தரத்து இசக்கியம்மன் இவர் வீட்டுக்கு வந்துவிட்டாள். வெள்ளி, செவ்வாய் இரவு நேரங்களில் வீட்டில் சலங்கை ஒலி கேட்க ஆரம்பித்தது. வீட்டிலுள்ளவர்களுக்குப்

பயம் ஏற்பட்டது. ஒருநாள் கட்டளை வேலாயுதம் பிள்ளையின் கனவில் இசக்கியம்மன் தோன்றி "நான் உன் குடும்பத்தைக் காப்பவள். எனக்கு உன் கிராமத்தில் ஒரு கோயில் கட்டித் தா" என்றாள். அடுத்த நாள் காலை அவரது சொந்த கிராமமான அப்பர்குளம் சென்றார். அங்கு அவருக்கு உரிமையான ஓர் இடத்தில் கோடு போடப்பட்டிருந்தது. அங்கு அம்மனுக்குக் கோயில் ஒன்று கட்டி அம்மனை வழிபட்டு வந்தார். இன்றும் அவர் குடும்பத்தார் அவ் முப்பந்தரத்து இசக்கியம்மனை வழிபட்டு வருகின்றனர். (கட்டளை கைலாசம்: *1986 : 115)*

அசாம் மாநிலத்தில் பூரா – டாங்கரியா *(Bura – Dangaria)* என்னும் பேயினைத் திருப்தி செய்யாமல் அது வாழும் மரத்தினை வெட்டுவதற்கு யாரும் துணியமாட்டார்கள். அப்பேயைத் திருப்தி செய்யாமல் அது வாழும் மரத்தை வெட்டினால், அம்மரத்தை வெட்டியவர்கள் நோய்வாய்ப்படுவார்கள் என்று நம்புகிறார்கள் *(Rajkhowa 1973 : 129, 137).*

உலகின் பல பகுதிகளிலும் மரங்களைக் குறித்த இத்தகைய நம்பிக்கையும் அச்சமும் நிலவி வந்தள்ளதை பிரேசர் விரிவாக எழுதியுள்ளார் *(1976 : 133).*

> மரங்களில் ஆவிகளும் வனதேவதைகளும் உறைவதாக ஆதி மனிதன் நம்பினான். ஒரு மரத்தை வெட்டுவதன் மூலம் அதில் வாழும் ஆவியை வீடற்றதாக்கி, அதன் கோபத்துக்காளாக நேரிடும் என்றஞ்சினான். எனவேதான் மரங்களை வெட்டுவதற்கு மன்னர் அதில் வாழும் ஆவி யின் கோபத்தைப் போக்குவதற்காகச் சில சடங்குகளை மேற்கொண்டான்

என்று கூறிவிட்டு, எடுத்துக்காட்டாகப் பல சடங்குகளையும் பிரேசர் குறிப்பிட்டுள்ளார். மத்திய ஆப்பிரிக்காவிலுள்ள பகண்டா மக்கள், மரங்களில் ஆவிகள் உறைகின்றன என்ற நம்பிக்கையின் அடிப்படையில் செய்யும் ஒரு சடங்கு வருமாறு:

> ...மரங்களை வெட்டுவதற்கு முன்னர் வெள்ளாடு அல்லது கோழியினையும் பீர்பானத்தையும் ஆற்றில் கிடைக்கும் சோவிகளையும் காணிக்கையாக வழங்குவர். ஒன்றிரண்டு சோவிகளை மரத்தின் வேருடன் கட்டி, பீரை வேரின் மீது ஊற்றுவர். விலங்கினை உயிர்ப்பலியாகக் கொடுத்தால், அதனுடைய இரத்தமும் வேரில் ஊற்றப்படும். பின்னர், அதன் இறைச்சியினை அம்மரத்தின் அருகில் அமர்ந்தே சமைத்துண்பார்கள். சில நேரங்களில் வெள்ளாடானது அம்மரம் வளர்ந்துள்ள தோட்டத்திலேயே சுற்றித் திரியு மாறு அவிழ்த்துவிடப்படும். *(Frazer 1976 h : 133)*

உகண்டாவிலுள்ள பசோகோ என்னும் இனக்குழு மக்க ளிடையேயும் இத்தகைய வழக்கம் உண்டு.

> கட்டிட வேலைக்கோ, சிறிய படகு செய்யவோ ஒரு பெரிய மரம் தேவைப்படுகிறதென்றால், அதை வெட்டச் செல்பவன் ஒரு வெள்ளாட்டையோ பறவையையோ பலிப் பொருளாகத் தன்னுடன் எடுத்துச்செல்வான். அம்மரத்தின் வேரருகே அதனைக் கொன்று அதன் இரத்தத்தை வேரின் மேல் ஊற்றுவான். பின்னர், அதன் இறைச்சியைச் சமைத்து அவனுடன் பணிபுரிய வந்தவர் களுடன் உண்பான். இறைச்சியை உண்ட பின்னர் கோடாரியால் அம்மரத்தின் மீது ஆழமாக ஒரு வெட்டு வெட்டுவான். பின் வெட்டப்பட்ட பகுதியிலிருந்து சாறு *(Sap)* வடியும் வரை காத்திருப்பான். பின்னர் அதனைப் பருகுவான். இதன் மூலம் அவன் அம்மரத்தை வெட்டி வீழ்த்தி அவனுக்கும் அவனது குடும்பத்திற்கும் எவ்வித ஆபத்தும் நேராமல் விருப்பம்போல் அதனைப் பயன் படுத்திக் கொள்ளலாம். *(Frazer 1976 : 134)*

பிரேசர் குறிப்பிடும் இவ்விரு நிகழ்ச்சிகளிலும் மரங்களி லுள்ள ஆவியின் கோபத்தைத் தணிக்க இனக்குழு மக்கள் அதற்குப் பலி கொடுத்து, அது மனநிறைவடையச் செய்வதைக் காணலாம்.

தச்சுக்கழித்தலும் தொடக்கத்தில் இப்படியே மரம் வெட்டும் போது செய்யும் சடங்காகத் தோன்றியிருக்க வேண்டும். ஆனால், தற்பொழுது மரம் வெட்டிகளால் அல்லாமல், மரங்களைக் கொண்டு மரப்பொருட்களைச் செய்யும் தச்சர்களால் இது நடத்தப்படுகிறது. மற்றவர்களுக்கு இதில் பங்கில்லை. மேலும், பலிப் பொருளான சேவலின் கழுத்தைச் சீவுவதற்கும் ஆட்டின் காதைச் சீவுவதற்கும்கூடத் தச்சுக்கருவியான உளியே இங்கே பயன்படுத்தப்படுகிறது.

இனக்குழு வாழ்வில் நிலவுடைமைச் சமுதாயத்திற் போன்று, வேலைப் பிரிவினை அதிக அளவில் கிடையாது. அவ்வின மக்கள் தங்கள் தேவைக்கேற்ப மரங்களைத் தடையின்றித் தாங்களே வெட்டி வீழ்த்தி மற்றவர்களின் துணையுடன் அவற்றைப் பயன்படுத்திக்கொள்ளும் முறையே இச்சமூகத்தில் நிலவியது. ஆனால் நிலவுடைமைச் சமுதாயத்தில் மரங்களை வெட்டி வீழ்த்துபவர்கள் அம்மரங்களைக் கொண்டு மர வேலைகள் செய்யும் தச்சர்கள் என்ற வேலைப் பாகுபாடு பரவலாகியது. ஆயினும் மரங்களில் வாழும் ஆவிகள் குறித்த அச்சம் தொடர்ந்து நீடித்தது.

இதன் விளைவாக, இனக்குழு வாழ்வில் மரங்களை வெட்டும் போது அதில் வாழும் ஆவிகளிடமிருந்து பாதுகாத்துக்கொள்ளத் தோன்றிய ஒரு வகை மந்திரச் சடங்கானது, தச்சர் போன்ற கைவினைஞர்கள் தோன்றிய நிலவுடைமைச் சமூக அமைப்பில், மரங்களைக் கொண்டு ஆக்கப்பட்ட மரப் பொருட்களுக்குச் செய்யும் மந்திரச் சடங்காக மாற்றமடைந்துள்ளது.

மாற்றீட்டுச் சடங்கு (Rite of Transference)

மரத்தில் வாழும் ஆவி, பேய் மற்றும் துட்ட தெய்வத்திற்குப் பலி கொடுத்து அவற்றை மனநிறைவு கொள்ளச் செய்யும் மந்திரச் சடங்காக இல்லாமல், அவற்றை இடம் மாற்றி அமைக்கும் மந்திரச் சடங்காகத் தச்சுக்கழித்தல் அமைகிறது. இத்தகைய சடங்குகளை 'மாற்றீட்டுச் சடங்கு' என்று மானிடவியலார் கூறுவர்.

மோரேசி பவுசன் என்ற பிரெஞ்சு அறிஞர் மாற்றீட்டுச் சடங்கு குறித்து இவ்வாறு விளக்கம் தருவார்:

தீயசக்திகளான பேய்களும் ஆவிகளும் தாங்களாகவோ மந்திரவாதிகளால் ஏவப்பட்டோ உயிர்ப்பலி கொள்ளுகின்றன. இவற்றை மந்திரச் சடங்குகள் மூலம் வெளியேற்றி வேறு உடலிலோ விலங்கு, மரம் மற்றும் கற்குவியலிலோ நிலைநிறுத்த வேண்டும். இவ்வாறு செய்யாவிடில் தங்குவதற்கு உடலைத் தேடியலையும் இவ் ஆவிகளும் பேய்களும் கணக்கற்ற வெறி நாய்களைப் போல அனைவருக்கும் ஆபத்தை விளைவிக்கும். இத்தகைய தீய ஆவிகளையும் பேய்களையும் இடம் மாற்று வித்தலை நோக்கமாகக் கொண்டதே மாற்றீட்டுச் சடங்கு ஆகும். (Bouisson 1960 : 41)

கெட்ட ஆவிகளை ஒரு பொருளிலிருந்து மற்றொன்றுக்கு இடமாற்ற முடியும் என்ற இத்தகைய நம்பிக்கையினை விவிலியத் திலும் காணலாம். ஒரு மனிதனைப் பிடித்திருந்த பேய்களைப் பன்றிகளுக்குள் யேசுநாதர் போகச் செய்ததாக மாற்கு (அதிகாரம் 5) குறிப்பிடுகிறார்.

தச்சுக்கழித்தலின்போது தலையறுபட்ட சேவலின் கழுத்தால் மரப்பொருட்களைத் தொடுவதன் மூலம் மரங்களில் உள்ள ஆவி, பேய் மற்றும் துட்ட தெய்வம் அதில் மாற்றி யமைக்கப்படுகிறது. தச்சுக்கழித்த பின்னர் தச்சர் திரும்பிப் பாராமல் செல்லுவதும் அப்பொழுது அவர் பின்னால் நீரைத் தெளிப்பதும் அவருடன் செல்லும் கெட்ட ஆவி அல்லது பேய் திரும்பிவராமல் இருப்பதற்காக என்று தச்சர்கள் கூறுகின்றனர்.[19] தச்சுக்கழித்தலை நிகழ்த்திவிட்டு வீடு திரும்பும்

தச்சர் சுமந்து வரும் சேவலில் கெட்ட ஆவி அல்லது பேய் இடம் பெற்றிருக்கும் என்ற நம்பிக்கையினால்தான் அவருக்கு எதிரே வரக் கூடாது என்று கூறுகிறார்கள்.[20] படையல் பொருளாக வைத்த கோழி முட்டையைத் தச்சர் தலையைச் சுற்றி முச்சந்தியில் எறிவது, கெட்ட ஆவி அல்லது பேய் அவரைவிட்டு நீங்க வேண்டும் என்பதற்காகத்தான்.[21]

தச்சுக்கழித்தல் சடங்கை நிகழ்த்திவிட்டு, தமது வீட்டிற்குச் செல்லும் தச்சர், வீட்டினுள் சென்று உறங்குவதில்லை. வீட்டிற்கு வெளியில்தான் உறங்குவார். மறுநாள் குளித்து முடித்த பிறகே வீட்டிற்குள் நுழைவார். ஆவி புகுந்த சேவலின் உடலைச் சுமந்து சென்ற அவருடன் கெட்ட ஆவி அல்லது பேய் வீட்டிற்குள் நுழைந்துவிடக்கூடாது என்ற அச்சமே இதற்குக் காரணம்.[22]

இச்செய்திகளின் அடிப்படையில் 'தச்சுக்கழித்தல்' ஒரு மாற்றீட்டுச் சடங்கு என்று கொள்ளுவது பொருந்தும். இக்கருத்தை இவ்வாறு சுருக்கமாக விளக்கலாம்:

ஆவியுலகக் கோட்பாடு (Animism) → மரத்தில் ஆவிகள், பேய்கள் மற்றும் தெய்வங்கள் வாழ்வதாக அஞ்சுதல்

↓ ↓

ஆவிகளைத் திருப்தி செய்யும் மந்திரச் சடங்குகள்' (Magical Rites) → மரத்தில் வாழும் ஆவிகள், பேய்கள் மற்றும் தெய்வங்களுக்குப் பலி கொடுத்து அவற்றை மனநிறைவடையச் செய்வதன் மூலம் தங்களைப் பாதுகாத்துக் கொள்ளலாம் என் எண்ணுதல்

↓ ↓

ஆவிகளை இடம் மாற்றும் 'மாற்றீட்டுச் சடங்கு' (Rite of Transference) → மரத்தில் வாழும் ஆவிகள், பேய்கள் மற்றும் தெய்வங்களைச் சில சடங்குகள் மூலம் இடமாறச் செய்ய முடியுமென்று நம்புதல்

↓ ↓

தச்சுக்கழித்தல்

முடிவுரை

தொடக்கத்தில் சேவலையும் ஆட்டையும் கொன்று நிகழ்த்தப்பட்ட இச்சடங்கு தற்பொழுது சேவலின் கொண்டைப் பூவை வெட்டுதல், கால் நகத்தைக் கீறுதல், ஆட்டின் காது நுனியைச் சீவுதல் என மாற்றம் அடைந்துள்ளது. இம்மாற்றம் கொல்லாமை அடிப்படையில் தோன்றியதாகக் கொண்டு, இச்சடங்கு 'மேல்நிலையாக்கம்' (Sanskritization) பெற்றுள்ளது என்று சிலர் கூறமுற்படலாம்.[23] ஆனால், வேறு இடத்தில் தச்சுக்கழிக்கப் பயன்படுத்திக்கொள்ளவும் விற்றுப் பணமாக மாற்றிக்கொள்ளவும் உதவுகிறது என்பதால்தான், இம்மாற்றம் பின்பற்றப்படுகிறது என்பதுதான் உண்மையாகும்.

தச்சுக்கழித்தல் ஒரு மாற்றீட்டுச் சடங்காகத் தோன்றியது என்பதை நினைவில் கொண்டால், இதில் பிள்ளையாரும் பிற சிறு தெய்வங்களும் புதிதாக இணைக்கப்பட்டுள்ளன என்பதை உணரலாம். ஆயினும், இத்தெய்வங்களின் இணைப்பு இதன் அடிப்படை நோக்கத்தை மாற்றியமைக்கவில்லை. ஒரு மாற்றீட்டுச் சடங்காகவே தச்சுக்கழித்தல் வழக்கிலுள்ளது.

ஆதிச் சமுதாயத்தில் நிலவிய, மிகவும் வளர்ச்சி குன்றிய உற்பத்திச் சக்திகளும் இதன் விளைவாகத் தோன்றிய குறைந்த அளவு அறிவுத்திறனும் அந்நியமானதாகவும் மர்மம் நிறைந்ததாகவும் ஆதிமனிதன் கருதிய பேராற்றல் வாய்ந்த இயற்கைச் சக்திகளுக்கு எதிராக நிற்க முடியாத அவனது இயலாமையும் ஆவியுலகக் கோட்பாடு தோன்று வதற்கான முக்கியக் காரணங்கள்

என்று தத்துவ அகராதி குறிப்பிடும் (Rosenthal and Yudin 1967 : 20). இத்தகைய சூழலில் உருவான ஆவியுலகக் கோட்பாட்டின் அடிப்படையிலேயே 'தச்சுக்கழித்தல்' தோன்றியுள்ளது. "இனக்குழு வாழ்வின் மிச்சசொச்சங்கள் பாரம்பரியமான இந்திய சமூகத்தின் முக்கியக் குணாம்சமாகும்" (Chattopadhyaya 1959 : 266) என்பதற் கேற்ப உற்பத்திச் சக்திகளும் அறிவியலும் வளர்ச்சியடைந்த இன்றைய முதலாளித்துவச் சமூக அமைப்பிலும் ஒரு மாற்றீட்டுச் சடங்காக இது வழக்கிலுள்ளது. பொதுவான அறிவியல் வளர்ச்சி ஒரு புறமிருந்தாலும், அறிவியல் மனப்பான்மை அனைத்து மக்களிடமும் தோன்றும் வகையில் நாம் வாழும் சமுதாயம் இன்னும் வளரவில்லை என்பதனையே இச்சடங்கு உணர்த்தி நிற்கிறது.

குறிப்புகள்

1. பின்வரும் தகவலாளர்கள் கூறிய தகவல்களின் அடிப்படை யிலேயே தச்சுக்கழித்தல் நிகழும் முறை எழுதப்பட்டுள்ளது.

இத்தகவலாளர்களில் சிலர் இதில் ஏற்பட்டுள்ள சிற்சில மாற்றங்களையும் குறிப்பிட்டார்கள். அச்செய்திகள் தனியாகக் குறிப்பிடப்பட்டுள்ளன.

(அ) திரு. இ. சொக்கலிங்க ஆசாரி, தச்சர், வயது 80, தூத்துக்குடி; களப்பணி நாள் 01.10.84.

(ஆ) திரு. ஷேக் முகைதீன் சாய்பு, கொத்தனார், வயது 75, ஓட்டப்பிடாரம் (தூத்துக்குடி மாவட்டம்); களப்பணி நாள் 1977 மார்ச்.

(இ) திரு. கிருஷ்ண ஆசாரி, தச்சர், வயது 55, தூத்துக்குடி; களப்பணி நாள் 15.11.84.

(ஈ) திரு. சூரியத்தேவர், கொத்தனார், வயது 72, தூத்துக்குடி, களப்பணி நாள் 20.09.84.

(உ) திரு. ஹரிஹர ஆசாரி, தச்சர், வயது 70, திருச்செந்தூர் (தூத்துக்குடி மாவட்டம்); களப்பணி நாள் 22.09.84.

(ஊ) திரு. கிருஷ்ண ஆசாரி, தச்சர், வயது 75, நள்ளி (விருதுநகர் மாவட்டம்); களப்பணி நாள் 12.09.84.

(எ) திரு. முத்தையா ஆசாரி, தச்சர், வயது 49, சங்கர பாண்டியபுரம் (விருதுநகர் மாவட்டம்); களப்பணி நாள் 23.09.84.

(ஏ) திரு. பரமசிவம் ஆசாரி, தச்சர், வயது 42, சிவகளை (ஸ்ரீவைகுண்டம் வட்டம், தூத்துக்குடி மாவட்டம்); களப்பணி நாள் 02.10.84.

(ஒ) திரு. எஸ். சுப்பையா ஆசாரி, தச்சர், வயது 51, புல் கவுண்டன்பட்டி (விருதுநகர் மாவட்டம்); களப்பணி நாள் 23.09.84.

2. இக்கட்டுரையாசிரியர் தமது நெருங்கிய உறவினரான திரு. எஸ். வீரபாகு (தூத்துக்குடி) அவர்களின் வீட்டில் 05.09.84 இரவில் நிகழ்ந்த தச்சுக்கழித்தலில் கலந்துகொள்ள முயன்றபொழுது தச்சர் அனுமதிக்கவில்லை. மிகுந்த வற்புறுத்தலின் பேரில், தச்சுக்கழித்தல் நிகழும் அறையினையும் அதில் அமைந்துள்ள கும்பம், பிள்ளையார் மற்றும் படையல் பொருட்களையும் சில நிமிடங்கள் பார்வையிட மட்டும் அனுமதித்தார்.

3. திரு.இ. சொக்கலிங்க ஆசாரி, தச்சர், வயது 80, தூத்துக்குடி; களப்பணி நாள் 01.10.84.

நசிமசி என்றிட நமனயும்
வெல்லலாம்
மசிநசி என்றிட மன்னனும்
மாண்டிடுவான்

என்ற மந்திரத்தில் இடம்பெறும் நசிமசி என்ற சொற்களே இவ்வாறு கூறப்படுகின்றன என்று தகவலாளர் கூறினார். இம்மந்திரம் தேள் மற்றும் விடக்கடிகளுக்கு மந்திர வைத்தியம் செய்பவர்களாலும் மனத்திற்குள் கூறப்படுகிறது.

4. திரு. கிருஷ்ண ஆசாரி, தச்சர், வயது 72, நள்ளி; களப்பணி நாள் 12.09.84.

5. திரு. சுப்பையா ஆசாரி, தச்சர், வயது 55, தூத்துக்குடி; களப்பணி நாள் 05.09.84.

6. திரு. சூரியத்தேவர், கொத்தனார், வயது 72, தூத்துக்குடி; களப்பணி நாள் 12.09.84. கொத்தனாராகப் பணிபுரிந்து இவர் கட்டிய வீடுகளில் தச்சுவேலை செய்த தச்சர்கள் நிகழ்த்திய தச்சுக்கழித்தலில் கலந்துகொண்டு கோழிக்கறியை உண்டு, சாராயம் பருகியதாகக் குறிப்பிட்டார். தச்சர்களுக்கும் இவருக்கும் இடையே நிலவிய நெருங்கிய நட்புணர்வினால்தான் தம்மை அனுமதித்தார்கள் என்று கூறிய இவர், தச்சுக்கழித்தலில் பொதுவாக மற்றவர்களை அனுமதிப்பது வழக்கம் இல்லை என்றும் கூறினார்.

7. ஹரிஹர ஆசாரி, தச்சர், வயது 70; பேச்சியாசாரி, தச்சர், வயது 45, திருச்செந்தூர்; களப்பணி நாள் 22.09.84.

8. கத்தோலிக்கர்கள், இஸ்லாமியர்கள் வீடுகளில் தச்சுக் கழித்தல் நிகழ்த்தும்போதும் வழக்கமான முறைகளே பின்பற்றப்படும் என்றும் இஸ்லாமிய, கத்தோலிக்க சமயங்களின் பாதிப்பு எதுவும் இதில் கிடையாது என்றும் மேற்கூறிய தகவலாளர்கள் குறிப்பிட்டார்கள்.

9. திரு. முத்தையா ஆசாரி, தச்சர், வயது 49, சங்கர பாண்டிய புரம் (விருதுநகர் மாவட்டம்); களப்பணி நாள் 23.09.84.

10. திரு. பரமசிவம் ஆசாரி, தச்சர், வயது 42, சிவகளை (திருவைகுண்டம் வட்டம், தூத்துக்குடி மாவட்டம்); களப்பணி நாள் 02.10.84.

11. திரு. கிருஷ்ண ஆசாரி, தச்சர், வயது 56, தூத்துக்குடி; களப்பணி நாள் 15.11.84.

12. மேலது.

13. குறிப்பு 4, 7, 9இல் குறிப்பிட்டுள்ள தகவலாளர்கள். குறிப்பு 10இல் குறிப்பிட்ட தகவலாளர், தச்சுக்கழித்தவுடன் வண்டியில் மாடு பூட்டி உள்ளூர்க் கோவிலுக்குச் செல்வது வழக்கம் என்ற செய்தியினையும் கூறினார்.

14. மேற்கூறிய தகவலாளர்கள்.

15. மரங்களில் தூக்கில் தொங்கி இறந்தவர்களின் ஆவி அம்மரத்தில் வாழும் என்றும் அம்மரத்தை வெட்டிப் பயன்படுத்தும் போது அவ்ஆவியும் வீட்டில் குடிபுகும் என்றும் மக்களில் சிலர் நம்புகின்றனர்.

16. குறுந்தொகை 23; அகநானூறு 208.

17. "படிப்பதற்கும் பாடுவதற்கும் எளிதாக இருப்பது" அகவலின் சிறப்பியல்புகளுள் ஒன்று என்று டாக்டர் சி. பாலசுப்பிரமணியம் குறிப்பிடுவதும் இங்கு நினைவு கூரத்தக்கது. தமிழாய்வு தொகுதி 7, 1978, சென்னைப் பல்கலைக்கழகம், சென்னை.

18. கூவும் பருவமடைந்த சேவலையே தச்சுக்கழித்தலுக்குப் பயன்படுத்த வேண்டும் என்பது இன்றும் தச்சர்களிடம் பொதுவாக நிலவும் நம்பிக்கையாகும்.

19. களப்பணியில் சந்தித்த தச்சர்கள் அனைவரும் இவ்வாறே கூறினர்.

20. மேலது.

21. மேலது.

22. தச்சுக்கழித்துவிட்டுத் திரும்பும் தச்சர்களில் சிலர் குளிக்காவிட்டாலும் காலைக் கழுவிவிட்டு வீட்டிற்குள் செல்லுகிறார்கள். இன்றும் தென் மாவட்டங்களில் இறுதிச் சடங்கிற்காகச் சுடுகாட்டிற்குச் சென்றுவிட்டுத் திரும்பும் போது, பொது நீர்நிலைகளில் குளித்துவிட்டே வீட்டிற்குள் திரும்புகிறார்கள். பொது நீர் நிலைகள் இல்லாவிடின், காலைக் கழுவிக்கொண்ட பின்னரே வீட்டிற்குள் நுழையும் பழக்கம் உள்ளது. இப்பழக்கத்தையும் தச்சர்கள் குளித்துவிட்டு அல்லது காலைக் கழுவிவிட்டு வீட்டிற்குள் நுழைவதையும் இணைத்துப் பார்த்தால் பேய்களைக் குறித்த அச்சமே இப்பழக்கத்திற்குக் காரணம் என்பதனை உணரலாம்.

23. பின்தங்கிய ஒரு சாதியானது தனது பழக்கவழக்கங்கள், சடங்குகள், கருத்தோட்டம், வாழ்க்கை முறை ஆகியவற்றில் மாற்றம் செய்து, மேல் சாதியாகக் கருதப்படும் பிராமணர்களின் பழக்கவழக்கங்கள், சடங்குகள் மற்றும் நம்பிக்கைகளைப் பின்பற்றுவது மேல்நிலையாக்கம் என்று கூறப்படுகிறது. இக்கோட்பாட்டை எம்.என். ஸ்ரீனிவாஸ் என்ற சமூகவியல் அறிஞர் உருவாக்கியுள்ளார். இதனை அவரது *Caste in Modern India (1970), Social Change in Modern India (1977)* என்ற நூல்களில் விளக்கியுள்ளார்.

7

மந்திர வைத்தியம்

டான்யோடர் என்பவர் நாட்டார் மருத்துவத்தினை, இயற்கை சார்ந்த நாட்டார் மருத்துவம், மந்திர – சமய மருத்துவம் என இரண்டு வகையாகப் பகுப்பார். இதில் மந்திரச் சமய மருத்துவம் என்பது புனித மந்திரங்கள், புனித வார்த்தைகள், செயல்கள் மூலமாக நோய்களைக் குணப்படுத்த முயற்சிப்பது *(Yoder 1972 : 192)*.

தமிழ்நாட்டிலும் இத்தகைய மந்திர வைத்திய முறைகள் மிகுதியாக உள்ளன. கிறித்தவம், இஸ்லாம் ஆகிய சமயங்களைப் பின்பற்றுபவர்களிடம்கூட பலவகை யான மந்திரச் சடங்குகள் வழக்கிலுள்ளன. நெல்லை, தூத்துக்குடி மாவட்டங்களில் வாழும் கத்தோலிக்கப் பரவர்களிடையே வழங்கும் நாட்டார் மருத்துவம் குறித்து நான் ஏற்கனவே கட்டுரையொன்றினை எழுதியுள்ளேன் *(1985)*. இக்கட்டுரையில் இரண்டு மந்திர வைத்தியங்களை மட்டும் எடுத்துக்காட்ட விரும்புகிறேன். முதலாவதாக, அக்கி *(Herpes)* என்ற நோய்க்கான மந்திரச் சிகிச்சை முறையினை ஆராய்வோம்.

அக்கி என்ற நோய் ஏற்பட்ட பகுதி நன்றாகச் சிவந்து காணப்படும். அதன் மேல் சிறுசிறு கொப்புளங்கள் தோன்றும். நோய் கண்ட இடத்தில் அரிப்பும் எரிச்ச லுணர்வும் ஏற்படும். இதன் காரணமாகத்தானோ என்னவோ தீ வெப்பம் என்ற பொருளைத் தரும் அக்கி என்ற பெயரை இந்நோய்க்கு இட்டுள்ளார்கள்.

மந்திர வைத்திய முறையில் இந்நோய்க்கு அளிக்கும் சிகிச்சையினை அக்கியெழுதுதல் என்பார்கள். அக்கி யெழுதுதலைப் பெரும்பாலும் குயவர்களே செய்வார்கள். இச்சிகிச்சை முறையில் செங்காவிக் குழம்பினை அக்கி வந்த இடத்தில் தடவி அதன் மேல் சிங்கம் அல்லது நாய் உருவத்தைத் தீட்டுவர். சிலர், சிங்க உருவம் பதித்த

பழைய காலத்து அரையணா நாணயத்தை அக்கிப் புண்மீது பதிப்பர்.

இச்சிகிச்சை முறையில் சிலர் மந்திரம் ஒன்றை முணுமுணுப்பது வழக்கம். சிலர் உருவம் வரைவதை மட்டும் மேற்கொள்ளுவர். காளியின் வாகனமான சிங்கத்தின் படத்தை வரைவதன் மூலம் அந்நோய் நீங்குவதாகச் சில முதியவர்கள் குறிப்பிட்டார்கள். ஆனால், நாய் உருவம் ஏன் பதிக்கப்படுகிறது என்பதற்கு அவர்கள் காரணம் எதுவும் கூறவில்லை.

ஆனால், நடைமுறையில் இச்சிகிச்சை ஓரளவுக்குப் பயனளிப்பதாகவே தெரிகிறது. அக்கி நோய் தோன்றுவதற்குரிய காரணங்களில் ஒன்று அதிகமான சூரிய ஒளியில் நிற்றலாகும். எனவே, குளிர்ச்சியான காவிக்குழம்பை அதன் மேல் தீட்டுவது வெம்மையைத் தணிக்க உதவுகிறது. காவிக்குழம்பின் மருத்துவத் தன்மையினை, சிங்கம் மற்றும் நாயின் உருவைத் தீட்டும் மந்திரச் சிகிச்சை மறைத்துவிடுகிறது. வலிமையும் மூர்க்கமும் கொண்ட இவ்விரு விலங்குகளின் உருவம் நோயை அழித்துவிடும் என்ற இந்நம்பிக்கை ஒத்த மந்திரமாக அமைகிறது.

உணவு செரிக்காமல் வயிறு இரைந்து வயிற்றுப்போக்கு நிகழுவதைக் ‘கொதி’ என்று நெல்லை, தூத்துக்குடி மாவட்டங்களில் குறிப்பிடுவார்கள். உணவு உண்ணும்போது, பிற மனிதர்களோ அல்லது நாயோ பார்ப்பதால் இவ்வாறு நிகழுகிறது என்று நம்புகிறார்கள். இந்நோய்க்குச் செய்யும் சிகிச்சையினைக் கொதிபிடித்தல் என்பார்கள்.

இச்சிகிச்சை முறையில் நோயாளியின் வயிற்றினை ஒரு துணியால் தடவுவார்கள். பின்னர் அதனைக் கொழுத்தி, தண்ணீர் ஊற்றப்பட்ட தட்டு ஒன்றில் இடுவார்கள். நெருப்பு அணையும் முன்னர் செம்பு அல்லது குவளை ஒன்றால் அதனை மூடுவார்கள். இதன் காரணமாகத் தட்டிலுள்ள தண்ணீர், செம்பு அல்லது குவளைக்குள் இழுக்கப்பட்டுவிடும்.

இச்சிகிச்சை முறைக்கு இவ்வாறு விளக்கம் தரப்படுகிறது: வயிற்றில் கோளாறினை ஏற்படுத்திய தீய கண் பார்வை வயிற்றில் தடவப்படும் துணியில் ஒட்டிக்கொள்கிறது. அதனை எரிப்பதன் மூலம் அது அழிக்கப்படுகிறது. தட்டிலுள்ள நீர் செம்பின் உள்ளே செல்வதும் தீய கண் பார்வையினால்தான். தீய கண் பார்வை இல்லாவிடில் செம்பினுள் நீர் செல்லாது.

செம்பினுள் நீர் செல்வதற்குத் தீய கண்பார்வை காரணம் அல்ல என்பது உயர்நிலைப்பள்ளி மாணவனுக்குக்கூடத் தெரியும். எரியும் துணி செம்பிலுள்ள காற்றைச் சூடாக்கி, அதனுடைய

அழுத்தத்தை அதிகரிக்கச் செய்து, ஒரு பகுதியை வெளியேற்று கிறது. துணியிலுள்ள நெருப்பு அணைந்தவுடன் காற்று மீண்டும் குளிர்ந்து அதன் அழுத்தம் மறைகிறது. செம்பிற்கு வெளியிலுள்ள காற்றின் அழுத்தம் தட்டிலுள்ள தண்ணீரைச் செம்பினுள் அழுத்துகிறது (Ya. Perelman 1980 : 120).

தட்டினுள் தண்ணீர் மறைவதைக் காணும் பாமர மக்கள் அதற்கான அறிவியல் காரணத்தை அறியாததால் துணியிலுள்ள தீயபார்வை தட்டிலுள்ள நீரை இழுத்துக்கொள்வதாக நம்பு கிறார்கள். வயிற்றிலுள்ள தீய பார்வையினைத் துணியின் மீது மாற்றிப் பின்னர் அதனை அழிக்கும் இச்சிகிச்சை முறை தொத்து மந்திரச் சிகிச்சையாகும்.

இத்தகைய சிகிச்சை முறைகள் சிலவற்றைக் கள ஆய்வின் மூலம் கண்டறிந்து, டாக்டர் முத்தையா (1986) நூலொன்று எழுதியுள்ளார். இது பாராட்டத்தக்க ஒரு நல்ல முயற்சியாகும். இதுபோல் ஆங்காங்கே மந்திரச் சிகிச்சை முறைகளைக் குறித்த தரவுகளைத் திரட்ட வேண்டும். இத்தரவுகளை, சமூக விஞ்ஞானி கள் மட்டுமின்றி மருத்துவ விஞ்ஞானிகளும் ஆராய வேண்டும். ஏனெனில், மந்திரச் சிகிச்சை முறைகளை 'வெறும் ஏமாற்று' என்ற ஒரே சொல்லால் ஒதுக்கிவிட முடியாது. மருத்துவத்தன்மை வாய்ந்த சிகிச்சையுடன் மந்திரச் சிகிச்சையைச் சிலர் இணைத் துள்ளார்கள். எனவே, அச்சிகிச்சை முறைகளின் மருத்துவ மதிப்பையும் மந்திரத் தன்மையையும் பிரித்து ஆராய வேண்டும்.

பிளேக் போன்ற கொள்ளை நோய்கள் தோன்றும்போது இடைவிடாது கோவில் மணிகளை ஒலிக்கச்செய்வது சில இனத்தவர்களின் பழக்கமாக இருந்துள்ளது. இவ்வழக்கத்தை ஆராய்ந்த கார்போவ் (1985 : 60 – 64) என்ற சோவியத் பொறியிய லாளர் இச்செயலில் அறிவியல் உண்மை இருப்பதை உணர்த்து கின்றார். உலோக மணிகளிலிருந்து எழும் கேளா ஒலியினை (ultra sound) பிளேக் போன்ற தொத்து வியாதிகளைப் பரப்பும் சுண்டெலி மற்றும் எலிகளால் தாக்குப்பிடிக்க முடியாது. தொடர்ச்சியாக மணி ஒலி கேட்கும் கிராமத்தை விட்டு அவை ஓடிவிடும். இதன் விளைவாக இவை பரப்பும் வியாதி ஓரளவு கட்டுக்கடங்குகிறது.

இதுபோன்ற பல அறிவியல் உண்மைகள் அனைத்து மந்திரச் சிகிச்சைகளிலும் இருக்கும் என்று கூறிவிட முடியாது. ஆயினும் இச்சிகிச்சை முறைகளை முழுமையாக ஆராய்ந்த பின்னரே நாம் அதனை ஏற்றுக்கொள்வதா அல்லது தள்ளிவிடு வதா என்ற முடிவுக்கு வர வேண்டும். போலியான சிகிச்சைகள் அம்பலப்படுத்தப்பட்டு அவை சமுதாயத்திலிருந்து நீக்கப்பட வேண்டும்.

8

மந்திரத்தின் எதிர்காலம்

வேட்டைச் சமுதாயத்தில் தோன்றி வேளாண்மைச் சமுதாயத்தில் வளர்ச்சியடைந்த மந்திரமும் அதன் அடிப்படையாக அமைந்த ஆவியுலகக் கோட்பாடும் இன்றைய முதலாளித்துவச் சமூக அமைப்பிலும் பல்வேறு சடங்குகளின் வடிவில் நிலவுகின்றன. மக்கள் தங்களுக்கு வேண்டும் பயனை அடையவும், இயற்கையாலும் சக மனிதர்களாலும் தங்களுக்கு ஏற்படும் தீமைகளிலிருந்து பாதுகாத்துக்கொள்ளவும் மந்திரத்தின் துணையை இன்றும் நாடுகிறார்கள். இதன் விளைவாக, சமூகச் சிந்தனை யோட்டமானது சமூகப்புரட்சியை நோக்கிச் செல்வதி லிருந்து திசை திருப்பப்படுகிறது. மனித முயற்சியின் மதிப்பு இரண்டாம் நிலைக்குத் தள்ளப்படுகிறது.

இயற்கைச் சக்திகளைக் கட்டுப்படுத்தும் கற்பனை யான தொழில் நுட்பமே மந்திரம் என்று முன்னர் கண்டோம். இன்று விஞ்ஞானத் தொழில் நுட்பப் புரட்சி நம் நாட்டில் நிகழ்ந்துகொண்டிருக்கிறது. தகவல் தொடர்புக் குச் செயற்கைக்கோளைப் பயன்படுத்துகிறோம். கம்ப்யூட்டர்களும் தானியங்கி எந்திரங்களும் மிகப் பரவ லாகப் பல துறைகளிலும் அறிமுகப்படுத்தப்படுகின்றன. என்றாலும் இத்தகைய தொழில்நுட்ப, அறிவியல் வளர்ச்சி மந்திரத்தையும் ஆவியுலகக் கோட்பாட்டையும் மறையச் செய்யவில்லை. மிக உயர் அழுத்த மின் ஆற்றலைக் கொண்டுசெல்லும் மின் கம்பிகளைத் தாங்கி நிற்கும் இரும்புக் கோபுரங்கள் தமிழகத்தின் கிராமங்களில் காட்சி யளிக்கின்றன. நவீனத் தொழில் வளர்ச்சியின் ஆதாரச் சக்தியாகக் காட்சியளிக்கும் இத்தகைய இரும்புக் கோபுரங ்கள் நிறுவப்பட்டுள்ள கிராமங்களில்தான், மழை வேண்டி முளைப்பாரி எடுத்தல், ஆடிப்பொம்மை கொளுத்தல், மதுக்கொடை கொடுத்தல் போன்ற மந்திரச் சடங்குகள் நிகழ்ந்துகொண்டிருக்கின்றன.

தொழில்நுட்ப வளர்ச்சிக்கு ஆதாரமாக அமையும் மின்சாரம் வழங்கும் பணியில், முனியை இடமாற்றும் மந்திரச் சடங்கு நிகழ்ந்துள்ளதை ஈழத்து ஆய்வாளர் ஒருவர் இவ்வாறு குறிப்பிடு கின்றார்:

> *மின்சாரம் வழங்குவதற்காக மிகப் பெரிய ஆலமரம் ஒன்றைத் தறிக்க வேண்டியதாயிற்று. அதற்குப் பெயர் முனிஆல். தறிக்கின்ற ஒப்பந்த வேலையை ஒருவர் மேற் கொண்டார். அதற்கு முன்னர் வெள்ளிக்கிழமை நாளில் கல்லொன்றை வைத்துப் படையல் செய்து வணங்கிய பின்னர், கல்லை எடுத்துப் பிரபலமான ஆலய வீதியில் ஈசான மூலையில் அவர் வைத்தார். இப்படியாக, கல்லை எடுத்து, முனி அகற்றப்பட்ட பின்னர் ஆலமரத்தைத் தறிக்கின்ற வேலை தொடங்கிற்று. வேலைகள் யாவும் இன்னல் இன்றி வந்ததும் மீண்டும் அந்த ஆலயத்திற்குச் சென்று பூசை காட்டினார்கள். (சண்முகசுந்தரம் 1977)*

தான் பயன்படுத்திய ஆயுதங்களில் ஆவி உறைவதாகப் புராதன மனிதன் எண்ணினான் என்று தொடக்கத்தில் கண்டோம். இக்கருத்தோட்டத்தின் தொடர்ச்சியாகக் காவல் நிலையங்களில்கூட, துப்பாக்கிகளுக்குப் பூவும் பொட்டுமிட்டு ஆயுத பூசை நடத்துகிறார்கள். இறக்குமதியான நவீனத் தொழில் நுட்ப இயந்திரங்களும்கூட ஆயுத பூசையிலிருந்து தப்பவில்லை. இதுபோலவே கண்ணேற்படாமலிருக்க மாடுகளின் கழுத்திலும் நெற்றியிலும் மாட்டு வண்டிகளின் மீதும் கட்டப்படும் கறுப்புக் கயிறும் சீனிக்காரமும் (Alum), லாரிகளிலும் கட்டப்படுகின்றன.

ஆசியாவிலேயே பெரிய இரசாயனத் தொழிற்சாலை யொன்று தமிழ்நாட்டிலுள்ளது. இதன் உற்பத்திப் பிரிவில் சில விபத்துகள் அடிக்கடி நிகழ்ந்து சில தொழில்நுட்ப நிபுணர் களும் தொழிலாளர்களும் பலியாயினர். தொழிற்சாலையில் உற்பத்திப் பிரிவுக்கு எதிரிலுள்ள பனைமரத்தில் வாழும் முனியின் பார்வையினால்தான் இவ்விபத்துகள் நிகழ்வதாகச் சிலர் கூறினர். உடனடியாக அம்முனியை விரட்டுவதற்காக, கேரளத்திலிருந்து நம்பூதிரி ஒருவர் வரவழைக்கப்பட்டார். வந்த நம்பூதிரியும் சில சடங்குகளைச் செய்து முனியை இடமாற்றியதாகக் கூறி, குறிப்பிடத்தக்க தொகையினைக் காணிக்கையாகப் பெற்றுச் சென்றார். நம்பூதிரியின் ஆலோசனைப்படி, முனி மீண்டும் வராது தடுக்க, அம்மன் கோவிலொன்றும் நிர்வாகத்தால் கட்டப்பட்டதுடன், பூசாரி ஒருவரும் நிரந்தரமாக நியமிக்கப் பட்டார்.

போபால் நகரிலுள்ள யூனியன் கார்பைடு தொழிற்சாலை யில் ஏற்பட்ட நச்சுவாயுக் கசிவின் விளைவாகப் பல்லாயிரக்

கணக்கான மக்கள் உயிரிழந்த கொடுமை நாம் அறிந்ததே. இந்நிகழ்ச்சிக்கு "தீய ஆவிகளே காரணம் என்று கருதி அவற்றை விரட்டி, சுற்றுப்புறச் சூழலைத் தூய்மைப்படுத்துவதற்காக 'அதிருத்ர யாகம்' என்ற மந்திரச் சடங்கு" செய்யப்பட்ட விந்தையும் நிகழ்ந்தது (முத்தையா 1986 : 76).

1987 மார்ச் மாதம் மருதையாறு இரயில் பாலத்தில் நிகழ்ந்த வெடிவிபத்தின் காரணமாகப் பயணிகள் பலர் மரணமடைந்தனர் (இதே பாலத்தில் 1956ஆம் ஆண்டில் தூத்துக்குடி விரைவு வண்டி விபத்துக்காளாகி 140 பேர் மரணமடைந்தனர்). இது தொடர்பாக, தினமணி நாளேட்டில் (மதுரைப் பதிப்பு 17.03.1987) பின்வரும் செய்தி வெளியாகி யுள்ளது:

மருதையாறு பாலத்தில்

"பேய்விரட்ட விசேஷ பூஜை"

மந்திரி யோசனை

திருச்சி, மார்ச் 16 – மருதையாறு பாலத்தில் இரண்டு பெரிய விபத்துகள் ஏற்பட்டதைத் தொடர்ந்து இந்தப் பாலத்தி லுள்ள துர்தேவதைகளை விரட்ட, பேய் விரட்ட விசேஷ பூஜைகள் நடத்தலாம் என்று ரயில்வே நிர்வாகத்திற்கு மத்திய ராஜாங்க ரயில்வே மந்திரி மாதவராவ் சிந்தியா யோசனை கூறினார்.

இந்தப் பாலத்தில் ஏற்படும் விபத்துக்கள் மோசமானதாக ஆகிவிடுகின்றன என்று தென்னக ரயில்வே பொதுமேலாளர் பாலகிருஷ்ணன் தனது கவலையைத் தெரிவித்தபோது மந்திரி இந்த யோசனையைத் தெரிவித்தார். மருதையாறு பாலத்தில் மீண்டும் ரயில் போக்குவரத்து துவங்கு முன்னர் விசேஷ பூஜை நடத்தப்படும் என்று பின்னர் நிருபர்களிடம் ரயில்வே மந்திரி மாதவராவ் சிந்தியா கூறினார்.

விபத்துக்கான காரணம் அறிவியல் பார்வையில் ஆராயப் படாமல் தீமையை இடமாற்றும் மந்திரச் சடங்கின் வாயிலாகவும் தீர்க்கப்படும் விந்தை தற்பொழுதும் நிகழ்வதை இந்நிகழ்ச்சிகள் எடுத்துக்காட்டுகின்றன. பொறியியல் வல்லுநர்களாகவும் இரசாயன நிபுணர்களாகவும் விளங்குபவர்களிடமும்கூட ஆவிகளை இடமாற்றும் மந்திரச் சடங்கின் செல்வாக்கு மறைய வில்லை.

உடல் உறுப்புகளைப் போன்று உலோகத்ததால் செய்து அவ்வுறுப்புகளுக்கு வந்த நோய்களைப் போக்கும் ஒத்த மந்திரச் சிகிச்சையினை முன்னர் ஆராய்ந்தோம். புறத்தே தெரியும்

கண், காது, கை போன்ற உறுப்புகளையும் அவற்றைத் தாக்கும் நோய்கள், காயங்களையும் மட்டுமே அறிந்திருந்த – மருத்துவமும் உடற்கூறு இயலும் வளர்ச்சியடையாத காலத்தில், உலோக உடலுறுப்பைக் காணிக்கையாகச் செலுத்தினர். இன்று உடற்கூறு இயலும் மருத்துவமும் வளர்ச்சியடைந்துள்ளன. இருதயம், சிறுநீரகம் போன்ற நுட்பமான உடலின் உள் உறுப்புகளைக் கூட மாற்றும் நவீன அறுவைச்சிகிச்சை வளர்ந்துள்ளது.

இவ்வளர்ச்சியின் விளைவாக உலோக உடலுறுப்புகளைக் காணிக்கையாகச் செலுத்தும் சிகிச்சை முறை இன்று மறைந் திருக்க வேண்டும். ஆனால், இதற்கு நேர்மாறாக இச்சிகிச்சை முறை உடற்கூறு இயலின் துணையுடன் விரிவடைந்துள்ளது. உடற்கூற்றியலின் துணையுடன் அறிந்துகொண்ட உடல் உள்ளுறுப்புகளைப் போன்று உலோகத்தில் செய்து காணிக்கை செலுத்தும் புதிய ஒத்த மந்திரச் சிகிச்சை தோன்றியுள்ளது. இதற்கு எடுத்துக்காட்டாகப் பின்வரும் பத்திரிகைச் செய்தியைக் குறிப்பிடலாம்:

> கோயிலுக்குத் தங்க சிறுநீரகம் அளிப்பு தஞ்சாவூர், மார்ச் 18 – முதல்வர் எம்.ஜி. ராமச்சந்திரன் உடல் நலத்திற்கு பிரார்த்தனை செய்து ஒன்றரை பவுனுக்குத் தங்கச் சிறுநீரகம் ஒன்று ஞாயிற்றுக்கிழமையன்று புன்னை நல்லூர் மாரியம்மன் கோவிலில் அர்ப்பணிக்கப்பட்டது.

முதல்வர் எம்.ஜி. ராமச்சந்திரன் கடுமையாக சுகவீனமுற்ற போது தங்க சிறுநீரகத்தை அர்ப்பணிப்பதாக எம்.ஜி.ஆர். இளைஞர் அணியின் தஞ்சை மாவட்ட காரியதரிசி ஆழி.கோ. மருதையன் வேண்டிக்கொண்டார். தற்போது இந்த பிரார்த்தனையை நிறைவேற்றினார். (தினமணி மதுரைப் பதிப்பு 20.03.86).

இச்செய்தி மந்திரம் நவீனப்படுத்தப்பட்டுள்ளதையும் சமூகத்தின் கல்வி மற்றும் விஞ்ஞானத் தொழில்நுட்ப வளர்ச்சி மந்திரத்தின் செல்வாக்கை அழிக்கவில்லையென்பதையும் உணர்த்துகின்றது இதற்கான காரணத்தை மந்திரம் ஏன் பயன் படுத்தப்படுகிறது என்பதனை ஆராய்வதன் மூலம் அறிந்து கொள்ளலாம்.

தீயமந்திரம் நீங்கலாக மந்திரங்கள் பொதுவாக, பின்வரும் இரண்டு காரணங்களுக்காகவே பெரும்பாலான பொதுமக்களால் பயன்படுத்தப்படுகின்றன:

1. நீர் வளத்துக்கு மிகவும் அவசியமான மழை, பயிர்ச்செழிப்பு ஆகியனவற்றைத் தடையின்றிப் பெற.
2. மகப்பேறின்மை, நோய், நச்சுக்கடி போன்ற குறைபாடு களைப் போக்கிக்கொள்ள.

இவ்விரண்டு காரணங்களும் இவ்வுலகில் மகிழ்ச்சிகரமாக வாழ வேண்டுமென்ற விருப்பத்தையே அடிப்படையாகக் கொண்டுள்ளமையைக் காண்கிறோம். மற்றபடி, மறுமை உலகு குறித்த வேட்கை எதுவும் காணப்படவில்லை. இவ்வுலக வாழ்வின் துன்பங்கள் நீங்கி இன்பமுடன் வாழ வேண்டுமென்ற விருப்பம் நிறைவேற்றப்படாமையால் மக்கள் மந்திரத்தை நாடுகின்றனர்.

முன்னர் குறிப்பிட்ட முளைப்பாரி, ஆடிப்பொம்மை, மதுக்கொடை, கொடும்பாவி போன்ற சடங்குகளின் அடிப்படை நோக்கம் மழை வேண்டுவதுதான். வேளாண்மையே பெரும் பாலான மக்களின் அடிப்படைத் தொழிலாக அமைந்த தமிழகத் தில், வேளாண்மைக்கு மிகவும் இன்றியமையாத நீர்வளம் உறுதி செய்யப்படாதபோது, பாமர மக்கள் இத்தகைய மந்திரச் சடங்குகளை நிகழ்த்துவதில் வியப்பில்லை.

இந்த நேரத்தில் பின்வரும் பத்திரிகைச் செய்தியுடன் நம்நிலையை ஒப்பிட்டுப் பார்ப்பது பொருத்தமாயிருக்கும்:

பெய்யெனப் பெய்த மழை

மாஸ்கோ, ஆக. 9 – மாஸ்கோவில் ஜூலை 27இல் நடந்த உலக இளைஞர் மாணவர் விழா துவக்க நிகழ்ச்சிக்காக ரஷ்ய நிபுணர்கள் மழை வராமல் மாற்று ஏற்பாட்டை மேற்கொண்டனர்.

27.07.85 அன்று மாஸ்கோ லெனின் திடலில் 12வது உலக இளைஞர் மாணவர் விழா துவங்கியது. ஆனால் இப்பெரும் விழாவினை மழையும், புயலும் வந்து கெடுத்துவிடக் கூடாதென்று கருதி, வானியல் நிபுணர்கள் ஒரு மாற்றுத் திட்டத்தைச் செயல்படுத்தினர். திட கார்பன்டை ஆக்ஸைடு துகள்களை மழைமேகம் உள்ள பகுதிகளில் தூவினர். இதனால் மக்களுக்கோ சுற்றுப்புறச் சூழ் நிலைக்கோ பாதிப்பு ஏற்படுவதில்லை. இவ்வாறு ரசாயனப் பொருள் தூவப்பட்டதால் மழை மேகங்கள் குறிப்பிட்ட இடங்களில் மட்டும் குறிப்பிட்ட நேரம் மட்டும் மழையாகப் பொழிந்தது.

"வருண பகவானின் கருணையின் பேரில் பெய்யும் மழை" இவ்வாறு அறிவியல் ஆற்றலால் மாற்றிவிடப் பட்டுள்ளது. (தினமணி – மதுரைப்பதிப்பு 10.08.1985)

ஆனால், நம் சமூக அமைப்பில் அறிவியல் மற்றும் தொழில் நுட்ப வளர்ச்சியின் பயன் முழுவதும் சமூகத்தின் அனைத்துப் பிரிவினருக்கும் கிடைக்கவில்லை. வறுமை, அறியாமை (படித்தவர் களிடம் நிலவும் அறியாமை உட்பட) ஆகிய இரண்டும் மந்திரத் தின் சமூக வேராக அமைந்துள்ளன. இச்சமூக வேரைக் கெல்லி

ஏறிவதன் வாயிலாகவே மந்திரத்தை நாம் சமூக அமைப்பிலிருந்து அகற்ற முடியும்.

ஒரு சமூகத்தின் பொருள் உற்பத்தி முறையே அந்தச் சமூகத்தின் அடித்தளமாக அமைகின்றது. இந்த அடித்தளத்தின் மேல்தான் கலை, இலக்கியம், சமயம், தத்துவம், சட்டம், நீதி, அரசியல் ஆகியன மேற்கோப்பாக எழுகின்றன. அடித்தளம், மேற்கோப்பு (*Super Structure*) என்ற இரண்டில், அடித்தளம் மேற்கோப்பை நிர்ணயம் செய்கிறது. அதே நேரத்தில் மேற்கோப்பும் அடித்தளத்தைப் பாதிக்கின்றது. நம் சமூக அமைப்பு முதலாளித்துவப் பொருள் உற்பத்தி முறையினை அடித்தளமாகக் கொண்டிருந்தாலும் இனக்குழு மற்றும் நிலவுடமைச் சமூகத்தின் கருத்தோட்டங்கள் மேற்கோப்பில் இடம்பெற்றுள்ளன. இக் கருத்தோட்டங்களில் மந்திரமும் ஒன்றாகும். திரைப்படங்கள், பத்திரிகைகள், தொழில்முறைப் பேச்சாளர்களின் சொற்பொழிவுகள் ஆகியனவும் மந்திரத்தைப் பாதுகாப்பதில் உறுதுணை புரிகின்றன.

இவ்வாறு, நமது சமூக அமைப்பின் மேற்கோப்பில் அமைந்துள்ள மந்திரத்தின் பிடியைத் தளரச் செய்வது மிகவும் அவசியமான ஒன்றாகும். இம்முயற்சியில் மந்திரத்தை எதிர்த்து நிகழ்த்தும் கருத்துப் போராட்டங்களினால் மட்டும் மந்திரத்தின் சமூக வேரைக் கெல்லியெறிய முடியாது. கருத்துகளினால் கருத்துகளை அழிக்க முயலும் முயற்சி முழுமையான பயனைத் தராது. இதுபோல் அடித்தளத்தை மாற்றி அமைத்துவிட்டால் மந்திரம் மறையுமென்று நம்பிக் கொண்டு அரசியல் பொருளாதாரப் போராட்டங்களில் மட்டும் கவனம் செலுத்தி, மந்திரம், மந்திரச் சடங்குகள் போன்ற மேற்கோப்பு அம்சங்களைக் கணக்கிலெடுத்துக் கொள்ளாதிருப்பதும் தவறு. சமூக மாறுதலுக்கான அரசியல் பொருளாதாரப் போராட்டங்களைத் திசை திருப்பவும்கூட மந்திரம் பயன்படுகின்றது.

எனவே, இரண்டு வகையான போராட்டங்களின் கூட்டு முயற்சியின் வாயிலாகவே மந்திரத்தை ஒழிக்க முடியும். ஒன்று, மந்திரத்தின் சமூக வேரைக் கெல்லி எறியும் அரசியல் மற்றும் பொருளாதாரப் போராட்டம். மற்றொன்று மந்திரத்தின் காலங் கடந்த தன்மை, அதன் பின்னாலுள்ள அச்சம், அறியாமை ஆகியவற்றை வெளிப்படுத்தும் சித்தாந்தப் போராட்டம். இவையிரண்டும் இணைந்து நிகழும்பொழுதுதான் மந்திரமானது நாம் வாழும் சமூகத்தின் மீது கொண்டுள்ள பிடிப்பையிழக்கும்.

பின்னிணைப்பு 1

முளைக்கும்மிப் பாடல்களின் அமைப்பு

பாடுவோர்

முதன்மைப் பாடகியாக (*Lead Singer*) உள்ள ஒரு பெண் முதலில் பாட, கும்மியடிக்கும் பெண்கள் அதனைத் திரும்பக் கூறும் முறையே பெரும்பாலும் முளைக்கும்மியில் பின்பற்றப்படுகிறது. கும்மியடிப்புக் குப் பதிலாக கோலாட்டமும் சில கிராமங்களில் நிகழ்கிறது. முதன்மைப் பாடகராக ஆண்களும் சில கிராமங்களில் விளங்குகிறார்கள்.

தன்னனன்னே னானனன்னே
  னானனன்னே னானன்னே
தன்னானே னானனன்னே
தன்னனன்னே னானனன்னே தானனன்னே
  னானே தனம் தானனன்னே னானே
தானானே தானானே தானானே

போன்ற நாட்டார் இசை மெட்டுக்களை இசைக்கும் வழக்கமும் சில கிராமங்களில் உண்டு.

முளைக்கும்மியின் அமைப்பு

முளைக்கும்மிப் பாடல்கள் கூறும் செய்திகளின் அடிப்படையில் இப்பாடல்களின் அமைப்பினை இவ்வாறு வரிசைப்படுத்தலாம்:

1. காப்பு
2. திட்டமிடல்
3. அறிவிப்பு
4. விதைகளையெடுத்துவரல்

5. மண்பானை அல்லது குடத்தில் இடுபொருள்களாக வைக்கோல், பருத்திக்குச்சி, ஆட்டுரம், மாட்டுரம், மணல், செங்கல்தூள், தட்டை ஆகியன சேகரித்தல்

6. விதைகளை ஊன்ற மண்பாத்திரம் (பானை – குடம்) வாங்கிவரல்

7. முளைப்பானையினை உருவாக்குதல்

8. விதையூன்றல்

9. முளையின் வளர்ச்சி

10. குறிப்பிட்ட அம்மனின் புகழ், சிறப்பு, உலாவரும் அழகு ஆகியனவற்றைக் கூறுதல்

11. அம்மனுக்குப் படையலாக வைக்கும் பொருள்களைக் குறிப்பிடல்

12. முளைப்பாரியின் பிரிவு

13. முளைப்பாரி வளர்ப்பதால் கிடைக்கும் பயன்.

பொருளடக்கச் சொற்கள்

இப்பதிமூன்று செய்திகளையும் அடிப்படையாகக்கொண்டு முளைக்கும்மியின் பொருளடக்கச் சொற்களாகப் பின்வருவன வற்றைக் குறிப்பிடலாம்:

பொருளடக்கச் சொற்கள்		முளைக்கும்மியில் இடம்பெறும் செய்திகள்
I	ஆயத்தம்	1, 2, 3
II	சேகரிப்பு	4, 5, 6
III	தோற்றம்	7, 8
IV	வளர்ச்சி	9
V	தெய்வம் போற்றல்	10, 11
VI	முடிவு	12
VII	நம்பிக்கை	13

தலைமைக் கருத்து

முளைக்கும்மியின் தலைமைக் கருத்து என்ன என்பதனை முளைக்கும்மிப் பாடல்களின் பொருளடக்கச் சொற்களின் வாயிலாக அறிந்துகொள்ளலாம்.

பொருளடக்கச் சொல்	உணர்த்தும் செய்தி
சேகரிப்பு (II) (4)	பல்வேறு பயறு தானியங்களின் பெயர்கள் குறிப்பிடப்படுவதன் வாயிலாகத் தானியங்களின் மிகுதி சுட்டப்படுகிறது.
தோற்றம் (II) (7)	ஆட்டுரம், மாட்டுரம் ஆகியன வற்றைக் குறிப்பிடுவதன் வாயிலாகப் பயிர்ச்செழிப்பு உறுதி செய்யப்படுகிறது.
வளர்ச்சி (IV) (9)	நெட்டுமுளை, இரட்டைமுளை, முத்துமுளை, நாத்துமுளை, மஞ்சமுளை, அடுக்குமுளை, இழை கட்டுமுளை என முளையின் முறையான வளர்ச்சி வருணனை செய்யப்படுகிறது.
முடிவு (V) (12)	கரிசல் நிலத்திலுள்ள காலாங்கரைத் தண்ணீரிலும் வைகை வைப்பாறு சிற்றாறு ஆகிய ஆறு களிலும் வளர்ச்சியடைந்த முளைப்பாரி செல்வதாகக் குறிப்பிடுவதன் வாயிலாக, தாவரச் செழிப்பிற்கு அவசியமான நீர்வளத்துடன் முளைப்பாரி தொடர்புபடுத்தப்படுகிறது.
நம்பிக்கை (VII) (13)	1. கன்னிப்பெண் திருமணப் பேறடைவாள் 2. இருசி, இந்திரனைப் பெற்றெடுப்பாள் 3. மலடி, மைந்தனைப் பெற்றெடுப்பாள் என்று கூறுவதன் வாயிலாக மானிடச் செழிப்பு குறிப்பிடப் படுகிறது.

எனவே இப்பொருளடக்கச் சொற்கள் செழிப்பையே முக்கியமாகக் குறிப்பிடுகின்றன. இதன் அடிப்படையில் முளைக்கும்மியின் தலைமைக் கருத்தாகச் 'செழிப்பு' அமைந்துள்ளது புலனாகிறது. இதனைப் பின்வரும் அட்டவணையின் மூலமாகவும் உறுதிப்படுத்தலாம்:

ஆ. சிவசுப்பிரமணியன்

முளைக்கும்மி வழங்குமிடம்	I ஆயத்தம்			II சேகரிப்பு			III தோற்றம்		IV வளர்ச்சி	V தெய்வம் போற்றல்		VI முடிவு	VII நம்பிக்கை
	1	2	3	4	5	6	7	8	9	10	11	12	13
1. ஆத்தூர்	–	–	–	–	+	+	+	–	+	–	–	+	+
2. சிந்தலக்கட்டை	+	–	–	+	–	–	+	+	+	–	–	+	+
3. தூத்துக்குடி	–	–	–	+	+	+	–	+	–	–	–	–	+
4. நடுவக்குறிச்சி	–	–	–	–	+	+	–	+	–	–	–	–	+
5. திம்மராஜபுரம்	–	–	–	+	+	+	+	–	+	–	–	–	+
6. இராஜபாளையம்	–	–	–	+	+	+	–	+	+	–	–	+	–
7. சங்கரபாண்டியபுரம்	+	+	+	+	+	+	+	+	+	+	–	+	+
8. எட்டையபுரம்	+	+	–	+	+	–	+	+	+	+	+	+	+
9. ஒட்டநத்தம்	+	+	+	+	+	+	+	+	+	+	+	+	+
10. செட்டியப்பட்டி	–	–	+	–	+	–	–	–	+	+	–	+	–

பின்னிணைப்பு 2

நறும்பிழி – தோப்பி

மதுக்கொடையினையொட்டித் தயாரிக்கப்படும் மதுவானது 'பீர்' என்ற மது வகையைச் சார்ந்தது என்பதையும் பீர் தயாரிக்கும் முறை குறித்தும் மது பொங்குவது குறித்தும் 'மது பொங்குவதன் காரணம்' என்ற தலைப்பில் கண்டோம். மதுக்கொடையில் மது தயாரிக்கும் முறையானது தமிழ் நாட்டின் தொன்மை யான மதுத் தயாரிப்பு முறையின் வழி வந்ததுதான் என்பதனை 'நறும்பிழி' என்னும் அரிசிக்கள் தயாரிப்பு குறித்து, பெரும்பாணாற்றுப்படையில் காணப்படும் குறிப்பு உணர்த்துகிறது.

'நறும்பிழி' தயாரிப்பு

அவையா அரிசி அம் களித்துழவை
மலர்வாய்ப் பிழாவில் புலர ஆற்றி
பாம்பு உறை புற்றின் குரும்பி ஏய்க்கும்
பூம்புற நல்அடை அளைஇ தேம்பட
எல்லையும் இரவும் இருமுறை கழிப்பி
வல்வாய்ச் சாடியின் வழைச்சு அற விளைந்த
வெந்நீர் அரியல் விரல்அலை நறும்பிழி

(பெரும்பா. 275-281)

குற்றாத கொழியல் அரிசியை களியாகத் துழாவி அதனை வாயகன்ற தாம்பாளத்தில் ஊற்றி ஆறவைப்பர். நெல் முளையை இடித்து அக்கூழிற் கலப்பர். இக்கலவை யினை இரண்டு பகலும் இரண்டு இரவும் இருக்க செய்வர். பின் வெந்நீரில் அதனை வேகவைத்து நெய்யரி யால் வடிகட்டி அலைத்துப் பிழிந்து கள்ளெடுப்பர். இக்கள் 'நறும்பிழி' எனப்படும்.

இங்கு குற்றாத கொழியல் அரிசியைக் கொதிக்க வைத்தலாகவும் ஆகவும், நெல் முளையை அதில்

கலத்தல் எளிதில் கரையக்கூடிய மால்ட்டை (*Malt*) அதில் சேர்ப்பதாகவும் ஆகிறது. இரண்டு பகலும் இரண்டு இரவும் இக்கலவையை வைத்திருப்பது நொதிக்க வைத்தலாகிறது. மீண்டும் இக்கலவையை வெந்நீரில் வேக வைப்பது இன்று பாலைப் பதப்படுத்தும் 'பாஸ்டரைஸ்' முறையை ஒத்திருக்கிறது.

தோப்பி

தோப்பி என்ற நெல்லிலிருந்து வீடுகளில் தயாரிக்கப்பட்ட கள்ளைப் பருகுவதை "இல்லடு கள்இன் தோப்பி பருகி" என்று பெரும்பாணாற்றுப்படை (142) குறிப்பிடும். இவ்வரிக்கு நச்சினார்க்கினியர்,

"தமது இல்லிற் சமைத்த கள்ளுகளில் இனிதாகிய நெல்லாற் செய்த கள்ளையுண்டு" என்று உரை எழுதுவார். தோப்பிக்கள் என்று அகநானூறு (35 : 8–9) குறிப்பிடுவதும் இக்கள்ளையே எனலாம்.

சப்பான் நாட்டின் முக்கிய பானங்களுள் ஒள்றாக அரிசியிலிருந்து தயாரிக்கப்படும் பீர் விளங்குகிறது. நமது தமிழ்ப் பாரம்பரியத்தில் அரிசி பீர் முக்கிய இடத்தை வகித்த துடன் 'மதுக்கொடை' என்ற பெயரில் இப் பாரம்பரியம் இன்றும் தொடர்கிறது. இத்தயாரிப்பு முறையைப் பயன்படுத்தி வாணிப முறையில் அரிசி பீர் தயாரிப்பது குறித்து நாம் சிந்திக்கலாம்.

பின்னிணைப்பு 3

தச்சுக்கழித்தல் மந்திரம்

ஓம் நமசிவாயா
ஓம் சிங்வங்கிங்

இந்த மனை, இருள், காற்று, கருப்பு அவைகளைக் கட்டிக் காத்து, முனி, சடாமுனி, காட்டேரி எல்லாத் திற்கும் காவுகொடுத்து, வெள்ளைச் சாவல் காவு வாங்கி இந்தப் புதுமனை விட்டு வெளியேறி என்னுடன் வா வா. வரும் வழி எந்த இடம் உனக்குத் தகுதி என்று அந்த இடம் காத்து இருக்க. கணபதி துணையும் சக்தி சிவன் துணையும் எனக்கிருக்கு. என் வீட்டு வரை என்னைக் காத்து வருவார்கள்.

கூறியவர்: பெ. சங்கரசுப்பு
வயது   : 45
இடம்   : ஒட்டநத்தம்
நாள்   : 2-5-87

குறிப்பு : தச்சுத் தொழிலைக் கைவிட்டு, பத்தாண்டு கட்கு மேலாக பெங்களூரில் கற்களுக்கு மெருகேற்றும் தொழிலில் இவர் ஈடுபட்டுள்ளார். தமது குடும்பத்தின ரிடமிருந்து கற்ற மந்திரத்தில் இடம் பெற்றிருந்த வடமொழிச் சொற்கள் சிலவற்றை நீக்கிவிட்டு இம்மந் திரத்தைப் பயன்படுத்தி வந்ததாக இவர் குறிப்பிட்டார். தமது பழைய நாள் குறிப்பேட்டிலிருந்து இதனைப் பிரதி செய்து தந்து உதவினார்.

துணை நூல்கள்

(அ) தமிழ்

அன்னகாமு, செ., 1960, ஏட்டில் எழுதாக் கவிதைகள், சர்வோதயப் பிரசுராலயம், தஞ்சாவூர்.

ஆசிரியர் பெயர் குறிப்பிடவில்லை, 1973, பிம்பெட்கா நாகரிகம், ஆராய்ச்சி, மலர் 4, இதழ் 1.

இராகவையங்கார், மு., 1964, ஆராய்ச்சித் தொகுதி, பாரி நிலையம், சென்னை.

இராசதுரை, பு., 1983, உறவின்முறை, இளமாறன் பதிப்பகம், விருதுநகர்.

இராசேந்திரன், பொ., நளஆண்டு ஐப்பசித் திங்கள், 'முளை மாரியம்மன்', கல்வெட்டு, இதழ் 15, தமிழ்நாடு அரசு தொல்பொருள் ஆய்வுத்துறை, சென்னை.

இராசையா, இ.பொ. (பதிப்பாசிரியர்), 1961, வாய்மொழி இலக்கியம், யாழ்ப்பாணப் பிரதேசக் கலை மன்றம், நாட்டுப்பாடல் நடன நாடகக்குழு வெளியீடு.

இளைய தம்பி பாலசுந்தரம் மற்றும் கலாநிதி, 1979, ஈழத்து நாட்டார் படல்கள், தமிழ்ப்பதிப்பகம், சென்னை – 20.

எங்கெல்ஸ், ஆண்டு குறிப்பிடவில்லை, குடும்பம், தனிச் சொத்து, அரசு ஆகியவற்றின் தோற்றம், முன்னேற்றப் பதிப்பகம், மாஸ்கோ.

கட்டளை கைலாசம், 1986 ஏப்ரல், இசக்கியம்மன் வழிபாடு (சிங்கிகுள வட்டாரம்), அச்சிடப்படாத எம்.ஃபில். பட்ட ஆய்வு, வெ.ப.சு. தமிழ்க்கலை ஆய்வு மையம், ம.தி.தா. இந்துக் கல்லூரி, திருநெல்வேலி.

கண்ணபிரான், சி., 1975, கரிமவேதியியல் துணைப்பாடம், தமிழ்நாட்டுப் பாடநூல் நிறுவனம், சென்னை.

கார்த்தி (மொழிபெயர்ப்பாளர்), 1968, சமுதாய வரலாற்றுச் சுருக்கம் (முதல் பாகம்), நியூ செஞ்சுரி புக் ஹவுஸ் பிரைவேட் லிமிடெட், சென்னை. கிருட்டினசாமி, க., 1981, ‘நாட்டுப்புறப் பாடல்களில் வளமை நம்பிக்கைகளும் சடங்குகளும்’, நாட்டார் வழக்காற்றியல் ஆய்வுகள், தொகுதி ஒன்று, பதிப்பாசிரியர் தே. லூர்து, பாரிவேள் பதிப்பகம், திருநெல்வேலி – 7.

சண்முகசுந்தரம், த., 1977, ‘ஈழத்திற் சைவக் கிராமிய வழிபாடு’, நான்காவது அனைத்துலகத் தமிழாராய்ச்சி மகாநாட்டு நிகழ்ச்சிகள், பதிப்பாசிரியர் சு. வித்தியானந்தன், அனைத்துலகத் தமிழாராய்ச்சி மன்ற இலங்கைக் கிளை, கொழும்பு – 7.

சாந்தலிங்கம், 1983, ‘நடுகற்களில் குலச்சின்னங்கள்’, தொல்லியல் கருத்தரங்கு (தொகுதி 1), பதிப்பாசிரியர்கள் ஆ. பத்மாவதி, இரா. நாகசாமி, தமிழக வரலாற்றுப் பேரவை, சென்னை.

சிவசுப்பிரமணியன். ஆ., 1984, ‘தச்சுக்கழித்தல்’, தமிழ்க்கலை: தமிழ் 2, கலை 2, 3, தமிழ்ப் பல்கலைக்கழகம், தஞ்சாவூர்.

சுப்பிரமணியன், 1956, உயிரணுக்களின் உலகம், கலைமகள் காரியாலயம், சென்னை.

சுப்பிரமணியன், கா., சங்கால சமுதாயம், நியூ செஞ்சுரி புக் ஹவுஸ், சென்னை.

1985, ‘பரதவரின் நாட்டார் மருத்துவம்’, நா.வா.வின் ஆராய்ச்சி, தூத்துக்குடி – 8.

1986, ‘மதுக்கொடை’, தாமரை, ஜனவரி 1986, சென்னை.

1986, ‘முளைப்பாரி ஒரு புராதனச் சடங்கு’, தமிழ்க்கலை, தமிழ் 4, கலை 1, 2, தமிழ்ப் பல்கலைக்கழகம், தஞ்சாவூர்.

தாம்சன் ஜார்ஜ், 1981, மனித சமூக சாரம், சென்னை புக் ஹவுஸ் (பி) லிட்,. சென்னை – 17.

தூரன், பெ., 1958, காற்றில் வந்த கவிதை, இன்ப நிலையம், சென்னை.

நச்சினார்க்கினியர் (உரையாசிரியர்), 1965, தொல்காப்பியம் பொருளதிகாரம், சை. சி. நூற்பதிப்புக் கழகம், சென்னை – 1.

நடராஜன், தி. (பதிப்பாசிரியர்), 1980, உடையார் கதை, கூடல் பப்ளிஷர்ஸ், மதுரை – 1.

நாகசாமி, இரா. (பதிப்பாசிரியர்), 1972, செங்கம் நடுகற்கள், தமிழ்நாடு அரசு தொல்பொருள் ஆய்வுத்துறை, சென்னை.

பாலசுப்பிரமணியன், எஸ்.ஆர்., 1965, கோப்பெருஞ்சிங்கன், பாரி நிலையம், சென்னை.

பானுார், கே., 1961, இருள் காட்டுக் குறிச்சியர், மஞ்சரி, ஜூன் 1961, சென்னை.

பிங்கல முனிவர், 1968, பிங்கலத்தை என்னும் பிங்கல நிகண்டு, சைவசித்தாந்த நூற்பதிப்புக் கழகம், திருநெல்வேலி.

பூங்குன்றன், ஆர்., காளயுக்தி ஆண்டு, 'கொங்கு நாட்டு வளமைச் சடங்கு', கல்வெட்டு, இதழ் 14, தமிழ்நாடு அரசு தொல்பொருள் ஆய்வுத்துறை, சென்னை.

பெரியாழ்வார், ஆர்., 1971, 'இருளர் திருமணம்', ஆராய்ச்சி, மலர் 2 இதழ் 4.

பெருமாள், ஏ.என். (பதிப்பாசிரியர்), 1983, வெள்ளைக்காரன் கதை, உலகத் தமிழாராய்ச்சி நிறுவனம், சென்னை – 20.

பேராசிரியர் (உரையாசிரியர்), 1966, தொல்காப்பியம் பொருளதிகாரம், சை.சி. நூற்பதிப்புக் கழகம், சென்னை – 1.

மகாதேவன், டி.எம்.பி., சண்முகசுந்தரம், வே., 1975, தர்க்க விஞ்ஞான முறைகள், தமிழ்நாட்டுப் பாடநூல் நிறுவனம், சென்னை.

முத்தையா, டாக்டர் ஜி., 1986, நாட்டுப்புற மருத்துவ மந்திரச் சடங்குகள், வெண்ணிலா பதிப்பகம், மதுரை.

வானமாமலை, நா., 1973, 'கலைகளின் தோற்றம்', தமிழர் பண்பாடும் தத்துவமும், நியூ செஞ்சுரி புக் ஹவுஸ், சென்னை. 1977, தமிழர் நாட்டுப் பாடல்கள், நியூ செஞ்சுரி புக் ஹவுஸ், சென்னை.

1977, தமிழர் நாட்டுப் பாடல்கள், நியூ செஞ்சுரி புக் ஹவுஸ், சென்னை.

வையாபுரிப்பிள்ளை, எஸ்., 1963, இலக்கிய உதயம் (இரண்டாம் பகுதி), தமிழ்ப் புத்தகாலயம், சென்னை – 14.

ஜம்புநாதன், எம். ஆர். *(மொழிபெயர்ப்பாசிரியர்), 1977,*
இருக்குவேதம் *(முதற்பாகம்).*

(ஆ) ஆங்கிலம்

Bernal J. D., 1949, *The Freedom of Necessity*, Routledge and Kegan Paul Limited, London.

1975, *Ancient Indian Rituals and their Social Contents*, Manohar Book Service, Delhi.

Bhattacharyya, Narendra Nath, 1977, *The Indian Mother Goddess*, Manohar Book Service, Delhi.

Borev Yuri, 1985, *Aesthetics A Text Book*, Progress Publishers; Moscow.

Bouisson Maurice, 1960, *Magic its Rites and History*, Rider & Company, London.

Britanniea, Encyclopaedia, 1973, Volumes 4, 14, 23.

Buhler (Translater), 1964, *The Laws of Manu*, Motilal Banarsidass, New Delhi.

Campbell Joseph, 1973, *The Masks of God – Primitive Mythology*, Souvenir Press, London.

Chattopadhyaya, Debiprasad, 1959, *Lokayata*, People's Publishing House, New Delhi.

1964, *Indian Philosophy*, People's Publishing House, New Delhi.

Childe, Gordon, 1950, *What Happened in History*, Penguin Books.

Crooke, William, Year not mentioned, *Religion & Folk Lore of Northern India*.

Devillers Carole, 1985, *Haites Voodoo Pilgrimases of spirits and saints*, National Geographic, p. 385 – 408, Vol. 167 No. 3, March 1985, National Geographic Society. Washington.

Dmitriyev Yuri, 1984, *Man and Animals*, Raduga Publisher, Moscoa.

Razer George James, 1976, *The Golden Bough*, A Study in Magic and Religion, Part I, The Magic Art and the Evolution of kings Vol. I, The Macmillan Press Ltd., London.

1976a, Ibid, Vol. II.

1976b, *The Golden Bough*, A Study in Magic and Religion Part III, The Dying God.

1976c, *The Golden Bough*, A Study in Magic and Religion Part IV, Adonis, Attis, Osiris, Vol.1.

1976d, *The Golden Bough*, A Study in Magic and Religion Part V, Spirits of the Corn and of the Wild, Vol.1.

1976e, *The Golden Bough*, A Study in Magic and Religion Part VI, The Scapegoat.

1976f, *The Golden Bough*, A Study in Magic and Religion Part VII, Balder the Beautiful: The Fire Festivals of Europe and The Doctrine of the External Soul, Vol.1.

1976g, Ibid, Vol.II.

1976h, *The Golden Bough*, A Study in Magic and Religion Part IX Aftermath: A Supplement to 'The Golden Bough'.

Henry Jules. 1964, *Jungle People*, Vintage Books, New York.

Hori Ichiro, 1980, 'Mysterious Visitors from the Harvest to the New Year', *Studies in Japanese folklore*, Ed Richard M. Dorson, Arno Press, New York.

Hutton, J.H., 1969, *Caste in India*, Oxford University Press, Bombay.

J.B.N., 1973, 'Animism', *Encyclopaedia Britannica*, Vol. 1, p. 984. William Benton Publisher, Chicago.

Johnson Harry, M., 1980, *Sociology: a Systematic Introduction*, Allied Publishers Private Limited. New Delhi.

Kailasapathy, K., 1968, *Tamil Heroic Poetry*, Oxford University Press, London.

Karpov Vsevolod, 1985, 'The Salutary Ringing of Metal', *Sputnik*, 1985 January, APN, Moscow, USSR.

Keesing, Felix, M., 1958, *Cultural Anthropology*, Holt, Rinehart and Winston, New York.

Korovkin, F.P., 1965, *Ancient History*, Publishing House 'Presveshcheniye', Moscow.

Kosambi, D.D., 1962, *Myth and Reality*, Popular Prakashan, Bombay.

1975, *An Introduction to the Study of Indian History*, Popular Prakashan, Bombay.

Leach, Maria (Ed), 1972., *Standard Dictionary of Folk Lore*, Funk & Wagnals, U.S.A.

Majumdar, D.N. and Madan, T.N., 1967, *An Introduction to Social Anthropology*, Asia Publishing House, Bombay.

Maple Eric, 1966, T*he Complete Book of Witchcraft and Demonology*, A.S. Barnes and Company, New York.

Meenakshisundram, Dr. K., 1974, 'A Brief Study of the Marriage system of the Kongu Vellala Gounder Community', *Journal of Tamil Studies*, December 1974, Madras.

Nagaswamy, R., 1978, 'A Tantric Image at Darasuram and Takkayagapparani', *South Indian studies*, Vol.1, Society for Archaeological Historical & Epigraphical Research, Madras-2.

Panov Victor G., 1985, *Emotions Myths and Theories*, Progress Publisers, Moscow.

Rajkhowa Benudhar, 1973, *Assamese Popular Superstitions and Assamese Demonology*, Folklore Research, gauhati University, Assam.

Rosenthal, M. and Yudin, P., 1966, *A Dictionary of Philosophy*, Progress Publishers, Moscow.

Smith, Robert Jerome, 1972, 'Festivals and Celebration', *Folk Lore and Folk Life*, Ed. Richar M. Dorson, The University of Chicago Press, U.S.A.

Subramania Pillai, G., 1948, *Tree Worship and Ophiolatry*, Annamalai University Publication, Annamalai Nagar.

Thomson, George, 1980, *Aeschyleyus And Athens*, Lawrence & Uishart, London.

Vashishta, B.R., 1976, *Fungi*, S. Chand and Co. (Pvt) Ltd., New Delhi.

Whitehead, Henry, 1983, *The Village Gods of South India*, Asian Educational Services, New Delhi.

Ya. Perelman, 1980, *Physics for Entertainment*, Book One, Mir Publishers, Moscow.

Yoder Don, 1968, 'Folk Medicine', *Folklore and Folk life and Introduction*, Ed. Richard M. Dorson.

Young, J.Z., 1974, *An Introduction to the Study of Man*, Oxford University Press, London.

கலைச் சொற்கள்

ஆடல் பாடலிணைந்த குழு நடனம் – Chorus Ode
ஆவி – Spirit
தெய்வீக ஆவி – Divine Spirit
புனித ஆவி – Holy Spirit
ஆவியுலகக் கருத்தோட்டங்கள் – Animistic Conception
ஆவியுலகக் கோட்பாடு – Animism
ஆன்மா – Soul
புற ஆன்மா – External Soul
இயற்கைத் தாய் – Goddess of Nature
இயற்கை மருத்துவம் – Natural Medicine
இனக்குழு – Tribe
இனச்சடங்கு – Communal Ritual
எச்சம் – Relic
ஒத்திசைவு விதி – Principle of analogy
கணம் – Clan
கருதுகோள் – Hypothesis
களஆய்வு – Field Work
குலமரபுச் சின்ன வழிபாடு – Totemism
சூத்திரங்கள் – Formula
தரவுகள் – Materials

தற்காலிகக் கடவுளர் – Temporary Gods
தீமையை மாற்றுவித்தல் – Transerence of Evil
தொல் அறிவியல் – Proto-Science
நாட்டார் தெய்வங்கள் – Folk Gods
நாட்டார் வழக்காற்றியல் – Folkloristics
நாட்டார் வழக்காற்று ஆய்வாளன் – folklorist
பருவகாலக் கொண்டாட்டங்கள் – Seasonal Celebrations
பல்துறைக் கலப்பு ஆய்வு முறை – Inter-disciplinary approach
பலி – Sacrifice
பலியாடு – Scapegoat
பொதுப்பலியாடு – Public Scapegoat Method
பாவனைச் செயல்கள் – Mimetic acts
பாவனை நடனம் – Mimetic dance
புராதனச் சமயம் – Primitive religion
புராதன மனிதன் – Primitive man
புனிதப் பொருள் வழிபாடு – Fetishism
போலி இறுதிச் சடங்கு – Mock Funeral
மந்திரம் – Magic
உற்பத்தி மந்திரம் – Productive Magic
ஒத்த மந்திரம் – Homocopathic magic
ஒத்துணர்வு மந்திரம் – Sympathetic magic
தீய மந்திரம் – Black magic
தூய மந்திரம் – White magic
தொத்து மந்திரம் – Contagious magic
பாதுகாப்பு – அழிப்பு மந்திரம் – Protective-Destructive magic
பாவனை மந்திரம் – Imitative or Mimetic magic
மந்திரச் சடங்குகள் – Magic rites
மந்திர சமயச் சடங்குகள் – Magico-religious rites